സാലിം അലി

ഇന്ത്യൻ പക്ഷിശാസ്ത്രത്തിന്റെ പിതാവ്

Saalim ali
Indian pakshisasthrathinte pithav

C Rahim

CHINTHA PUBLISHERS
Thiruvananthapuram

First Edition
February 2020

Second Edition
August 2021

Published & Typesetting
Chintha Publishers, Thiruvananthapuram

Cover Design
Vinod Mangoes

ISBN - 978-93-89410-74-7

CR - 2324 / 5527

Email: chinthapublishers@gmail.com
Website: www.chinthapublishers.com

Distribution
DESHABHIMANI BOOKHOUSE
H O Thiruvananthapuram 695035

Branch
Head Office Kunnukuzhi • Statue Thiruvananthapuram •
KSRTC Bus Station Thiruvananthapuram
KSRTC Bus Station Alappuzha • KSRTC Bus Station Ernakulam •
Machingal Lane Thrissur • IG Road Kozhikode •
Mavoor Road Kozhikode • NGO Union Building Kannur •
Central Bus Terminal Complex Thavakkara Kannur

സാലിം അലി

ഇന്ത്യൻ പക്ഷിശാസ്ത്രത്തിന്റെ പിതാവ്

സി റഹിം

ചിന്ത പബ്ലിഷേഴ്സ്
തിരുവനന്തപുരം-695 035
വില :

സി റഹിം

1968 ൽ ആലപ്പുഴ ജില്ലയിൽ നൂറനാട് നെടിയത്തുവീട്ടിൽ ജനിച്ചു. അച്ഛൻ: ചെല്ലപ്പൻ റാവുത്തർ, അമ്മ: മുഹമ്മദ് അമ്മാൾ.

സി ബി എം ഹൈസ്കൂൾ, കായംകുളം എം എസ് എം കോളേജ് എന്നിവിടങ്ങളിൽ വിദ്യാഭ്യാസം. സ്റ്റാറ്റിസ്റ്റിക്സിൽ ബിരുദം. സാമൂഹ്യ ശാസ്ത്രത്തിൽ ബിരുദാനന്തരബിരുദ കോഴ്സ് പൂർത്തിയാക്കി.

ഇക്കോളജി & എൻവയോൺമെന്റ്, പബ്ലിക് റിലേഷൻ ജേർണലിസം എന്നിവയിൽ പോസ്റ്റ് ഗ്രാജ്യുവേറ്റ് ഡിപ്ലോമ നേടി. *ഇന്ത്യ റിവ്യൂ*, *മാധ്യമം ദിനപത്രം* എന്നിവയിൽ കുറച്ചുകാലം പത്രപ്രവർത്തകനായി ജോലി ചെയ്തു. ഇപ്പോൾ സൗദി അറേബ്യയിൽനിന്ന് പ്രസിദ്ധീകരിക്കുന്ന *മലയാളം ന്യൂസ്* പത്രത്തിന്റെ തിരുവനന്തപുരത്തെ ബ്യൂറോ ചീഫായി പ്രവർത്തിക്കുന്നു. 1987 ൽ നൂറനാട് പരിസ്ഥിതി പ്രവർത്തനങ്ങൾക്കായി 'ഗ്രാമശ്രീ' എന്ന സംഘടന സ്ഥാപിച്ചു. എം പി മന്മഥനോടൊപ്പം മദ്യനിരോധനസമരങ്ങളിൽ പ്രവർത്തിച്ചിട്ടുണ്ട്.

കൈരളി ടി വിക്കുവേണ്ടി സംസ്ഥാനത്തിനകത്തും പുറത്തും സഞ്ചരിച്ച് പക്ഷികളെക്കുറിച്ച് *കിളിവാതിൽ* എന്ന പേരിൽ നൂറിലധികം വരുന്ന എപ്പിസോഡുകളുടെ രചനയും സംവിധാനവും നിർവ്വഹിച്ചു. വന്യജീവികളെക്കുറിച്ച് 25 എപ്പിസോഡുകൾ എടുത്തു. കിളിവാതിൽ, സൗണ്ട് ഓഫ് നേച്ചർ എന്ന ഡോക്യുമെന്ററികൾക്ക് സംസ്ഥാന സർക്കാരിന്റെ ഏറ്റവും നല്ല ഡോക്യുമെന്ററി സംവിധായകനുള്ള അവാർഡും സ്പെഷ്യൽ ജൂറി അവാർഡും ലഭിച്ചു. ഏറ്റവും നല്ല സംവിധായകനുള്ള അറ്റ്ലസ് ഫിലിം ക്രിട്ടിക്സ് അവാർഡ് 2009, 2010, 2012 വർഷങ്ങളിൽ ലഭിച്ചു. *ദി ബേർഡ് മാൻ* തിരുവനന്തപുരം അന്താരാഷ്ട്ര ഡോക്യുമെന്ററി ഫെസ്റ്റിവലിൽ മത്സരവിഭാഗത്തിൽ പ്രദർശിപ്പിച്ചു.

കൃതികൾ: *തൈക്കാവിലെ ഉറുമ്പുകൾ, കായിത, തൈക്കാവിലെ പുരാണം, പ്രകാശത്തിന്റെ പർവ്വതം, കുരുമുളകിന്റെ വീട്, ഗച്ഛാമി, ചെറിയ ജീവികളുടെ ശബ്ദങ്ങൾ* (നോവലുകൾ), *തൂവൽക്കുപ്പായക്കാർ, വീട്ടുവളപ്പിലെ പക്ഷികൾ, കുട്ടികളും കിളികളും, കേരളത്തിലെ 21 പക്ഷികൾ, നമ്മുടെ വന്യജീവികൾ* (പക്ഷിപ്പുസ്തകങ്ങൾ), *ദക്ഷിണേന്ത്യയിലെ പക്ഷികൾ, ബ്യൂട്ടിഫുൾ ബേർഡ്സ്, ഫെദേർഡ് ഫ്രണ്ട്സ്, നാട്ടുമാമ്പഴം, പുഴ വെറും ജലമല്ല* (ലേഖനസമാഹാരം), *പരിസ്ഥിതിയുടെ രാഷ്ട്രീയം* (എഡിറ്റർ).

ഭാര്യ : പ്രിയ
മക്കൾ : അമൽ, അഖില
വിലാസം : നെടിയത്ത് വീട്, മുതുകാട്ടുകര,
നൂറനാട് പി ഒ, ആലപ്പുഴ ജില്ല
ഫോൺ : 9447400161
e-mail : sricrahim@gmail.com

ഉള്ളടക്കം

പ്രസാധകക്കുറിപ്പ്

പക്ഷിശാസ്ത്രത്തിൽ ആഗോളതലത്തിൽ ശ്രദ്ധേയനായ അതുല്യ പ്രതിഭയാണ് സാലിം അലി. പക്ഷിനിരീക്ഷകരുടെ കുലഗുരു എന്നറിയപ്പെടുന്ന സാലിം അലിയുടെ ജീവിതം ഇന്ത്യൻ പക്ഷിശാസ്ത്രത്തിന്റെ കൂടി ചരിത്രമാണ്. എ ഒ ഹ്യൂം തുടങ്ങിവെച്ച പക്ഷിശാസ്ത്രത്തെ ജനകീയപ്രസ്ഥാനമാക്കി മാറ്റിയ സാലിം അലി പരിസ്ഥിതി സംരക്ഷണത്തിനായി നിതാന്ത ജാഗ്രതയോടെ നിലകൊണ്ടിരുന്നു. ഇന്ത്യൻപക്ഷിശാസ്ത്രത്തിന്റെ പിതാവായ സാലിം അലിയുടെ ജീവിതവും സംഭാവനകളും ആഴത്തിൽ അവതരിപ്പിക്കുന്ന ഈ ഗ്രന്ഥം വായനാ സമൂഹത്തിനായി സമർപ്പിക്കുന്നു.

ചിന്ത പബ്ലിഷേഴ്സ്

ആമുഖം

ഇന്ത്യയിലെ പ്രകൃതിശാസ്ത്രജ്ഞരുടെയും പക്ഷിനിരീക്ഷകരുടെയും കുലഗുരുവായി അറിയപ്പെടുന്നയാളാണ് സാലിം അലി. പക്ഷിശാസ്ത്രത്തിൽ ലോകത്തിന് മുന്നിൽ ഇന്ത്യക്ക് സ്വന്തമായൊരു മേൽവിലാസം ഉണ്ടാക്കികൊടുത്ത മഹാനായ പ്രകൃതിശാസ്ത്രജ്ഞനാണദ്ദേഹം. ബ്രിട്ടീഷുകാർ ഇവിടെ തുടങ്ങിവച്ച പരിമിതസ്വഭാവത്തോടെയുള്ള പക്ഷിശാസ്ത്രത്തെ പ്രകൃതിസംരക്ഷണത്തിന്റെ വിശാലഭൂമികയിലേക്ക് വളർത്തിയെടുത്തുവെന്നതാണ് സാലിം അലിയുടെ മഹത്തായ സംഭാവന.

നാട്ടുരാജാക്കന്മാർക്കും സമ്പന്നർക്കും ബ്രിട്ടീഷുകാരുമായി ഇടപഴകുന്നതിനും മറ്റുമായി എ ഒ ഹ്യൂം തുടങ്ങിയ ഇന്ത്യൻ നാഷണൽ കോൺഗ്രസ് ഗാന്ധിയുടെ വരവോടെ അടിമുടി മാറ്റിമറിക്കപ്പെട്ടു. പാവപ്പെട്ടവരും പീഡിതരുമായ കോടിക്കണക്കിന് ഇന്ത്യക്കാരുടെ വേദിയായി അത് മാറി. സ്വാതന്ത്ര്യത്തിനും സ്വരാജിനും വേണ്ടി ജീവൻ ത്യജിച്ചും പോരാടി ജനം ചരിത്രം സൃഷ്ടിച്ചു. ബ്രീട്ടീഷുകാർക്ക് രാജ്യം വിട്ടൊഴിയേണ്ടിവന്നു. ഇതുപോലെ എ ഒ ഹ്യൂം തന്നെ ഇവിടെ തുടങ്ങിവച്ച പക്ഷിശാസ്ത്രത്തെ ഒരു ജനകീയപ്രസ്ഥാനമാക്കിമാറ്റിയത് സാലിം അലിയാണ്. ബ്രിട്ടീഷുകാർ കശാപ്പ് ചെയ്തുകൊണ്ടിരുന്ന നമ്മുടെ പ്രകൃതിസമ്പത്തിന്റെ സംരക്ഷകനായി അദ്ദേഹം മാറി. പ്രകൃതിസ്നേഹികളായ ചില ബ്രിട്ടീഷുകാർ സാലിം അലിക്ക് പിന്തുണ നല്കിയിരുന്നുവെന്നത് വിസ്മരിക്കുന്നില്ല. രാജ്യത്തിന്റെ മുക്കിലും മൂലയിലും നേച്ചർ ക്ലബ്ബുകൾ സ്ഥാപിച്ച് പരിസ്ഥിതി സംരക്ഷണ പ്രവർത്തനങ്ങളിൽ ഏർപ്പെടാൻ ജനങ്ങളെ സന്നദ്ധരാക്കിയത് സാലിം അലിയായിരുന്നു.

നമ്മുടെ ഈ കൊച്ചുകേരളത്തിലെ തട്ടേക്കാട് പക്ഷിസങ്കേതം മുതൽ രാജസ്ഥാനിലെ ഭരത്പൂർ പക്ഷിസങ്കേതം വരെ സ്ഥാപിച്ചെടുക്കുന്നതിൽ

സാലിം അലിയുടെ പങ്ക് വളരെ വലുതാണ്. സൈലന്റ് വാലി കാടുകളുടെ സംരക്ഷണം മുതൽ പരിസ്ഥിതി സംരക്ഷണത്തിനായി രൂപം കൊടുത്ത, രാജ്യത്തെ നിരവധി നിയമനിർമ്മാണത്തിന്റെയും സ്ഥാപനങ്ങളുടെയും പിന്നിലെ ചാലകശക്തിയും സാലിം അലി തന്നെയായിരുന്നു. ഇക്കോളജിയെന്ന് ഇവിടാരും കേൾക്കാതിരുന്ന കാലത്താണദ്ദേഹം ഇതൊക്കെ സാധിച്ചെടുത്തതെന്ന് ഓർക്കണം.

1896 ൽ ബോംബെയിലെ കുലീനമായൊരു കുടുംബത്തിലാണ് സാലിം അലി ജനിച്ചത്. കുട്ടിക്കാലത്തേ മാതാപിതാക്കൾ മരിച്ചു. ത്യാഗോജ്ജ്വലമായി ജീവിച്ചാണ് അദ്ദേഹം പക്ഷിനിരീക്ഷകനായി മാറിയത്. ജീവിക്കാൻ പണം തരാത്ത പക്ഷിനിരീക്ഷണംതന്നെ തന്റെ നിയോഗമായി അദ്ദേഹം സ്വീകരിച്ചു. മരണം വരെ ഒരുസെന്റ് ഭൂമിയോ ഒരു ചെറുവീടോ അദ്ദേഹത്തിന് സ്വന്തമാക്കാൻ കഴിഞ്ഞിരുന്നില്ല. 1918 ൽ തെഹ്മിനയെ സാലിം അലി വിവാഹം കഴിച്ചു. വളരെ ഞെരുങ്ങിയാണ് ആ കുടുംബം ജീവിച്ചത്. 1939 ൽ ഒരു സാധാരണ ഓപ്പറേഷനെ തുടർന്നുണ്ടായ അണുബാധയെ തുടർന്ന് തെഹ്മിന മരിച്ചു. 1941 ൽ സാലിം അലി എഴുതിയ *ദി ബുക്ക് ഓഫ് ഇന്ത്യൻ ബേർഡ്സ്* ആണ് ഇന്ത്യയിൽ പക്ഷിനിരീക്ഷണത്തെ ഒരു ജനകീയശാസ്ത്രമാക്കി മാറ്റിയെടുത്തത്.

പത്ത് വാല്യങ്ങളിലായി അമേരിക്കൻ പ്രകൃതി ശാസ്ത്രജ്ഞനായിരുന്ന ദില്ലൻ റിപ്ലിയും സാലിം അലിയും ചേർന്നെഴുതിയ *ദി ഹാന്റ് ബുക്ക് ഓഫ് ദി ബേർഡ്സ് ഓഫ് ഇന്ത്യ ആന്റ് പാകിസ്ഥാൻ* ഇന്ത്യൻ ഉപഭൂഖണ്ഡത്തിലെ പക്ഷികളെ സംബന്ധിച്ച് സമഗ്രവും ആധികാരികവുമായ ഗ്രന്ഥമാണ്. ഇതിനു പകരം വയ്ക്കാൻ മറ്റൊരു പുസ്തകവും ലോകഭാഷയിൽ ഉണ്ടെന്ന് തോന്നുന്നില്ല. 1958 ൽ പത്മഭൂഷണും 1976 ൽ പത്മവിഭൂഷണും നല്കി സാലിം അലിയെ രാഷ്ട്രം ആദരിക്കുകയുണ്ടായി. ബോംബെ നാച്യുറൽ ഹിസ്റ്ററി സൊസൈറ്റിയെ ഒരു മഹത്തായ സ്ഥാപനമാക്കിയദ്ദേഹം വളർത്തിയെടുത്തു. പക്ഷിശാസ്ത്രത്തിന്റെ ദേശീയ പ്രൊഫസറായി സാലിം അലിയെ സർക്കാർ നിയോഗിച്ചു. സ്വദേശികളും വിദേശികളുമായ നിരവധിപേർ അദ്ദേഹത്തിന്റെ കീഴിൽ ഗവേഷണം നടത്തി. 1985 ൽ തന്റെ ആത്മകഥയായ *ദ് ഫാൾ ഓഫ് എ സ്പാരോ* (ഒരു കുരുവിയുടെ പതനം) അദ്ദേഹം എഴുതി. ഇതെഴുതി രണ്ട് വർഷം കഴിഞ്ഞദ്ദേഹം മരിച്ചു.

കുരുവിയുടെ പതനം ഉള്ളപ്പോൾ സാലിം അലിക്ക് ഒരു ജീവചരിത്രത്തിന്റെ ആവശ്യമുണ്ടോയെന്ന് ചിലർക്ക് തോന്നാം. എന്നാൽ ആത്മകഥകൾക്ക് നിരവധി പരിമിതികൾ ഉണ്ടെന്നാണ് എന്റെ വിശ്വാസം. കേരളത്തിൽ പക്ഷിനിരീക്ഷകരുടെയും പരിസ്ഥിതിപ്രവർത്തകരുടെയും ചെറുസംഘങ്ങൾ ഇന്നെല്ലാ ഗ്രാമത്തിലുമുണ്ട്. ഇവർക്കും വിദ്യാർത്ഥികൾക്കും സാലിം അലിയുടെ ജീവിതം ഒരു പ്രചോദനമായാലോ എന്ന ചിന്തയാണ് ഇങ്ങനെയൊരു പുസ്തകം എഴുതാൻ എന്നെ പ്രേരിപ്പിച്ചത്. എന്റെ കുട്ടിക്കാലത്ത് നീർപക്ഷികൾ ധാരാളമായി എന്റെ നാട്ടിൽ കൂടൊരുക്കാൻ

എത്തുമായിരുന്നു. അപ്പോഴൊന്നും അവയെ തിരിച്ചറിയാൻ പുസ്തകങ്ങളൊന്നും എന്റെ കൈയിലില്ലായിരുന്നു. പാലമേൽ പഞ്ചായത്ത് ലൈബ്രറിയിലുമില്ല. പുസ്തകം എവിടെ കിട്ടുമെന്നുപോലും എനിക്കറിയില്ല. അങ്ങനെയിരിക്കെയാണ് കൊല്ലക്കാരൻ ജോൺ പക്ഷിനോട്ടത്തിന് നാട്ടിലെത്തിയത്. പക്ഷികളിലുള്ള എന്റെ താല്പര്യം ശ്രദ്ധിച്ചിട്ടാവണം അദ്ദേഹം ഒരു സുഹൃത്തുവഴി സാലിം അലിയുടെ *പിക്ച്ചോറിയൽ ഗൈഡ് ടു ബേർഡ്സ് ഓഫ് ഇന്ത്യ ആന്റ് പാകിസ്ഥാൻ* എന്ന പുസ്തകം എനിക്ക് എത്തിച്ചുതന്നു. ഈ പുസ്തകമാണ് പക്ഷികളുടെ അത്ഭുതലോകത്തേക്കെന്നെ കൂട്ടിക്കൊണ്ടുപോയത്. പിന്നീടാണ് ഇന്ദുചൂഡന്റെ *കേരളത്തിലെ പക്ഷിക*ളൊക്കെ വായിക്കുന്നത്. അങ്ങനെ നോക്കുമ്പോൾ സാലിം അലിയുടെ ഈ ജീവചരിത്രരചന ഒരു ഗുരുദക്ഷിണയായി കരുതാം. പക്ഷികളെക്കുറിച്ചും പ്രകൃതിയെക്കുറിച്ചും മലയാളത്തിൽ പുസ്തകങ്ങളുടെ കുറവ് അനുഭവിച്ചതുകൊണ്ടുകൂടിയാവാം കൂടുതൽ പുസ്തകങ്ങൾ ഈ വിഷയത്തിൽ ഞാനെഴുതാൻ കാരണമായതെന്നു തോന്നുന്നു.

സാലിം അലിയുടെ തന്നെ *ദി ഫാൾ ഓഫ് എ സ്പാരോ*യും സാലിം അലി ഫൗണ്ടേഷന്റെ *സാലിം അലി എ യൂണിക്ക് പേഴ്സണാലിറ്റി* എന്ന ലേഖനസമാഹാരവും ബാലസാഹിത്യ ഇൻസ്റ്റിറ്റ്യൂട്ടിന്റെ ജീവചരിത്രരചനയിൽ ഉൾപ്പെടുത്തി പ്രസിദ്ധീകരിച്ച പ്രൊഫ. എൻ കെ പ്രസാദിന്റെ *സാലിം അലി* എന്ന ചെറുപുസ്തകവും ബോംബെ നാച്യുറൽഹിസ്റ്ററിയുടെ ജേർണലുകളുമൊക്കെ ഈ പുസ്തകരചനയ്ക്കായി പരിശോധിച്ചിട്ടുണ്ട്. *സാലിം അലി – ഇന്ത്യൻ പക്ഷിശാസ്ത്രത്തിന്റെ പിതാവ്* എന്ന പുസ്തകരചനയെ പ്രോത്സാഹിപ്പിച്ച *ദേശാഭിമാനി* വാരിക പത്രാധിപർ സി പി അബൂബക്കർ, രമേശ് ബാബു എന്നിവർക്ക് പ്രത്യേകം നന്ദി. ഇത് പുസ്തകരൂപത്തിലിറക്കിയ ചിന്ത പബ്ലിഷേഴ്സിന്റെ മാനേജർ കെ ശിവകുമാറിനുള്ള നന്ദിയും ഇവിടെ പ്രകാശിപ്പിച്ചുകൊള്ളുന്നു.

എല്ലാവർക്കും നന്മയുണ്ടാകട്ടെയെന്ന പ്രാർത്ഥനയോടെ,

സി റഹിം

ഡോ. സാലിം അലി

കുട്ടിക്കാലം

ബോംബെയിൽ ഇടത്തരക്കാർ താമസിച്ചിരുന്ന ഖേത്ത്വാഡി എന്ന സ്ഥലത്താണ് സാലിം അലി ജനിച്ചത്. മുഴുവൻ പേര് സാലിം മൊയ്നുദ്ദീൻ അബ്ദുൽ അലി എന്നായിരുന്നു. അച്ഛൻ മൊയ്നുദ്ദീൻ. അമ്മ സീനത്ത് അൺ നിസ. ഇവരുടെ ഒൻപതുമക്കളിൽ ഏറ്റവും ഇളയ വനായി 1896 നവംബർ 12 ന് ആയിരുന്നു സാലിം അലിയുടെ ജനനം.

സാലിം അലിയുടെ കുടുംബക്കാരൊക്കെ നല്ല നിലയിൽ ജീവിച്ചി രുന്നവരാണ്. നീതിന്യായരംഗത്തും ഉദ്യോഗസ്ഥതലത്തിലും വലിയ കച്ച വടരംഗത്തുമൊക്കെ ആ കുടുംബത്തിൽപ്പെട്ടവർ ഉണ്ടായിരുന്നു. അതു കൊണ്ടുതന്നെ നാട്ടിൽ അറിയപ്പെടുന്നവരും സ്വാധീന ശക്തിയുള്ളവരു മായിരുന്നു. സാലിം അലി ജനിച്ച് ഒരു വർഷം കഴിഞ്ഞപ്പോഴേക്കും പിതാവ് മൊയ്നുദ്ദീൻ മരിച്ചു. ഇതോടെ അമ്മ രോഗബാധിതയായി. സാലി മിന് മൂന്നു വയസ്സുള്ളപ്പോൾ അമ്മയും മരിച്ചു. മാതാപിതാക്കളുടെ സ്നേഹലാളനകൾ ഏറ്റുവാങ്ങാൻ സാലിം അലിക്ക് ഭാഗ്യമുണ്ടായില്ല. അച്ഛനെ ഓർമ്മവയ്ക്കാൻ കഴിയും മുമ്പ് വിധി തട്ടിയെടുത്തു. അമ്മയെ കുറിച്ചുള്ള വളരെ നേരിയ ഓർമ്മകളേ സാലിം അലിക്കുണ്ടായിരുന്നുള്ളു. അങ്ങനെ വളരെ ചെറിയ കുട്ടിയായിരുന്നപ്പോൾ തന്നെ സാലിം അലി അനാഥനായി. പിന്നീട് അമ്മാവനായ അമീറുദ്ദീൻ തിയാബ്ജിയും അമ്മാവി ഹമീദബീഗവും ആയിരുന്നു സാലിമിന്റെ എല്ലാമെല്ലാം. മക്കളി ല്ലായിരുന്ന ആ ദമ്പതികൾ സാലിമിനെയും സഹോദരങ്ങളെയും സ്വന്തം മക്കളെപ്പോലെയാണ് വളർത്തിയത്. സ്നേഹനിധികളായ അവർ കുടും ബക്കാരുടെയെല്ലാം ആശ്രയകേന്ദ്രമായിരുന്നു. ദൂരെ ദിക്കിൽ യാത്രപോ കേണ്ടി വരുന്നവരൊക്കെ അവരുടെ കുട്ടികളെ അവിടെയാണ് കൊണ്ടാ ക്കുക. കുടുംബക്കാരിൽ കുട്ടികളെ സംരക്ഷിക്കാൻ കഴിവില്ലാത്തവരും

അവരെ അമീറുദ്ദീൻ തിയാബ്ജിയെയും ഹമീദാബീഗത്തെയും ഏൽപി ക്കും. അതുകൊണ്ട് ഇഷ്ടം പോലെ കുട്ടികൾ ആ വീട്ടിലുണ്ടായിരുന്നു. അവരെയൊക്കെ വളർത്താനുള്ള ശേഷി അമീറുദ്ദീനുണ്ടായിരുന്നു. നാട്ടിലെ പ്രമാണിമാരിലൊരാളായിരുന്നു അമീറുദ്ദീൻ തിയാബ്ജി.

ഇഷ്ടം പോലെ കുട്ടികൾ ആ വീട്ടിൽ ഉണ്ടായിരുന്നതുകൊണ്ട് കളി ക്കാൻ ഒരു ബുദ്ധിമുട്ടും സാലിമിന് ഉണ്ടായിരുന്നില്ല. കൂട്ടത്തിൽ ഏറ്റവും ഇളയവനായ സാലിമിന് ഒരു പ്രത്യേക പരിഗണന എല്ലാവരിൽനിന്നും കിട്ടുകയും ചെയ്തിരുന്നു. എട്ടൊമ്പതു വയസ്സുവരെ സാലിം തന്റെ രണ്ടു സഹോദരിമാർ പഠിച്ചിരുന്ന പെൺപള്ളിക്കൂടത്തിലാണ് പഠിച്ചത്. സാന ബൈബിൾ മെഡിക്കൽ മിഷൻ ഗേൾസ് ഹൈസ്കൂൾ. പിന്നീടത് ക്യൂൻ മേരീസ് ഹൈസ്കൂൾ ഫോർ ഗേൾസ് എന്നാക്കി മാറ്റി. ഈ പെൺപള്ളി ക്കൂടത്തിൽ അന്ന് ചെറിയ ആൺകുട്ടികളെയും ചേർത്തിരുന്നു. സാലിം പ്രൈമറി സ്കൂൾ വിദ്യാഭ്യാസം കഴിഞ്ഞപ്പോൾ സെയ്ന്റ് സേവിയേഴ്സ് സ്കൂളിൽ ചേർന്നു. ഈ സ്കൂളിലായിരുന്നു സാലിമിന്റെ ജ്യേഷ്ഠന്മാ രൊക്കെ പഠിച്ചിരുന്നത്. കുട്ടികൾക്കൊക്കെ നല്ല വിദ്യാഭ്യസം നല്കാൻ അമ്മാവനും അമ്മാവിയും പ്രത്യേകം ശ്രദ്ധിച്ചിരുന്നു. കുട്ടികളെല്ലാവരും കൂടി കുതിരയെ പൂട്ടിയ വണ്ടിയിലായിരുന്നു സ്കൂളിലേക്ക് പോവുകയും തിരികെ വരുകയും ചെയ്തിരുന്നത്. സാലിമിന്റെ അമ്മാവന്റെ തറവാ ട്ടിൽ വിശാലമായ കുതിരലായവും ഉണ്ടായിരുന്നു. കുതിര സവാരിയും കുതിര വണ്ടിയിലുള്ള യാത്രയുമൊക്കെ കുട്ടികൾക്ക് വലിയ ആവേശം പകർന്നിരുന്നു. സ്കൂളിലേക്കുള്ള യാത്രയിൽ കുതിരവണ്ടിയുടെ മുൻസീ റ്റിൽ തന്നെ ഇരിപ്പടം ഒപ്പിക്കാൻ കുട്ടികൾ തമ്മിൽ മത്സരിക്കുമായിരു ന്നു. അങ്ങനെ രാജകീയമായി സ്കൂളിലേക്കും തിരികെ വീട്ടിലേക്കുമുള്ള കുതിര വണ്ടിയാത്ര സാലിമിന് വലിയ സന്തോഷമാണ് നല്കിയിരുന്നത്. ജീവിതത്തിലെ ഏറ്റവും സുന്ദരമായ കാലഘട്ടമായാണ് തന്റെ സ്കൂൾ ജീവിതകാലത്തെ സാലിം അലി വിശേഷിപ്പിക്കുക.

അച്ഛന്റെയും അമ്മയുടെയും സ്ഥാനത്ത് അമ്മാവനും അമ്മാവിയും ഇഷ്ടംപോലെ സ്നേഹം ചൊരിഞ്ഞു നല്കിയിരുന്നുവെങ്കിലും ഉള്ളിന്റെ ഉള്ളിൽ ഒരേകാന്തത സാലിം അനുഭവിച്ചിരുന്നു. സ്വന്തം അമ്മയുടെ പരിലാളനയും സ്നേഹവും ഏതു കുട്ടിയും മോഹിക്കുക സാധാരണവുമാ ണല്ലോ. സ്വന്തം അച്ഛനെക്കുറിച്ചും കുട്ടിയായ സാലിം ആലോചിരിക്കണം. ആൾക്കൂട്ടത്തിൽ തനിയെയെന്നൊരു തോന്നൽ സാലിമിന് അനുഭവപ്പെ ട്ടിരിക്കാം. അതുകൊണ്ടാകാം സാലിം അലി ചുറ്റുപാടുകളിലേക്കു കൂടു തലായി കണ്ണോടിച്ചത്. ഏതൊരു കുട്ടിയേയുംപോലെ സാലിമും പക്ഷി കുഞ്ഞുങ്ങളെ കൂട്ടിലിട്ടു വളർത്താൻ മോഹിച്ചിരുന്നു. നാനു എന്ന് എല്ലാ വരും വിളിക്കുന്ന ഒരു പാചകക്കാരൻ ആ വീട്ടിലുണ്ടായിരുന്നു. അമ്മയും അച്ഛനും നഷ്ടപ്പെട്ട കൊച്ചു സാലിമിനോട് ഒരു പ്രത്യേക വാത്സല്യം അയാൾക്കുണ്ടായിരുന്നു. സാലിമിനെ സന്തോഷിപ്പിക്കാൻ ചിലതൊക്കെ അയാൾ ചെയ്തു കൊടുക്കുമായിരുന്നു. ഇതിൽ ഏറ്റവും പ്രധാനപ്പെട്ട

സാലിം അലി മാതാപിതാക്കൾക്കൊപ്പം

തായിരുന്നു പക്ഷിക്കുഞ്ഞുങ്ങളെ വളർത്താനായി ഒരു കൂട് അയാൾ നിർമ്മിച്ചു കൊടുത്തത്. എവിടെ നിന്നെങ്കിലും പക്ഷിക്കുഞ്ഞുങ്ങളെ സംഘടിപ്പിച്ചുകൊണ്ട് വന്ന് ഈ കൂട്ടിലിട്ട് വളർത്തുന്നത് സാലിമിന്റെ ഇഷ്ടപ്പെട്ട വിനോദമായിരുന്നു. പക്ഷികളെ കൊഞ്ചിക്കലും തീറ്റകൊടുക്കലും സാലിമിന് ഇഷ്ടമായിരുന്നു. സാലിമിന്റെ ജ്യേഷ്ഠന്റെ മകൻ സുലൈമാനും പക്ഷികളെ വളർത്താൻ ഒപ്പം കൂടും. സുലൈമാന് സാലിമിനേക്കാൾ രണ്ടു വയസ്സ് മൂപ്പ് കൂടുതലുണ്ടായിരുന്നു. ഇവർ രണ്ടു പേരും ചേർന്ന് പക്ഷിക്കൂടിനു ചുറ്റും അവരുടേതായൊരു ലോകം സൃഷ്ടിച്ചെടുക്കുമായിരുന്നു. അവർ വളർത്തുന്ന കിളികൾക്കൊക്കെ ഓമനപ്പേരുകളും നല്കും. കിളികളുമായി ഒരാത്മബന്ധം അവർക്കുണ്ടായിരുന്നു. പള്ളിക്കൂടം വിട്ടുവന്നാൽ കിളികൾക്കു വെള്ളവും തീറ്റയും നല്കാനാണ് ആദ്യം ശ്രമിക്കുക. പിന്നെ മാത്രമേ സ്വന്തം കാര്യങ്ങൾ പോലും ചെയ്തിരുന്നുള്ളൂ. ഒഴിവുവേളകളിൽ കിളികളെ കൊഞ്ചിച്ച് അവയ്ക്ക് കൂട്ടിരിക്കും. എന്നാൽ വീട്ടിലെ മറ്റ് കുട്ടികൾക്കൊന്നും കിളികളോട് വലിയ താല്പര്യം ഉണ്ടായിരുന്നില്ല. അവർക്ക് കുതിരസവാരിയിലും കളികളിലുമായിരുന്നു താല്പര്യം.

അക്കാലത്തൊക്കെ വലിയ മുളം കൂടുകളിൽ കോഴികളെ വില്ക്കാൻ ആളുകൾ വീടുകളിൽ കൊണ്ടുവരുമായിരുന്നു. വീട്ടുകാർ കോഴികളെ വാങ്ങും. ഒരിക്കൽ സാലിമും സുലൈമാനും ചേർന്ന് കച്ചവടക്കാരുടെ കൂടുകളിൽനിന്ന് രണ്ടു മൂന്ന് കോഴിക്കുഞ്ഞുങ്ങളെ മോഷ്ടിച്ച് ആരും

കാണാതെ പറമ്പിൽ ഒളിത്താവളം ഒരുക്കി വളർത്തി. അവയ്ക്ക് തീറ്റ കൊടുക്കാനും അവയുടെ ചേഷ്ടകൾ നോക്കിയിരിക്കാനും സാലിമിന് വലിയ സന്തോഷമായിരുന്നു. കുട്ടികളുടെ ചില്ലറ ആവശ്യങ്ങൾക്ക് മാസം തോറും രണ്ടു രൂപ അമ്മാവനും അമ്മാവിയും അവർക്ക് പോക്കറ്റ് മണി നല്കുക പതിവുണ്ടായിരുന്നു. കുട്ടികളിലേറെപ്പേരും മധുരപലഹാരങ്ങൾ വാങ്ങാനും കളിപ്പാട്ടങ്ങൾ വാങ്ങാനുമാണ് ഈ തുക ചെലവഴിക്കുക. അക്കാലത്ത് ഇതൊരു വലിയ സംഖ്യ തന്നെയായിരുന്നു. എന്നാൽ സാലിം അലിയും സുലൈമാനും ചേർന്നു പക്ഷികളെ വില്ക്കുന്ന കടകളിൽ പോയി പുതിയ ഇനം വളർത്തുപക്ഷികളെ വാങ്ങി വളർത്താനാണ് പോക്കറ്റ് മണി ചിലവഴിച്ചിരുന്നത്. വീട്ടുവളപ്പിൽ പക്ഷികളുടെ ചെറിയൊരു കാഴ്ച ബംഗ്ലാവ് തന്നെ ഒരുക്കാൻ ഇരുവർക്കും കഴിഞ്ഞിരുന്നു. പക്ഷികൾക്ക് ആവശ്യമായ ആഹാരവും വെള്ളവുമൊക്കെ കൂട്ടിനുള്ളിൽ തന്നെ ലഭിക്കുന്നതിനു സൗകര്യവും ഒരുക്കി. പക്ഷികളോടുള്ള സാലിമിന്റെ ഈ പ്രണയം അവയുടെ ജീവിത രഹസ്യങ്ങളിലേക്കു കൂടി വാതായനങ്ങൾ മെല്ലെ തുറക്കാൻ സഹായകരമായി.

പക്ഷികളെ കൂടിലിട്ടു വളർത്തുന്നത് അക്കാലത്തൊക്കെ ഒരു ഫാഷനായിരുന്നു. വലിയ തറവാടുകളുടെ പൂമുഖത്തു തത്തകളെയും മൈനകളെയും വിലപിടിപ്പുള്ള വിദേശപക്ഷികളെയുമൊക്കെ ഓമനിച്ചു വളർത്തിയിരുന്നു. പക്ഷികളെക്കൊണ്ട് മനുഷ്യരെപ്പോലെ സംസാരിപ്പിക്കാനും പരിശീലിപ്പിച്ചിരുന്നു. നന്നായി പാടുന്ന പക്ഷികൾക്കും നല്ല പ്രിയമായിരുന്നു. ഇതേക്കുറിച്ച് രവീന്ദ്രനാഥ ടാഗോറും എഴുതിയിട്ടുണ്ട്.

"അന്നെല്ലാവീടുകളിലും കിളികളെ കൂട്ടിലിട്ടു വളർത്തുന്നത് ഒരു ഫാഷനായിരുന്നു. എന്നാൽ എനിക്കതിനോടു വെറുപ്പായിരുന്നു. അയലത്തെ ഏതെങ്കിലും വീട്ടിൽനിന്ന് കൂട്ടിലടയ്ക്കപ്പെട്ട കുയിലിന്റെ കരച്ചിൽ കേൾക്കുന്നതും മറ്റെന്തിനേക്കാളും അസഹ്യമായാണ് എനിക്കനുഭവപ്പെട്ടത്. ജ്യേഷ്ഠത്തിയമ്മ ഒരു ചൈനീസ് ശ്യാമയെ വാങ്ങിയിരുന്നു. കൂട്ടിനുമേലിട്ടിരുന്ന തുണിക്കടിയിൽനിന്ന് അതിന്റെ മധുരമായ ചൂളം വിളി നിരന്തരമുയർന്നു. പാട്ടിന്റെ ഒരുതരം ജലധാരയെന്നു പറയാം. ഇതിനെ കൂടാതെ പലതരത്തിലുള്ള മറ്റു കിളികളുമുണ്ടായിരുന്നു. പടിഞ്ഞാറേ വരാന്തയിലായിരുന്നു അവയുടെ കൂടുകൾ തൂക്കിയിട്ടിരുന്നത്. എന്നും രാവിലെ ഒരു വഴിവാണിഭക്കാരൻ കിളികൾക്കുള്ള തീറ്റയുമായി വീട്ടിൽ വരും. അയാളുടെ കൂടയിൽ പുൽച്ചാടികളുണ്ടാകും. ധാന്യങ്ങൾ മാത്രം കഴിക്കുന്ന കിളികൾക്കായി പയറുപൊടികളും കച്ചവടക്കാരൻ കരുതിയിട്ടുണ്ടാകും. ഒരിക്കൽ ജ്യേഷ്ഠത്തിയമ്മയ്ക്ക് അണ്ണാനുകളെ വളർത്തുന്നതിൽ കമ്പം കയറി. അണ്ണാനുകളെ ഇങ്ങനെ കൂട്ടിലടയ്ക്കുന്നത് ശരിയല്ലെന്ന് ഞാന വരോടുപറഞ്ഞു. എന്നാൽ എന്നെ പഠിപ്പിക്കാൻ വരേണ്ടതന്നായിരുന്നു അവരുടെ മറുപടി. അവരുമായി വഴക്കടിച്ചു വെറുതെ സമയം കളയാതെ രഹസ്യമായി ഞാൻ അവയിൽ രണ്ടണ്ണാനെ തുറന്നു വിട്ടു."

വിനോദ പരിപാടികൾ താരതമ്യേന കുറവായിരുന്ന പഴയകാലത്ത്

അമീറുദീൻ തിയാബ്ജി

ആളുകൾ കൗതുകമുള്ള പക്ഷികളെയും ചെറുജീവികളെയും വീട്ടിൽ വളർത്തി അവയെ കൊഞ്ചിച്ചാണ് സമയം പോക്കിയിരുന്നത്. ടാഗോറിന്റെ ജ്യേഷ്ഠത്തിയമ്മ വളർത്തിരുന്ന 'ശ്യാമ' മനോഹരമായി പാടുന്ന പക്ഷിയാണ്. മലയാളത്തിന്റെ വൈലോപ്പിള്ളി ശ്രീധരമേനോൻ തന്റെ കുട്ടിക്കാല പക്ഷി പ്രണയത്തെ കുറിച്ച് എഴുതിയത് ഇങ്ങനെ.

"എല്ലാപക്ഷികളും എന്റേതാണെന്നായിരുന്നു അക്കാലത്തെ ഭാവം. ആ വാത്സല്യം കൊണ്ട് ഞാൻ അവയെ വളരെയേറെ ദ്രോഹിച്ചിട്ടുണ്ട്. മഞ്ഞക്കിളികളോ, കുരിയാറ്റ പക്ഷികളോ, മാടത്തത്തകളോ, ഇലപ്പടർപ്പിൽ തത്തിക്കളിക്കുന്നതു കണ്ടാൽ അവയെ നിരീക്ഷിച്ച് ഒളിച്ച് പിന്തുടർന്ന് കൂട് കണ്ടുപിടിക്കുക എന്റെയൊരു സാമർത്ഥ്യമായിരുന്നു. പക്ഷിക്കുഞ്ഞുങ്ങളെ പിടിച്ച് പറമ്പിലുള്ള മൺ കൂമ്പലുകളിൽ ദ്വാരമുണ്ടാക്കി അതിലാക്കി ഈർക്കിലുകൾ പാകി ദ്വാരമടച്ച് ഞാൻ വീട്ടിലേക്ക് പോരും. പിറ്റേന്ന് ചെന്ന് നോക്കുമ്പോൾ ഉറുമ്പരിച്ച് ചത്തു കിടക്കുന്നത് കണ്ട് ദുഃഖിക്കും. എന്നാലും വീണ്ടും ആ വിഡ്ഢിത്തം ആവർത്തിക്കും. പിന്നീട് മുളയും പച്ചീർക്കിലും കൊണ്ട് കൂടുണ്ടാക്കി വീടിന്റെ തറയിൽ തൂക്കുക പതിവായി. അമ്മക്കിളി അവിടെ വന്ന് തീറ്റ കൊടുത്തു പോകുന്നത് കണ്ട് ഞാൻ സരള മനസ്സോടെ നോക്കി നില്ക്കും. മാടത്തക്കുഞ്ഞുങ്ങളെ വളർത്തി അവയ്ക്ക് കുളത്തിലെ പായലിൽനിന്ന് തവളക്കുഞ്ഞുങ്ങളെ പിടിച്ചു കൊടുക്കും. എന്റെ കൈയിലെ ആ നാറ്റം ഇപ്പോഴും പോയിട്ടില്ലെന്നു തോന്നും. അതൊക്കെ വർണ്ണത്തിലും നാദത്തിലും പ്രകൃതിയുടെ സൃഷ്ടി വൈചിത്ര്യത്തിലും ഉള്ള എന്റെ കവി കൗതുകത്തിന്റെ പാപങ്ങളായിരുന്നു."

പക്ഷി നിരീക്ഷകരുടെ മഹാഗുരുവായി വളർന്ന സാലിം അലിയുടെ കുട്ടിക്കാലത്തും പക്ഷികളിലുള്ള കൗതുകംമൂലം ഇത്തരത്തിലുള്ള പാപങ്ങൾ നമുക്ക് കാണാൻ കഴിയും. പക്ഷികളെക്കുറിച്ച് കൂടുതൽ അറിയാനും പഠിക്കാനും ഇതാവശ്യമായിരുന്നിരിക്കാം. പ്രകൃതി രഹസ്യം പൂർണ്ണമായും ആരറിയുന്നു.

മദ്ധ്യവേനൽ അവധി

മദ്ധ്യവേനൽ അവധിക്കാലത്ത് പള്ളിക്കൂടം അടയ്ക്കാനായി സാലിമും കൂട്ടരും കാത്തിരിക്കും. പള്ളിക്കൂടം അടച്ചാൽ ഖേത്ത് വാഡിയിൽനിന്ന് കുടുംബക്കാരെല്ലാവരും കൂടി കാനന പ്രദേശമായ ചെമ്പൂരിലേക്ക് താമസം മാറ്റും. ചെമ്പൂർ ഒരു പട്ടണമായി അന്ന് വികസിച്ചിരുന്നില്ല. ശരിക്കും വന്യത നിറഞ്ഞ ഒരു പ്രദേശമായിരുന്നു. അവിടെ കുളിർമ്മയുള്ള കാലാവസ്ഥയായിരുന്നു. ചൂടിൽ നിന്നൊഴിഞ്ഞ് വന്യമായ ജീവിതം ആസ്വാദിക്കുന്നതിനു വേണ്ടിയാണ് എല്ലാ കൊല്ലവും ചെമ്പൂരിലേക്ക് മാറി താമസിച്ചിരുന്നത്. ചെമ്പൂരിലെ കുന്നിൻചെരിവാകെ കൂറ്റൻ മരങ്ങൾ നിറഞ്ഞു നിന്നിരുന്നു. അവിടെ വന്യജീവികൾ ഇഷ്ടം പോലെ സ്വൈരവിഹാരം നടത്തിയിരുന്നു. ധാരാളം പക്ഷികളുണ്ടായിരുന്നു. അവയുടെ കലപിലാരവം ആ ദേശമാകെ മുഴങ്ങി കേട്ടിരുന്നു. കുറ്റിക്കാട്ടിൽ വേട്ടയാടാൻ മാനും മുയലുകളും ചെറുജീവികളും ഉണ്ടായിരുന്നു. ചെമ്പൂരിലെ ഏറ്റവും ഉയരം കൂടിയ കുന്ന് ട്രോംബെഹിൽ ആയിരുന്നു. ഏതാണ്ട് മൂന്നുറുമീറ്റർ ഉയരമുള്ള കുന്നാണിത്. അതിനു മുകളിൽ നിന്നാൽ ചുറ്റുവട്ടമാകെ കാണാം. സൂര്യനുദിക്കുന്നതും അസ്തമിക്കുന്നതും ആ കുന്നിൻമുകളിൽ നിന്നാൽ ഭംഗിയായി ആസ്വദിക്കാൻ കഴിയും. ആ പ്രദേശമാകെ നല്ല കാടായിരുന്നു. വീടുകളോ, കടകളോ, വാഹനങ്ങളോ ഒന്നും തന്നെയുണ്ടായിരുന്നില്ല. ഏതാണ്ട് പത്ത് കിലോമീറ്റർ ദൂരം നടന്നാൽ കുർള റെയിൽവേ സ്റ്റേഷനിൽ എത്താമെന്നുമാത്രം. ചെമ്പൂർ സാലിമിന്റെയും കൂട്ടുകാരുടെയും ഒരു പറുദീസ തന്നെയായിരുന്നു. പഠിക്കേണ്ട ആവശ്യമില്ലാത്തതിനാൽ ഇഷ്ടം പോലെ കളിച്ചും കാട്ടിലുള്ള പക്ഷികളെ വേട്ടയാടിയും ജീവിക്കാം. കുടുംബത്തിലെ മുതിർന്നവർക്ക് തോക്കുണ്ടായിരുന്നു. അവർ കാട്ടിൽ വേട്ടയാടാൻ പോകും. പലതരം കായിക വിനോദങ്ങളിൽ ഏർപ്പെടും. കുതിരസവാരി നടത്താൻ പോകും.

സ്ത്രീകൾ സൊറ പറഞ്ഞും നല്ല ഭക്ഷണം ഒരുക്കിയും ചില കളികളിലൊക്കെ ഏർപ്പെട്ടും സമയം ചെലവഴിക്കും. മദ്ധ്യവേനൽ അവധിക്കാലം കഴിയുമ്പോൾ എത്ര വേഗമാണത് പോയതെന്ന് സാലിം ആശ്ചര്യപ്പെടും. അത്രമാത്രം ചെമ്പൂരിലെ കാട്ടു ജീവിതം സാലിം ആസ്വദിച്ചിരുന്നു. പള്ളിക്കൂടം തുറക്കുമ്പോൾ വളരെ വേദനയോടെയാണ് എല്ലാം കെട്ടി പെറുക്കി ഖേത്ത് വാഡിയിലേക്ക് തിരികെ പോകുക. സാലിമിൽ പ്രകൃതി സ്നേഹവും പ്രകൃതി നിരീക്ഷണവും രൂപപ്പെടുന്നതിൽ വർഷാവർഷം

സാലിം അലി സഹോദരങ്ങൾക്കൊപ്പം

ചെമ്പൂരിൽ വന്നുള്ള താമസം സഹായിച്ചിട്ടുണ്ട്. കാടുമായുള്ള പരിചയം തുടങ്ങുന്നതും അവിടെനിന്നാണ്. ഹിന്ദുക്കളിലെ സവർണ്ണ ജാതിക്കാർ മാംസാഹാരം വർജ്ജിച്ചതോടെ ജന്തുക്കളിൽ നിന്നവർ ഏറെ അകന്നു പോയതായി ചരിത്രകാരനായ ഡി ഡി കൊസാംബി നിരീക്ഷിച്ചിട്ടുണ്ട്. മാംസാഹാരികളിലാണ് സൂക്ഷ്മമായ പ്രകൃതി നിരീക്ഷണ ബോധമുള്ളത്. മൃഗയാവിനോദവും വേട്ടയാടലും അക്കാലത്ത് സമ്പന്നരുടെ ഇടയിൽ സാധാരണമായിരുന്നു. ഇംഗ്ലീഷുകാരും നാട്ടിലെ പ്രഭുക്കന്മാരുമൊക്കെ കാട്ടിൽ പോയി മൃഗങ്ങളെ വേട്ടയാടി രസിക്കാറുണ്ടായിരുന്നു. അതൊരു തെറ്റായിരുന്നെന്ന് കരുതിയിരുന്നില്ല. ഇത്തരക്കാരുടെ ഒരു ക്ലബ്ബും 1883 ൽ ബോംബെയിൽ സ്ഥാപിക്കപ്പെട്ടു. ഇതാണ് ബോംബെ നാച്യുറൽ ഹിസ്റ്ററി സൊസൈറ്റിയായി മാറിയത്. സാലിമിന്റെ അമ്മാവൻ അമീറുദ്ദീനും തുടക്കം മുതൽ ഈ ക്ലബ്ബിലെ അംഗമാണ്. ഇംഗ്ലീഷുകാരുമായി ഇടപഴകാൻ അപൂർവ്വം തദ്ദേശീയർക്കു മാത്രമേ അവസരം ലഭിച്ചിരു

ന്നുള്ളൂ. അത്തരത്തിൽ അവസരം ലഭിച്ചിരുന്ന ഒരാളായിരുന്നു അമീറുദ്ദീൻ തിയാബ്ജി. തറവാടിയായ അദ്ദേഹം നല്ല വേട്ടക്കാരനായിരുന്നു. കാട്ടുജീവിതം ഇഷ്ടപ്പെടുകയും പക്ഷികൾക്കു പിന്നാലെ നടക്കുകയും ചെയ്യുന്ന തന്റെ കൊച്ചനന്തരവനായ സാലിം അലിക്ക് അദ്ദേഹം ഒരു എയർ ഗൺ വാങ്ങി സമ്മാനിച്ചു. തന്നെപ്പോലെ പേരെടുത്തൊരു വേട്ടക്കാരനായി അനന്തരവനും മാറട്ടെയെന്ന മോഹത്തോടെയായിരുന്നു ഈ സമ്മാനം. നല്ല വേട്ടക്കാർ ഉന്നതരുടെ കൂട്ടായ്മകളിലും അവരുടെ വേട്ട ക്ലബ്ബിലും ബഹുമാനിക്കപ്പെട്ടിരുന്നു. എയർ ഗൺ കിട്ടിയതോടെ പക്ഷികളെ കൂട്ടിലിട്ടുവളർത്തുന്നതിനേക്കാൾ വിശാലമായ വീട്ടുവളപ്പിൽ അലഞ്ഞു നടന്ന് കിളികളെ വെടിവച്ചിടുന്നതിലായി സാലിമിന്റെ ശ്രദ്ധ. ചെമ്പൂരിലേക്കുള്ള യാത്ര ഇതോടെ കൂടുതൽ ആസ്വാദ്യകരവുമായി. കാട്ടിൽ അലഞ്ഞു നടന്ന് പക്ഷികളെ ഇഷ്ടം പോലെ വെടിവച്ചിടാം. കൂട്ടത്തിൽ ചെറുജീവികളെയും വെടിവച്ചു പിടിക്കും. ഇങ്ങനെ വെടിവെച്ചിടുന്ന പക്ഷികളെയും ജീവികളെയും വീട്ടിൽ എത്തിക്കുമ്പോൾ പ്രത്യേക ആദരവ് ലഭിക്കുകയും ചെയ്യും. ഈ പക്ഷികളെ 'ഹലാൽ' (മുസ്ലീങ്ങൾക്ക് ഭക്ഷിക്കാൻ അനുവദിക്കപ്പെട്ടത്) ആക്കി ഭക്ഷിക്കുകയും ആവാം. കുടുംബക്കാരിൽ മുതിർന്നവർ വന്യജീവികളെ വെടിവെച്ചു കൊണ്ടുവരുമ്പോൾ സാലിമും കൂട്ടരും പക്ഷികളിലാണ് കൂടുതലായി ശ്രദ്ധവച്ചിരുന്നത്. ചെമ്പൂരിൽനിന്ന് അകലെയുള്ള ദിയോനാർ എന്ന കുഗ്രാമം പക്ഷിവേട്ടയ്ക്ക് പറ്റിയ ഇടമായിരുന്നു. അവിടെയുള്ള വൈക്കോൽ തുറുവുകളിൽ വൈകുന്നേരങ്ങളിൽ ധാരാളം കുരുവികൾ ചേക്കേറും. കാട്ടുകോഴികളും കാട്ടുതാറാവുകളും ധാരാളം അവിടെ ചുറ്റിത്തിരിഞ്ഞിരുന്നു. തരം കിട്ടിയാൽ അവയെയും വെടിവെച്ചിടും. ആ കുരുവിക്കൂട്ടം വൈക്കോൽ തുറുവിൽ ചേക്കേറിയാൽ സാലിമിനും കൂട്ടർക്കും ചാകരയാണ്. ഇഷ്ടംപോലെ പക്ഷികളെ വെടിവെച്ചിടാൻ കഴിയും. കച്ചിക്കൂനകളിലും കുറ്റിക്കാട്ടിലും കാട്ടുകോഴികളുടെയും താറാവുകളുടെയും മുട്ടകളും ഇഷ്ടംപോലെ കിട്ടും. കൂട്ടത്തിലെ ചിലർ കാട്ടുതാറാവുകളുടെയും കോഴികളുടെയും മുട്ടകൾ ശേഖരിക്കും. സാലിം തന്റെ എയർ ഗൺ കൊണ്ട് പരമാവധി കിളികളെ വെടിവെച്ചിട്ട് ഇരുട്ടു വീഴുന്നതോടെ ചെമ്പൂരിലേക്ക് മടങ്ങും. ശരിക്കും ഇതൊരു കാടൻ ജീവിതം തന്നെയായിരുന്നു. ഖേത്ത് വാഡിയിലെ കുടുംബ വീട്ടിലെ കുതിരാലയത്തിൽ ധാരാളം കിളികൾ എപ്പോഴും ഉണ്ടാകും. കുതിരയ്ക്ക് തീറ്റ കൊടുക്കുമ്പോൾ ചിതറി വീഴുന്ന ധാന്യമണികൾ കൊത്തിത്തിന്നാനാണവരുടെ വരവ്. മരങ്ങളും കുറ്റിച്ചെടികളും ഒക്കെ നിറഞ്ഞ വീട്ടുവളപ്പായതിനാൽ പൊതുവെ പക്ഷികൾ അവിടെ തമ്പടിക്കാറുമുണ്ട്. കുതിരാലയത്തിന്റെ ചുവരിൽ കുതിരകളുടെ പടക്കോപ്പ് തൂക്കിയിടാൻ മരം കൊണ്ടുള്ള വലിയ ആണികൾ നിരനിരയായി തറച്ചിരുന്നു. അവയിൽ ചിലത് കാലപ്പഴക്കം കൊണ്ട് ഇളകി വീണതിന്റെ കുഴികളും പാടുകളും ഉണ്ടായിരുന്നു. അതിലൊന്നിൽ ഒരു ആറ്റക്കുരുവി കൂടൊരുക്കിയത് സാലിമിന്റെ ശ്രദ്ധയിൽപ്പെട്ടു. കുറച്ചു നാരുകളും കച്ചി

യുമൊക്കെ തിരുകിയാണ് കൂടൊരുക്കിയിരിക്കുന്നത്. പെൺകിളി മുട്ടയ്ക്ക ടയിരിക്കുമ്പോൾ ഒരാൺ കിളി തൊട്ടടുത്ത തടിയാണിയിൽ കാവലായി വന്നിരിക്കും. സാലിം ഈ പക്ഷിയെ സ്ഥിരമായി കാണുന്നുണ്ടായിരുന്നു. ഒരു ദിവസം തന്റെ എയർ ഗണ്ണുമായി സാലിം പാത്തുപതുങ്ങി അവിടെ യെത്തി മുട്ടയ്ക്ക് അടയിരിക്കുന്ന പെൺപക്ഷിക്ക് കൂട്ടിരിക്കുന്ന ആൺകി ളിയെ വെടിവെച്ചിട്ടു. താമസിയാതെ മറ്റൊരു ആൺപക്ഷി ആ കുടുംബ ത്തിന്റെ സംരക്ഷണച്ചുമതല ഏറ്റെടുത്തു. സാലിം അതിനെയും വെടി വെച്ചിട്ടു. അപ്പോൾ മറ്റൊരു ആൺപക്ഷി പെൺപക്ഷിക്ക് കൂട്ടായി വന്നു. ഇങ്ങനെ എട്ട് ആൺകിളികളെ സാലിം അലി വെടിവെച്ചിട്ടു. സാലിം ഇതൊക്കെ നോട്ടുബുക്കിൽ കുറിച്ചുവയ്ക്കുമായിരുന്നു. സാലിംഅലി എന്ന പ്രകൃതി നിരീക്ഷകന്റെ പ്രതിഭയുടെ ആദ്യാങ്കുരണങ്ങൾ ഈ കുറി പ്പുകളിൽ വ്യക്തമായി കാണാം. സാധാരണ പക്ഷികളെ വേട്ടയാടുന്ന ഒരു കുട്ടി അത് മാത്രം ചെയ്യുകയാണ് പതിവ്. എന്നാൽ സാലിം അലി തന്റെ നിരീക്ഷണങ്ങൾ സൂക്ഷ്മതയോടെ വളരെ കുട്ടിക്കാലത്തുതന്നെ കുറിച്ചുവെച്ചുവെന്നത് ഒരു മഹാപ്രതിഭയുടെ ലക്ഷണമായി വേണം വില യിരുത്താൻ.

1906–07 കാലത്താണ് സാലിം അലി കുതിരാലയത്തിലെ പക്ഷി വേട്ടയെക്കുറിച്ചുള്ള കുറിപ്പുകൾ എഴുതിവച്ചത്. മനോഹരമായ ഇംഗ്ലീഷിൽ തന്നെയാണദ്ദേഹം കുറിപ്പുകൾ തയ്യാറാക്കിയത്. ആ ഡയറികളൊക്കെ എവിടെയോ അദ്ദേഹം ഇട്ടിരുന്നു. പിന്നീട് ലോകം അറിയുന്ന വലിയൊരു പക്ഷി നിരീക്ഷകനായി മാറിയപ്പോൾ ഏതാണ്ട് അൻപതുവർഷത്തിനു ശേഷം ഈ കുറിപ്പുകൾ അടങ്ങിയ ഡയറി അദ്ദേഹത്തിന്റെ ശ്രദ്ധ യിൽപ്പെട്ടു. തന്റെ കുട്ടിക്കാലത്ത് എഴുതിയ പക്ഷി നിരീക്ഷണ കുറിപ്പു കൾ (വേണമെങ്കിൽ പക്ഷിവേട്ട കുറിപ്പുകൾ എന്നും വിളിക്കാം) *ന്യൂസ് ലൈറ്റർ ഫോർ ബേർഡ് വാച്ചേഴ്സിൽ* പ്രസിദ്ധീകരിക്കുകയുണ്ടായി. ഒരു പക്ഷി നിരീക്ഷകനുണ്ടാകേണ്ട സൂക്ഷ്മശ്രദ്ധ ഈ കുറിപ്പുകളിൽ വ്യക്തമായി ദർശിക്കാൻ കഴിയും.

ഒരിക്കൽ സാലിമും കൂട്ടുകാരും വെടിവെച്ചിട്ടു കൊണ്ടുവന്ന കിളി കളിൽ ഒന്ന് 'ഹലാൽ' ആണോയെന്ന് സംശയം. അവയിൽ ഒരു കിളി യുടെ കഴുത്തിൽ ഒരു മഞ്ഞ മറുകു കണ്ടു. മുസ്ലീം നിയമനുസരിച്ച് അനു വദിക്കപ്പെടാത്ത പക്ഷിമൃഗാദികളെ ഭക്ഷിക്കുന്നത് മതപരമായി കുറ്റകര മാണ്. മതവിശ്വാസിയായ സാലിം ഇതിനൊരു പരിഹാരം തേടി അമ്മാ വനായ അമീറുദ്ദീൻ തിയാബ്ജിയെ കണ്ടു.

"കഴുത്തിൽ മറുകുള്ള ഈ പക്ഷി തിന്നാൻ പറ്റുന്നതാണോ?"

സാലിം അലി അമ്മാവനോട് ചോദിച്ചു.

ധാരാളം മൃഗങ്ങളെയും പക്ഷികളെയും വേട്ടയാടിയിട്ടുള്ള അദ്ദേഹം കഴുത്തിൽ മറുകുള്ള ഈ പക്ഷിയെ സംശയത്തോടെ ഒന്നു നോക്കി. "ഇതിനുമുമ്പ് ഇങ്ങനെയൊരു പക്ഷിയെ താൻ കണ്ടതായി ഓർക്കുന്നില്ല." അദ്ദേഹം പറഞ്ഞു.

“ഒരു കാര്യം ചെയ്യ്' അമീറുദ്ദീൻ തന്റെ കൊച്ചനന്തരവനെ ഉപദേശിച്ചു. “ബോംബെ നാച്യുറൽ ഹിസ്റ്ററി സൊസൈറ്റിയുടെ ഓണററി സെക്രട്ടറി ഡബ്ലു എസ് മില്ലാഡിന് പക്ഷികളെ കുറിച്ചൊക്കെ നല്ല വിവരമാണ്. അദ്ദേഹത്തെ കണ്ടാൽ ഇത് ഏതു പക്ഷിയാണെന്ന് പറഞ്ഞു തരും. ഹിപ്സൺ ആന്റ് കമ്പനിയെന്ന വൈൻ കച്ചവട കമ്പനിയുടെ തലവനായ മില്ലാഡ് അന്ന് ബോംബെ നാച്ച്യുറൽ ഹിസ്റ്ററി സൊസൈറ്റിയുടെ അമരക്കാരനായിരുന്നു. അദ്ദേഹത്തിന്റെ വൈൻ കമ്പനിയുടെ കെട്ടിടത്തിൽത്തന്നെയായിരുന്നു സൊസൈറ്റിയും പ്രവർത്തിച്ചിരുന്നത്. അത് മുംബൈയിലെ പ്രധാനപ്പെട്ട ഒരു കെട്ടിടമായിരുന്നു. അവിടെയായിരുന്നു ബോംബെ ഹൈക്കോർട്ട് ചീഫ് ജസ്റ്റീസ് താമസിച്ചിരുന്നതും. അതുകൊണ്ട് ആവശ്യമായ സുരക്ഷാ സൗകര്യങ്ങളും അവിടെ ഒരുക്കിയിട്ടുണ്ടായിരുന്നു. ഒരു സാധാരണക്കാരന് ആ കെട്ടിടത്തിലേക്ക് കടക്കുക ബുദ്ധിമുട്ടാണ്. എന്നാൽ അവിടുത്തെ നിത്യസന്ദർശകനായ അമീറുദ്ദീൻ തിയാബ്ജി തന്റെ അനന്തരവനായ സാലിമിനെ പരിചയപ്പെടുത്തിക്കൊണ്ട് ഒരു കത്തെഴുതി നൽകി മില്ലാഡ് സായിപ്പിന്റെ അടുത്തേക്ക് പറഞ്ഞുവിട്ടു. സാലിം അലി ആകെ ആശങ്കയിലായി. നാട്ടുകാരനായ ഒരു കുട്ടി ഇംഗ്ലീഷുകാരനെ ചെന്നു കാണുകയെന്നത് അക്കാലത്ത് വലിയൊരു സംഭവം തന്നെയാണ്. സാലിമിന് ഇംഗ്ലീഷുകാരുമായി ഇടപഴകി ശീലവുമില്ല. ആകെയൊരു ഇംഗ്ലീഷുകാരനെ കാണുന്നത് പള്ളിക്കൂടത്തിൽ പരിശോധനയ്ക്ക് ഇൻസ്പെക്ടർ ക്ലാസിൽ വരുമ്പോൾ മാത്രമാണ്. താൻ വെടിവെച്ചിട്ട പക്ഷിയേയും തൂക്കി പിടിച്ച് ധൈര്യം സംഭരിച്ച് സാലിം അലി ആ കെട്ടിടത്തിലേക്ക് കയറി ചെന്നു. കാവല്ക്കാരൻ ശിപ്പായി കുട്ടിയെ തടഞ്ഞു. മില്ലാഡ് സായിപ്പിനെ കാണാനാണെന്നും അതിനുള്ള കത്ത് കൈവശമുണ്ടെന്നും ശിപായിയെ അറിയിച്ചു. എന്നിട്ടും ഒരിന്ത്യക്കാരൻ ഇംഗ്ലീഷുകാരനെ കാണുമ്പോൾ ചെയ്യാറുള്ള സുരക്ഷാ പരിശോധന ആ കുട്ടിയിലും നടത്തിയാണ് ഉള്ളിലേക്ക് കടത്തി വിട്ടത്.

കെട്ടിടത്തിനുള്ളിലേക്ക് കടന്ന സാലിം അലി അത്ഭുതപ്പെട്ടു പോയി. വിശാലമായ മുറിയുടെ ചുവരുകളിൽ കടുവയുടെയും കാട്ടുപോത്തിന്റെയും കലമാനിന്റെയുമൊക്കെ തലകൾ പ്രദർശിപ്പിച്ചിരിക്കുന്നു. വേട്ടയാടിപ്പിടിച്ച മൃഗങ്ങളുടെ തലകൾ ഇങ്ങനെ പ്രദർശിപ്പിക്കുന്നത് ഒരു അഭിമാനമായാണ് അക്കാലത്തൊക്കെ കരുതിയിരുന്നത്. വേട്ടക്കാരന്റെ ശൗര്യവും കഴിവുമൊക്കെ തെളിയിക്കുന്നതായിരുന്നു ആ തലകളൊക്കെ. ഏതു മൃഗത്തെയാണ് വേട്ടയാടി പിടിച്ചതെന്നതിന്റെ അടിസ്ഥാനത്തിലായിരുന്നു അവരുടെ ബഹുമതികൾ നിശ്ചയിച്ചിരുന്നത്. മുറിയുടെ പല കോണുകളിലും ചീങ്കണ്ണിയുടേയും പുലി, കടുവ എന്നിവയുടെ ജീവനുണ്ടെന്ന് തോന്നിപ്പിക്കുന്ന രൂപങ്ങൾ പ്രതിഷ്ഠിച്ചിരുന്നു. ആരിലും ഒരു ഭയം തോന്നിപ്പിക്കുന്ന അന്തരീക്ഷമാണവിടെയുണ്ടായിരുന്നത്. ബോംബെ നാച്ച്യുറൽ ഹിസ്റ്ററി സൊസൈറ്റിയുടെ കാഴ്ച ബംഗ്ലാവിലേക്കാണ് താൻ എത്തിപ്പെട്ടിരിക്കുന്നതെന്ന് സാലിമിനപ്പോൾ അറിവില്ലായിരുന്നു. ഇതൊരു

വിചിത്ര ലോകമായാണ് ആ കുട്ടിക്ക് തോന്നിയത്. ഭയപ്പാടോടെ വിശാലമായ ആ മുറിയുടെ പിൻവാതിൽ പതിയെ തുറന്നു നോക്കിയപ്പോൾ ഒരു ഇംഗ്ലീഷുകാരൻ ഒരു കസേരയിൽ ഇരുന്ന് മേശപ്പുറത്തുള്ള കടലാസിൽ എന്തോ കുത്തിക്കുറിക്കുന്നതു കണ്ടു. കതക് ഞരങ്ങി തുറക്കുന്ന ശബ്ദം കേട്ട് അയാൾ കടലാസിൽനിന്ന് തലയുർത്തി നോക്കി. ഒരു കൈയിൽ ഒരു പൊതിഞ്ഞ പക്ഷിയേയും തൂക്കി ഒരു ഇന്ത്യൻ ബാലൻ വാതുക്കൽ വന്നു നില്ക്കുന്നതു കണ്ട് അയാൾ സ്നേഹത്തോടെയും കൗതുകത്തോടെയും പുഞ്ചിരി തൂകി. അയാളുടെ മുഖത്ത് വിടർന്ന ഊഷ്മളമായ ആ സൗഹൃദഭാവം കണ്ടപ്പോഴാണ് സാലിമിന് ശ്വാസം നേരെ വീണത്. കൈയിലുണ്ടായിരുന്ന കത്തും പൊതിയും മില്ലാഡ് സായിപ്പിനെ ഏല്പിച്ച് സാലിം അലി കാത്തുനിന്നു. അമീറുദ്ദീൻ തിയാബ്ജിയുടെ അനന്തരവനാണ് തന്റെ മുമ്പിൽ നില്ക്കുന്നതെന്നറിഞ്ഞപ്പോൾ അദ്ദേഹത്തിന് കൂടുതൽ സന്തോഷം തോന്നി. എന്നിട്ട് പൊതിപതുക്കെ അഴിച്ചപ്പോൾ കുരുവി സായിപ്പിന്റെ മുമ്പിലേക്ക് മലർന്ന് വിറങ്ങലിച്ചു കിടന്നു. അതു നോക്കി മില്ലാഡ് സായിപ്പ് പറഞ്ഞു. യെല്ലോ ത്രോട്ടഡ് സ്പാരോ (പീതകണ്ഠൻ കുരുവി) സാലിം അലി മില്ലാഡ് സായിപ്പിന്റെ തൊട്ടടുത്തായി ചുവരിൽ തൂക്കിയിട്ടിരുന്ന കലണ്ടറിലേക്ക് വെറുതെ നോക്കി.

വർഷം 1906. മില്ലാഡ് കസേരയിൽനിന്ന് സ്നേഹഭാവത്തോടെ എണീറ്റു. ഒരിന്ത്യൻ കുട്ടിക്ക് പക്ഷികളിലുള്ള താല്പര്യം അദ്ദേഹത്തെ അത്ഭുതപ്പെടുത്തി. കാഴ്ച ബംഗ്ലാവിൽ സൂക്ഷിച്ചിരിക്കുന്ന മൃഗങ്ങളുടെയും ശലഭങ്ങളുടെയും പക്ഷികളുടെയുമൊക്കെ സ്റ്റഫ് ചെയ്ത രൂപങ്ങൾ കുട്ടിയെ കാണിച്ചു കൊടുത്തു. പക്ഷികൾ വിവിധ ജാതികളുണ്ടെന്നും അവയൊക്കെ കണ്ടുപിടിക്കാൻ ചില സൂത്രപ്പണികളുണ്ടെന്നും സായിപ്പ് കുട്ടിക്ക് പറഞ്ഞു കൊടുത്തു. പക്ഷിയുടെ കൊക്കും കാലും തൂവലുകളിലെ നിറവും ഒക്കെ ഒരു ജാതിയെ മറ്റൊരു ജാതിയിൽനിന്ന് തിരിച്ചറിയാൻ സഹായിക്കുന്നുവെന്ന് സാലിം അലിക്കു മനസ്സിലായി. ബോംബെയിലെ പക്ഷികളെക്കുറിച്ച് ഹാമിൽട്ടൺ എയ്റ്റ് കെൻ എഴുതിയ *കോമൺ ബേഡ്സ് ഓഫ് ബോംബെ* എന്ന പുസ്തകം മില്ലാഡ് സായിപ്പ് സാലിം അലിക്കു സമ്മാനിച്ചു.

പക്ഷികളെക്കുറിച്ച് എഴുതിയ പുസ്തകത്തിനു പുറമെ പ്രകൃതി പഠനത്തിന് ഏറെ സഹായകരമായ ഹാമിൽട്ടന്റെ തന്നെ *എ നാച്ച്വറലിസ്റ്റ് ഓൺ ദീ പ്രൗൾ* എന്ന പുസ്തകവും നല്കി. തനിക്കു ചുറ്റുമുള്ള പക്ഷികളുടെ വിശാലലോകത്തെക്കുറിച്ച് സാലിം അലി മനസ്സിലാക്കി. പുസ്തകത്തിലെ ഉള്ളടക്കം സാലിമിനെ കോരിത്തരിപ്പിക്കുക തന്നെ ചെയ്തു. കുട്ടികളുടെയിടയിൽ പക്ഷികളെക്കുറിച്ച് അറിവുള്ളയാൾ എന്ന് പേരെടുക്കാൻ സാലിമിന് ഈ പുസ്തകങ്ങൾ സഹായകരമായി. തന്റെ ചുറ്റുപാടും കാണുന്ന കുറെ പക്ഷികളെ തിരിച്ചറിയാൻ സാലിമിനു കഴിയുമായിരുന്നു. താൻ വെടിവെച്ചിട്ട പക്ഷിയുമായി ബോംബെ നാച്ച്വറൽ

ഹിസ്റ്ററി സൊസൈറ്റിയുടെ പടി കടന്ന് ചെന്ന സാലിം അലിയുടെ ജീവിതം തന്നെ മാറിപ്പോകാൻ ആ സംഭവം കാരണമായി. കഴുത്തിൽ മറുകുള്ള കുരുവി സാലിമിന്റെ ശ്രദ്ധയിൽപ്പെട്ടില്ലായിരുന്നുവെങ്കിൽ അമ്മാവന്റെ മുമ്പിൽ ആ പക്ഷിയേതെന്ന സംശയവുമായി എത്തില്ലായിരുന്നു. അമ്മാവൻ ഒരു കത്തും നല്കി മില്ലാഡ് സായിപ്പിന്റെ അരികിലേക്ക് അയച്ചില്ലായിരുന്നുവെങ്കിൽ ബോംബൈ നാച്ച്വുറൽ ഹിസ്റ്ററി സൊസൈറ്റി എന്ന സ്ഥാപനത്തെ അടുത്തറിയുമായിരുന്നില്ല. മില്ലാഡ് സായിപ്പിനെ പരിചയപ്പെടുകയോ അദ്ദേഹത്തിൽനിന്ന് പുസ്തകങ്ങൾ ഏറ്റു വാങ്ങാനോ കഴിയില്ലായിരുന്നു. സാലിം അലിയുടെ ജീവിതം തിരിച്ചുവിട്ട ഈ സംഭവത്തിന്റെ ഓർമ്മയ്ക്കായാണ് തന്റെ ആത്മകഥയുടെ പേര് *ഫാൾ ഓഫ് എ സ്പാരോ* (കുരുവിയുടെ പതനം) എന്നദ്ദേഹം നാമകരണം ചെയ്തത്. ഇതിനേക്കാൾ അനുയോജ്യമായ മറ്റൊരു പേര് സാലിം അലിയുടെ ആത്മകഥയ്ക്ക് നല്കാനാവില്ല. ചില കുരുവികളുടെ കണ്ഠത്തിൽ മഞ്ഞ നിറം എന്തുകൊണ്ടു വരുന്നു? മറ്റ് ചില കുരുവികൾക്ക് കണ്ഠത്തിൽ മഞ്ഞ നിറം കാണാത്തതെന്താണ് ? കുട്ടിക്കാലത്ത് സാലിം അലിക്ക് തോന്നിയ ഈ സംശയമാണ് അദ്ദേഹത്തെ പക്ഷികളുടെ അത്ഭുത ലോകത്തിലേക്ക് ആനയിച്ചത്. ജീവിതകാലം മുഴുവൻ പക്ഷികളിലുള്ള കൗതുകവുമായി അദ്ദേഹം ജീവിക്കുകയും ചെയ്തു.

വിദ്യാഭ്യാസം

വളരുംതോറും സാലിം അലിയുടെ മനസ്സ് നിറയെ പക്ഷികൾ കൂടൊരുക്കാൻ തുടങ്ങി. കുട്ടിക്കാലത്ത് അമ്മാവനെപ്പോലെ നല്ലൊരു വേട്ടക്കാരനാകണമെന്നായിരുന്നു മോഹം. പിന്നീടത് പക്ഷിനിരീക്ഷകനാകണമെന്നതായി മാറി. പള്ളിക്കൂടത്തിൽ പക്ഷികളെക്കുറിച്ച് പഠിക്കാൻ ഒരവസരവും ഇല്ലായിരുന്നു. മുഷിപ്പൻ വിഷയങ്ങളാണധികവും. പള്ളിക്കൂടത്തിലും കോളേജിലുമൊന്നും പാഠഭാഗങ്ങൾ മെനക്കെട്ടിരുന്നു പഠിക്കാൻ സാലിം അലി ശ്രമിച്ചിരുന്നില്ല. പരീക്ഷകളിലൊന്നും ഉന്നതവിജയം നേടാനായില്ല. എല്ലാ വിഷയത്തിലും കഷ്ടിച്ചുജയിക്കും. സാലിം അലി അതുകൊണ്ടുതന്നെ തൃപ്തിപ്പെട്ടു. തോറ്റില്ലല്ലോ എന്നതായിരുന്നു ആശ്വാസം. എന്നാൽ മറ്റ് വിദ്യാർത്ഥികളിൽനിന്ന് ഏറെ വിത്യസ്തനുമായിരുന്നു സാലിം അലി. അവർക്കാർക്കും എത്തിപ്പിടിക്കാനാകാത്ത ഉയരങ്ങളിൽ സാലിമിന്റെ മനസ്സ് വ്യാപരിച്ചിരുന്നു. കണക്കിൽ മോശമായിരുന്നുവെങ്കിലും ഇംഗ്ലീഷിൽ വളരെ മിടുക്കുകാട്ടി. പക്ഷികളെക്കുറിച്ച് മറ്റാരെക്കാളും വളരെ ആഴത്തിൽ അറിവുണ്ടായിരുന്നു. ചില അദ്ധ്യാപകരെങ്കിലും സാലിമിന്റെ ഈ പ്രത്യേകതകൾ ശ്രദ്ധിച്ചിരുന്നു. സാലിമിൽ ഒരു പ്രതിഭാശാലിയെ അവർ കുട്ടിക്കാലത്തെ തിരിച്ചറിഞ്ഞിരുന്നു. സാലിം അലി എഴുതിയ ഒരു ഉപന്യാസം ഇംഗ്ലീഷുകാരനായ ഒരു പ്രൊഫസർ പ്രസിദ്ധീകരിച്ച ഒരു പുസ്തകത്തിൽ എടുത്തു ചേർക്കുകയുണ്ടായി. *ഇന്ത്യൻ എഴുത്തുകാരുടെ ഉപന്യാസങ്ങൾ* എന്നായിരുന്നു പുസ്തകത്തിന്റെ പേര്. ഇതിൽ രബീന്ദ്രനാഥടാഗോർ, സരോജിനിനായിഡു എന്നിവരുടെ ഉപന്യാസങ്ങൾക്കൊപ്പമാണ് സാലിം അലിയുടെ ഉപന്യാസവും ചേർത്തത്. സാലി അലിക്ക് ഇതൊരു വലിയ ബഹുമതി തന്നെയായിരുന്നു. കോളേജ് വിദ്യാർത്ഥികൾക്ക് അധികവായനയ്ക്ക് ഓസ്മാനിയ യൂണിവേഴ്സിറ്റി

നിർദ്ദേശിച്ച പുസ്തകങ്ങളിലൊന്നായിരുന്നു ഈ പുസ്തകം. സഹപാഠി കളുടെയും അദ്ധ്യാപകരുടെയും ഇടയിൽ സാലിം അലിയെക്കുറിച്ചുള്ള മതിപ്പ് വർദ്ധിക്കാനതിടയാക്കി.

കുലീനമായ പെരുമാറ്റംകൊണ്ട് അദ്ധ്യാപകരുടെയും സഹപാഠിക ളുടെയും സ്നേഹവും ആദരവും പിടിച്ചുപറ്റാൻ സാലിംഅലിക്ക് കഴി ഞ്ഞിരുന്നു. ക്ലാസുമുറികളേക്കാൾ കളിക്കളങ്ങളെയാണ് സാലിംഅലി ഏറെ ഇഷ്ടപ്പെട്ടിരുന്നത്. ഹോക്കി, ടെന്നീസ്, ബാഡ്മിന്റൺ, ഫുട്ബോൾ തുടങ്ങിയ കളികളിലൊക്കെ സാലിം മികച്ച പ്രകടനം കാഴ്ചവെച്ചു. ക്രിക്കറ്റ് കളിച്ചിരുന്നെങ്കിലും മറ്റുകളികളോളം സാലിമിനെ അതാകർഷി ക്കുകയുണ്ടായില്ല. കുട്ടിക്കാലം മുതൽ കുതിരസവാരി സാലിം ഏറെ ഇഷ്ട പ്പെട്ടിരുന്നു. എങ്കിലും വേട്ടയാടുന്നതിലുള്ള കമ്പം മറ്റൊന്നിനുമില്ലെന്നാണ് സാലിം വിശ്വസിച്ചിരുന്നത്. വേട്ടയാടൽ സാലിമിനെ ത്രസിപ്പിച്ചിരുന്നു.

ഹൈസ്കൂളിൽ പഠിക്കുന്ന കാലത്ത് സാലിമിന് കൂടെക്കൂടെ തല വേദനവരുമായിരുന്നു. മരുന്നുകഴിച്ചിട്ടും തലവേദനയ്ക്ക് കുറവൊന്നുമില്ല. ഇപ്പോഴത്തെ സാഹചര്യങ്ങളിൽനിന്ന് ഒന്നു മാറിനിന്നാൽ തലവേദന മാറി ക്കൊള്ളുമെന്ന് ഒരുപദേശം കിട്ടി. അതനുസരിച്ച് ജ്യേഷ്ഠൻ ഹമീദിനും ജ്യേഷ്ഠത്തി ഷരീഫയോടും ഒപ്പം സിന്ധിലേക്ക് സാലിമിനെ മാറ്റിത്താമ സിപ്പിക്കാൻ വീട്ടുകാർ തീരുമാനിച്ചു. ജ്യേഷ്ഠൻ ഹമീദ് സിന്ധിൽ ഉയർന്ന ഉദ്യോഗസ്ഥനായിരുന്നു. നല്ലനിലയിലായിരുന്നു അദ്ദേഹം അവിടെ താമ സിച്ചിരുന്നത്. ഹൈദരാബാദിലെ സർവ്വേ സ്കൂളിന്റെ തലവനും ലാന്റ് റിക്കാർഡ് സൂപ്രണ്ടുമായിരുന്നു ഹമീദ്. എപ്പോഴും തിരക്കുള്ളയാൾ. ഹൈദരാബാദിലെ കാസിൽ എന്നറിയപ്പെടുന്ന ഒരു കൊട്ടാരസദൃശ്യമായ കെട്ടിടത്തിലായിരുന്നു ഹമീദും കുടുംബവും താമസിച്ചിരുന്നത്. സാലി മിനവിടെ ഒന്നാമത്തെ നിലയിൽ പ്രത്യേക മുറി നല്കി. ആ മുറിയിൽ നിന്നും ചുറ്റുപാടും നോക്കിയാൽ മനോഹരമായ കാഴ്ചയായിരുന്നു. പരി ചാരകരും കാവല്ക്കാരുമൊക്കെയുള്ള വീടാണ്. വിസ്തൃതമായൊരു പറ മ്പിനു നടുവിലായിരുന്നു ആ വലിയവീട് സ്ഥിതിചെയ്തിരുന്നത്. പറമ്പ് നിറയെ പലജാതിമരങ്ങളായിരുന്നു. ബാബുൾ, കാന്തി എന്നീമരങ്ങളാ യിരുന്നു ഇവയിലധികവും. ചില മരച്ചില്ലകളിൽ തൂക്കണാംകുരുവികളുടെ നിരവധി കൂടുകൾ തൂങ്ങിക്കിടന്നിരുന്നു. നിലത്തുനിന്ന് കൈയെത്തിയാൽ തന്നെ കൂട്ടിലെ മുട്ടയിൽ തൊടാൻ കഴിയുംവിധം കൂടുകൾ ചാഞ്ഞുകിട ക്കുകയായിരുന്നു. സാലിമിന് അവിടം ശരിക്കും ബോധിച്ചു. ആരും താമ സിക്കാൻ കൊതിക്കുന്ന കാല്പനിക സുന്ദരമായൊരിടമാണതെന്ന് സാലി മിന് തോന്നി. ജ്യേഷ്ഠൻ ഹമീദിന്റെ പരിചാരകരിൽ ഒരു ചപ്രാസി (പ്യൂൺ) യുണ്ട്. ഇയാളുടെ പ്രധാനപണി ജ്യേഷ്ഠൻ വേട്ടയ്ക്ക് പോകുമ്പോൾ ആവ ശ്യമായ സഹായങ്ങളൊക്കെ ഒരുക്കുകയെന്നതായിരുന്നു. പക്ഷികളെ വെടിവെക്കാൻ അനുയോജ്യമായ സ്ഥലം ഏതെന്നു കണ്ടെത്തുക, കാട കളും കാട്ടുതാറാവുകളും കോഴിക്കാട പക്ഷികളുമൊക്കെ തമ്പടിക്കുന്ന ഇടം നോക്കിവയ്ക്കുക. തോക്കും മറ്റും തൂത്തുതുടച്ചു വയ്ക്കുക, വേട്ടയ്

സാലിം അലി

ക്കുവേണ്ടിയുള്ള പുറപ്പാടിന് ആവശ്യമായ സാധനങ്ങൾ എടുക്കാൻ ചുമട്ടുകാരെ തയ്യാറാക്കി നിർത്തുക തുടങ്ങിയ ജോലികളായിരുന്നു അയാൾക്കുണ്ടായിരുന്നത്. എന്നാൽ താനൊരു വലിയ വേട്ടക്കാരനാണെന്നായിരുന്നു അയാളുടെ ഭാവം. സാലിം അലി അയാളുമായി സൗഹൃദത്തിലായി. അയാളുടെ സഹായത്തോടെ പക്ഷികളുടെ തൂവലുകളും മുട്ടകളും ശേഖരിച്ച് സൂക്ഷിക്കാൻ തുടങ്ങി. പക്ഷികളെക്കുറിച്ച് കൂടുതൽ അറിയാൻ ഇതൊക്കെ സാലിമിന് സഹായകരമായി. കുട്ടിക്കാലത്ത് വീട്ടിലെല്ലാവരുംകൂടി ചെമ്പൂരിലെ കാട്ടിൽ മദ്ധ്യവേനൽ അവധിക്കാലത്ത് പോയി താമസിക്കുമ്പോൾ അനുഭവിച്ച ഒരു സന്തോഷമാണ് സാലിമിന് അവിടെ നിന്നു ലഭിച്ചത്. പഠിക്കേണ്ട തലവേദനയില്ലാത്തതിനാൽ ആഘോഷകരമായ ജീവിതത്തിലായിരുന്നു സാലിം. ജ്യേഷ്ഠനൊപ്പം കുതിരവണ്ടിയിൽ ടാങ്കോ ഹൈദർ എന്ന സ്ഥലത്തേക്ക് കോഴിക്കാട പക്ഷികളെ വേട്ടയാടാൻ പോയത് സാലിമിന് ഒരിക്കലും മറക്കാനാവാത്ത അനുഭവമായിരുന്നു. ഹൈദരാബാദിൽ നിന്ന് നല്ല ദൂരമുണ്ട് ടാങ്കോഹൈദർ എന്ന സ്ഥലത്തേക്ക്. മുൾപ്പടർപ്പും കുറ്റിക്കാടും നിറഞ്ഞ വിജനമായ പ്രദേശമാണവിടം. നേരം പരപരാവെളുക്കുന്നതിനുമുമ്പെ വേട്ടസാമഗ്രികളും കെട്ടിപ്പെറുക്കി പരിചാരകരുമായി ജ്യേഷ്ഠനൊപ്പം സാലിം കുതിരവണ്ടിയിൽ യാത്ര തുടങ്ങി. ചുറ്റും ഇരുട്ട് മൂടിത്തന്നെ കിടന്നിരുന്നു. നേരിയ മഞ്ഞുപുകയുണ്ടായിരുന്നു. വരണ്ട കുറ്റിക്കാടുകളിൽ കാണപ്പെടുന്ന പക്ഷിയാണ് കോഴിക്കാട പക്ഷികൾ. വളർത്തുകോഴിയോളം വലുപ്പമുള്ള പക്ഷിയാണിത്. നിലത്തുനിന്ന് ഉയരത്തിൽ പറക്കുന്നപക്ഷിയല്ല. കുറ്റിക്കാടുകൾക്കിടയിലൂടെ അതിവേഗം ഓടുകയാണ് പതിവ്. അപകടഭീതിയുണ്ടായാൽ നിന്നിടത്ത് നിന്ന് അല്പം ഉയരത്തിൽ പറന്ന് അകലാൻ ശ്രമിക്കും. വേട്ടക്കാർക്ക് പ്രിയപ്പെട്ട പക്ഷിയാണിത്. കേരളത്തിൽ ഇവ അത്ര സാധാരണമല്ല. എന്നാൽ തമിഴ്നാടൻ ഗ്രാമങ്ങളിൽ കോഴിക്കാട ധാരാളമുണ്ട്.

ഒരു കാലത്ത് കോഴിപ്പോര് ഗ്രാമീണ ജീവിതത്തിന്റെ ഭാഗമായിരുന്നു. ഇതിനായി പോര് കോഴികളെ വളർത്തുക പതിവായിരുന്നു. ഇതുപോലെ കോഴിക്കാട പക്ഷികളെയും പോര് നടത്തി നാട്ടുകാർ രസിക്കാറുണ്ട്. കോഴിക്കാട പക്ഷികളെ കൂട്ടിലാക്കി അവയുടെ കൂടുകൾ മുഖാമുഖംവച്ചിട്ട് പക്ഷികളെ തുറന്നുവിടും. പുറത്തുവരുന്ന കോഴിക്കാട പരസ്പരം പോരുതുടങ്ങും. തവിടൻ കോഴിക്കാടകളെയാണ് സാധാരണ പോരിനായി ഇറക്കിവിടുന്നത്.

ടാങ്കോ ഹൈദറിലേക്കുള്ള യാത്രയിൽ ആകാശം നിറയെ നക്ഷത്രങ്ങൾ പൂത്തുനിന്നിരുന്നു. അതിനിടയിൽ ഹാലിസ് കോമറ്റ് തിളങ്ങി നില്ക്കുന്നതു കാണാമായിരുന്നു. ഇതൊരത്ഭുത കാഴ്ചയായിരുന്നു. ഇനി ഹാലിസ് കോമറ്റ് ഭൂമിക്കുമുകളിലെത്താൻ 1986 വരെ കാത്തിരിക്കണം. ഇപ്പോൾ തനിക്ക് പതിമൂന്ന് വയസ്സ് കഴിഞ്ഞിട്ടേയുള്ളൂ. ഇനി ഹാലിസ് കോമറ്റ് വരുമ്പോൾ തനിക്ക് 89 വയസ്സുണ്ടാകും. അപ്പോൾ താൻ ജീവിച്ചിരിപ്പുണ്ടാകുമോ? സാലിം ആലോചിച്ചു. തീർച്ചയായും ഉണ്ടാകുമെന്ന്

മനസ്സിനുള്ളിൽ ഇരുന്ന് ആരോ പറയുന്നതുപോലെ സാലിമിന് തോന്നി. മുത്തച്ഛൻ 114 വയസിലാണ് മരിച്ചത്. ഒരമ്മാവൻ 104 വയസ്സിൽ. അമ്മായി 100 വയസ്സുവരെ ജീവിച്ചു. സഹോദരി 97 വയസ്സുവരെയും. ഇവർക്കൊക്കെ ദീർഘായുസ്സ് ഉണ്ടെങ്കിൽ തനിക്കും അവരെപ്പോലെ ജീവിക്കാനാകുമെന്ന് സാലിം വിശ്വസിച്ചു. സാലിം അലി വിശ്വസിച്ചതുപോലെ ഹാലിസ് കോമറ്റിനെ രണ്ടുതവണ കാണാനുള്ള ഭാഗ്യം സാലിം അലിക്കുണ്ടായി. ഇതിൽ തന്റെ അവസാനകാലത്ത് അദ്ദേഹം അഭിമാനം കൊള്ളുകയും ചെയ്തിരുന്നു. ഹാലിസ് കോമറ്റിനെ കണ്ടപ്പോഴും അച്ഛനും അമ്മയേയും കുറിച്ചുള്ള ചിന്തകൾ കുഞ്ഞുസാലിമിന്റെ മനസ്സിൽ നേരിയ പുകച്ചിൽ ഉണ്ടാക്കിയിരുന്നു. എന്നാൽ അത്തരം വേദനകൾമറക്കാനാണ് സാലിം ഇഷ്ടപ്പെട്ടത്. ഏതാണ്ട് ഒരു വർഷത്തോളം സഹോദരനോടൊപ്പം സിന്ധിൽ ഉല്ലസിച്ചു ജീവിച്ചു. എന്നിട്ടും തലവേദന വല്ലപ്പോഴും സാലിമിനെ അലട്ടിക്കൊണ്ടേയിരുന്നു. ഇതിനിടയിൽ മെട്രിക്കുലേഷൻ പരീക്ഷ ഒരുവിധം ജയിച്ചുകയറി. ഡിസ്റ്റിങ്ഷനൊന്നും ലഭിക്കാത്തതിൽ സാലിം ആകുലപ്പെട്ടതുമില്ല. മെട്രിക്കുലേഷൻ പാസായശേഷം സെന്റ് സേവിയേഴ്സ് കോളേജിൽ ചേർന്നു. കണക്ക് അവിടെയും സാലിമിന് തലവേദന സൃഷ്ടിച്ചു. കരിക്കുലത്തിന്റെ ഭാഗമായി കണക്ക് പഠിക്കേണ്ടത് ആവശ്യമായിരുന്നു. ലോഗരിതത്തിന്റെ ഉൾരഹസ്യമറിയാതെ സാലിം കുഴങ്ങി. പുസ്തകങ്ങൾക്ക് മുമ്പിൽ ചടഞ്ഞുകൂടിയിരിക്കാൻ സാലിമിന് കഴിയുമായിരുന്നില്ല. പുറംകാഴ്ചകളിലായിരുന്നു സാലിം ആഹ്ലാദം കണ്ടിരുന്നത്. പല വിഷയങ്ങളും മടുപ്പിക്കുന്നതായി സാലിമിന് തോന്നി. എന്നാൽ ഇതിനിടയിൽ പ്രശസ്തരുടെ ചില വേട്ടയുടെ അനുഭവങ്ങൾ എഴുതിയ പുസ്തകങ്ങൾ വായിക്കാനായത് ആശ്വാസം പകർന്നു. തനിക്കും അവരെപ്പോലെ അറിയപ്പെടുന്ന വേട്ടക്കാരനാകണമെന്ന് സാലിമിന്റെ മനസ്സ് മോഹിച്ചു. വേട്ടക്കഥകൾ സാലിമിനെ ത്രസിപ്പിച്ചുകൊണ്ടിരുന്നു. വേട്ടക്കഥകൾ പഠനമുറിയിൽനിന്ന് സാലിമിനെ കാട്ടുപ്രദേശങ്ങളിലേക്കോടിച്ചു. മാനുകളെയും മുയലുകളെയും മറ്റു ചെറുജീവികളെയും സാലിം വേട്ടയാടിപ്പിടിച്ചു. പുലിയിലേക്കും കടുവയിലേക്കും പിന്നീടത് വഴിമാറി.

പഠിത്തത്തിൽ വലിയ ശ്രദ്ധകാണിക്കാതെ വേട്ടയാടിയും പക്ഷികളെ തേടിയും നടക്കുന്ന കൊച്ചനന്തരവന്റെ സ്വഭാവം അമ്മാവൻ അമീറുദ്ദീനും ശ്രദ്ധിക്കുന്നുണ്ടായിരുന്നു. സാലിം കോളേജ് വിദ്യാഭ്യാസത്തിൽ കാര്യമായി ശ്രദ്ധിച്ചാൽ മാത്രമേ ഉയർന്ന തൊഴിലുകളിലേതെങ്കിലും എത്തിപ്പിടിക്കാൻ കഴിയുകയുള്ളൂ. പക്ഷിവേട്ടയും പക്ഷിനിരീക്ഷണവുമൊന്നും ഒരു തൊഴിലല്ലതാനും. അതിൽ നിന്നൊരുവരുമാനം പ്രതീക്ഷിക്കാനുമില്ല. തന്റെ കൊച്ചനന്തരവനെ ഏതുവഴിക്ക് തിരിച്ചുവിട്ടാലാണ് ഭേദപ്പെട്ട നിലയിൽ ജീവിക്കാനുള്ള വക കണ്ടെത്താൻ കഴിയുകയെന്ന് നല്ലവനായ അമ്മാവൻ ആലോചിച്ചുകൊണ്ടിരുന്നു. സാലിമിന്റെ സഹോദരങ്ങളുമായി കൂടിയാലോചിച്ചു. ഇതിനിടയിലാണ് സാലിമിന്റെ ബർമ്മയിലുള്ള ജ്യേഷ്ഠൻ ജബീറിന്റെ ഒരു കത്ത് അമീറുദ്ദീന് കിട്ടുന്നത്. സാലിമിന് പഠ

നത്തിൽ താല്പര്യമില്ലെങ്കിൽ അവനെ എന്റെ ബിസിനസിൽ പങ്കാളിയാക്കാമെന്ന് അദ്ദേഹം വാഗ്ദാനം ചെയ്തു. സാലിമിന്റെ അന്തംവിട്ടുള്ള ജീവിതം അവരെയൊക്കെ ആശ്ചര്യപ്പെടുത്തിയിരുന്നു. ബിസിനസിൽ താല്പര്യമുണ്ടോയെന്ന് സാലിമിനോട് ചോദിച്ചു. എത്രയും വേഗം വിവരം അറിയിക്കണം. ജബീർ കത്തിലൂടെ ആവശ്യപ്പെട്ടു. ഒരു ദിവസം അമ്മാവൻ സാലിമിനെ അടുത്തുവിളിച്ചു ഗുണദോഷിച്ചു. ഒന്നുകിൽ നന്നായി പഠിച്ച് മുന്നോട്ടുപോവുക. അല്ലെങ്കിൽ കച്ചവടത്തിലേക്ക് തിരിയുക. സ്വന്തം വഴിതെരഞ്ഞെടുക്കാൻ പറ്റിയ സമയമാണിത്. ബർമ്മയിൽനിന്ന് ജബീറിന്റെ കത്തുണ്ടായിരുന്നു. നിനക്കിഷ്ടമാണെങ്കിൽ അവനോടൊപ്പം ചേർന്ന് കച്ചവടം ചെയ്യാമെന്ന്. എന്തുപറയുന്നു? അമ്മാവൻ അമീറുദീൻ സാലിം അലിയുടെ മുഖത്തേക്ക് നോക്കി ചോദിച്ചു.

സാലിം ഒരുനിമിഷം ആലോചിച്ചു. പഠിത്തം ഇത്തരത്തിൽ മുന്നോട്ടുപോയാൽ ഉയർന്ന വിജയം നേടുക അസാദ്ധ്യമാണ്. കണക്ക് എത്ര പഠിച്ചിട്ടും തലയിൽ കയറുന്നുമില്ല. പഠിത്തത്തിൽനിന്നു രക്ഷപ്പെടാൻ ബർമ്മയിലേക്ക് പോവുകതന്നെ. ഒടുക്കം സാലിം തീരുമാനിച്ചു. ജ്യേഷ്ഠനൊപ്പം ബർമ്മയിൽ ചെന്നു കച്ചവടം ചെയ്യാമെന്ന്. സാലിം അത് അമ്മാവനോടുപറഞ്ഞു."

"ഉം. അതുതന്നെയാണ് നല്ല തീരുമാനമെന്ന് എനിക്കും തോന്നുന്നു" അമ്മാവൻ പറഞ്ഞു. അങ്ങനെ 1914 ൽ കല്ക്കത്ത വഴി റങ്കൂണിലേക്ക് സാലിംഅലി പോയി. 'എംഡൻ' എന്ന ജർമ്മൻ കപ്പലിലായിരുന്നു യാത്ര. കപ്പൽ യാത്രയിൽ ധാരാളം കടൽപ്പക്ഷികളെ സാലിം കണ്ടു. കപ്പൽയാത്ര കടൽപ്പക്ഷികളെ അടുത്തറിയാനുള്ള ഒരവസരമാക്കി സാലിം മാറ്റി. കടലിന്റെ അഗാധനീലിമയിലൂടെ കപ്പൽ ആടിയുലഞ്ഞ് നീങ്ങിക്കൊണ്ടിരുന്നു. ഒന്നാം ലോകമഹായുദ്ധം തുടങ്ങിക്കഴിഞ്ഞ കാലമായിരുന്നു. അതിന്റെയൊരാശങ്ക എല്ലാമേഖലയിലും നിലനിന്നിരുന്നു. കുടുംബത്തിൽ കച്ചവടക്കാരുണ്ടെങ്കിലും സാലിം ഇതുവരെ കച്ചവടവുമായി ഒരുതരത്തിലും ബന്ധപ്പെട്ടിരുന്നില്ല. അതുകൊണ്ടുതന്നെ കച്ചവടക്കാര്യത്തിൽ സാലിം ഒരു നിരക്ഷരൻ തന്നെയായിരുന്നു. എങ്കിലും ആത്മവിശ്വാസത്തോടെ ജെ എ അലി ബ്രദേഴ്സ് ആന്റ് കമ്പനിയിൽ സാലിം അലി ചേർന്നു. എന്നാൽ സാലിമിന്റെ മനസ്സ് കച്ചവടത്തിൽ ഉറച്ചുനിന്നില്ല. ചുറ്റുംകാണുന്ന പക്ഷികളെ കാണാൻ മനസ്സ് വെമ്പാൻ തുടങ്ങി. കസേരയിൽ കണക്കുബുക്കുകൾക്ക് മുമ്പിൽ അടയിരിക്കാൻ കഴിയുന്നില്ല. എങ്ങനെയും പുറത്തുകടക്കണം, മനസ്സിനുള്ളിൽ നിന്നാരോ നിർബ്ബന്ധിക്കുംപോലെ സാലിമിന് അനുഭവപ്പെട്ടു. ശനിയാഴ്ചയും ഞായറാഴ്ചയും കമ്പനി ഒഴിവായിരുന്നു. ഒഴിവുവേളകളിൽ കുതിരപ്പുറത്ത് പക്ഷികളെ തേടി സാലിം ബർമ്മയുടെ ഉൾവഴികളിലൂടെ അലഞ്ഞുനടന്നു. പുതിയയിനം പക്ഷികളെ കൂടുതലായി അവിടെനിന്നു പരിചയപ്പെട്ടു. ആരോടെങ്കിലും പക്ഷികളെക്കുറിച്ചു സംസാരിക്കാനോ കൂടുതൽ പക്ഷിപുസ്തകങ്ങൾ വാങ്ങാനോ ഒരു സാദ്ധ്യതയും അവിടെയുണ്ടായിരുന്നില്ല. ആകെ കൈയിലുണ്ടായിരുന്ന

കൂട ചൂടിനിൽക്കുന്നത് സാലിം അലിയുടെ ഭാര്യ തെഹ്മിന

പക്ഷിപുസ്തകം മുറെ എഴുതിയ *ബേർഡ്സ് ഓഫ് ഇന്ത്യ*യായിരുന്നു.

ഈ പുസ്തകത്തിന്റെ സഹായത്തോടെ പരമാവധി പക്ഷികളെ തിരിച്ചറിയാൻ ശ്രമിച്ചു. താവോയ് ഡിസ്ട്രിക്റ്റായിരുന്നു സാലിമിന്റെ വിഹാരരംഗം. അവിടം ധാരാളം ജാതി പക്ഷികളുടെ ഒരു താവളമായിരുന്നു. ഇതിനിടയിൽ ജെ സി ഹോപ്‌വുഡ് എന്നൊരാളെ സാലിം അലി യാദൃച്ഛികമായി പരിചയപ്പെടാനിടയായി. ഇയാൾ ഇംപീരിയൽ ഫോറസ്റ്റ് സർവ്വീസിലെ ഡിവിഷണൽ ഫോറസ്റ്റ് ഓഫീസറായിരുന്നു. ബർമ്മയിലെ പക്ഷികളെക്കുറിച്ച് നല്ല വിവരം അദ്ദേഹത്തിനുണ്ടായിരുന്നു. ഇതൊരു നല്ല അവസരമായി സാലിംകണ്ടു. ബർമ്മയിലെ പക്ഷികളെയും അവയുടെ മുട്ടകളും കൂടുകളും ഇദ്ദേഹം ശേഖരിക്കുന്നത് സാലിം അലിയുടെ ശ്രദ്ധയിൽപ്പെട്ടിരുന്നു. ഇതേക്കുറിച്ച് ചോദിച്ചപ്പോൾ ബ്രിട്ടീഷ് ഇന്ത്യയിലെ ജന്തുക്കളെപ്പറ്റിയുള്ള പുസ്തകത്തിലെ പക്ഷികളെക്കുറിച്ചുള്ള ഭാഗം എഴുതുകയായിരുന്ന സ്റ്റുവർട്ട് ബേക്കർ എന്ന ശാസ്ത്രജ്ഞനുവേണ്ടിയാണിതൊക്കെ ശേഖരിക്കുന്നതെന്ന് അദ്ദേഹം അറിയിച്ചു. ഇയാൾ തനിക്കു പറ്റിയ കൂട്ടാണെന്ന് സാലിം അലി കരുതി. ഹോപ്‌വുഡുമായി കൂട്ടുകൂടി സാലിം പക്ഷിമുട്ടകൾ ശേഖരിക്കാനും പക്ഷികളെ തേടിയും അവിടങ്ങളിൽ അലഞ്ഞുനടന്നു. ബീഹാറിൽ പ്രവർത്തിച്ചിരുന്ന പക്ഷിപ്രേമിയായ ചാൾസ് എം ഇംഗ്ലീസ് എന്നയാളുമായി സാലിം പക്ഷികളെക്കുറിച്ച് മുറയ്ക്ക് കത്തുകൾ എഴുതിക്കൊണ്ടിരുന്നു. ബർമ്മയിലെ താവോയ് എന്ന പ്രദേശത്തുനിന്ന് ശേഖരിച്ച പക്ഷികളെ സാലിം ഇയാൾക്ക് സമ്മാനമായി

നല്കുകയും ചെയ്യുകയുണ്ടായി. കച്ചവടത്തിനായി ബർമ്മയിൽ വന്ന സാലിമിന്റെ മനസ്സ് നിറയെ അവിടുത്തെ പക്ഷികൾ കൂടുകൂട്ടി മുട്ടയിട്ടു. അതുകൊണ്ട് കച്ചവടത്തിൽ കാര്യമായി ശ്രദ്ധിക്കാനായില്ല. കച്ചവടവും കണക്കും ഒരു ഭാരമായാണ് സാലിമിന് തോന്നിയത്. ചൊട്ടയിലെ ശീലം ചുടലവരെയെന്ന ചൊല്ല് സാലിമിന്റെ കാര്യത്തിൽ അർത്ഥവത്തായി.

ഒഴിവുസമയത്ത് പക്ഷിവേട്ടയും കുതിരസവാരിയും കൂടാതെ ഫുട്ബോൾ കളിയിലും സാലിം ശ്രദ്ധപതിപ്പിച്ചു. സ്കൂളിൽ പഠിക്കുന്ന കാലത്ത് തന്നെ സാലിം നല്ല ഫുട്ബോൾ കളിക്കാരനായിരുന്നു. താവോയിൽ ബ്രിട്ടീഷുകാർ കളിക്കുന്ന ഫുട്ബോൾ ക്ലബ്ബിൽ സാലിമും അംഗമായി. നല്ല കളിക്കാരനും സൽസ്വഭാവിയുമായ സാലിം വളരെവേഗം ബ്രിട്ടീഷുകാരായ കളിക്കാരുടെ സ്നേഹവും പ്രീതിയും പിടിച്ചുപറ്റി. ബ്രിട്ടീഷ് ഓഫീസർമാരുടെ ഫുട്ബോൾ ക്ലബ്ബിന്റെ സെക്രട്ടറിയായി അവർ സാലിമിനെ തെരഞ്ഞെടുത്തു. അക്കാലത്ത് ഇതൊരു വലിയ ബഹുമതിതന്നെയായിരുന്നു. ജഡ്ജിമാരും ഉയർന്ന ഉദ്യോഗസ്ഥരുമായ ബ്രിട്ടീഷുകാരുടെ ക്ലബ്ബിന്റെ സെക്രട്ടറിയെന്ന നിലയിൽ സാലിം അലി നന്നായി ശോഭിച്ചു. ബ്രിട്ടീഷ് ജഡ്ജി എഫ് ഡബ്ല്യു സ്കോട്ട് ക്ലബ്ബിലെ ഒരു കളിക്കാരനായിരുന്നു. ഇദ്ദേഹം ഫുട്ബോൾ കളിയെ ആരാധനയോടെ നോക്കിക്കണ്ടിരുന്നയാളാണ്. ഒരു കളി ഭ്രാന്തനെന്നുപറയാം. ഫുട്ബോൾ കോർട്ട് ഒരു പുണ്യഭൂമിയായിപ്പോലും അദ്ദേഹം കരുതി. മഹത്തായ ഈ കളിയറിയാത്ത ആരെയും ആ കോർട്ടിലൂടെ നടക്കാൻ പോലും അദ്ദേഹം അനുവദിച്ചിരുന്നില്ല. അത്രമാത്രം ഫുട്ബോൾ കളിയെ ആരാധനയോടെ നെഞ്ചേറ്റിയിരുന്ന ഒരു വ്യക്തിയായിരുന്നു സ്കോട്ട്.

ഒരിക്കൽ സ്കോട്ട് കാറിൽ ഓഫീസിലേക്ക് പോകുമ്പോൾ മുഷിഞ്ഞവേഷധാരിയായ ഒരു ഗ്രാമീണൻ പാൽ വില്ക്കാനായി ധൃതിയിൽ ഫുട്ബോൾ കോർട്ടിലൂടെ കുറുകെകയറി പോകുന്നത് കണ്ടു. ഫുട്ബോൾ കളിക്കാരനല്ലാത്ത ഒരാൾ കോർട്ടിലൂടെ നടക്കുന്നത് കണ്ട സ്കോട്ട് കോപാവേശനായി കാർ നിർത്തി ഓടിച്ചെന്ന് ആ ഗ്രാമീണന്റെ പാൽ പാത്രം തട്ടിത്തെറിപ്പിച്ചു. എന്നിട്ട് കണക്കിന് ശകാരിച്ചു. ഭയചകിതനായ ഗ്രാമീണൻ അവിടെനിന്ന് ഓടിരക്ഷപ്പെട്ടു. കാറിൽ തിരികെയെത്തിയ സ്കോട്ട് ഒരു നിമിഷം താൻ ചെയ്ത പ്രവൃത്തി ഒരു ന്യായാധിപന്റെ കണ്ണിലൂടെയൊന്ന് പുനരാലോചിച്ചു. പാവപ്പെട്ട ഒരു കുടുംബത്തിന്റെ ഏകവരുമാനമായ പാലാണ് താൻ തട്ടിക്കളഞ്ഞത്. അയാൾ പാൽവിറ്റ് വേണം ആ കുടുംബം പുലർത്തേണ്ടത്. പാൽ വേഗത്തിൽ കൊണ്ടുവില്ക്കാനാണ് അയാൾ ഫുട്ബോൾ കോർട്ടിലൂടെ കുറുകെകയറിപ്പോയത്. പാവപ്പെട്ട ആ മനുഷ്യന് ഫുട്ബോൾ നിയമങ്ങളൊന്നും അറിയണമെന്നില്ല. അയാളുടെ മുമ്പിൽ വിശന്നുകരയുന്ന അയാളുടെ മക്കൾ മാത്രമാവും ഉണ്ടാകുക. ഇങ്ങനെ ഓരോന്നാലോചിച്ച് സ്കോട്ട് ആകെ വിഷമിച്ചു. അയാൾ ആ പാൽക്കാരന്റെ വീട് അന്വേഷിച്ച് കണ്ടുപിടിച്ച് കാർ നേരെ അവിടേക്ക് വിട്ടു. അപ്പോഴേക്കും പാൽക്കാരൻ സായിപ്പിന്റെ ശകാ

രത്തിൽ ഭയപ്പെട്ട് ഒരുവിധം ഓടിയും കിതച്ചും വീട്ടിലെത്തി. തന്റെ കൂരയുടെ മുമ്പിൽ സായിപ്പ് നില്ക്കുന്നതുകണ്ട് പാൽക്കാരൻ ഭയവിഹ്വലനായി വിയർത്തു. അയാളുടെ കണ്ണിൽ ഇരുട്ടുകയറുന്നതുപോലെ തോന്നി. എന്നാൽ സ്കോട്ട് അയാളെ സ്നേഹത്തോടെ നോക്കി പുഞ്ചിരിച്ചുകൊണ്ട് അടുത്തേക്ക് വിളിച്ചു. നഷ്ടപ്പെട്ട പാലിന്റെ കാശ് അയാളുടെ വിറയ്ക്കുന്ന കൈകളിലേക്ക് വച്ചുകൊടുത്തു. എന്നിട്ട് ക്ഷമാപണം പോലെ ഒന്ന് തലകുനിച്ച് തന്റെ കാറിൽക്കയറിപ്പോയി. ഫുട്ബോൾ ക്ലബ്ബിന്റെ സെക്രട്ടറിയെന്നനിലയിൽ സാലിമിന് സ്കോട്ടിന്റെ നടപടിയിൽ വലിയ മതിപ്പുതോന്നി. തദ്ദേശവാസികളെ സായിപ്പന്മാർ പലവിധത്തിലും ക്രൂരമായി ഉപദ്രവിക്കുക അന്നൊക്കെ പതിവായിരുന്നു. ഇതിൽനിന്ന് വ്യത്യസ്തനാണ് സ്കോട്ടെന്നതിൽ സാലിം അലിക്ക് സന്തോഷം തോന്നി.

സാലിമിന്റെ സഹോദരൻ ജബീറിന് ഇതിനിടെ കല്യാണാലോചന മുറുകി. ജ്യേഷ്ഠൻ ജബീർ കച്ചവടം തല്ക്കാലം സാലിമിനെ ഏല്പിച്ചിട്ട് ബോംബെയിലേക്ക് മടങ്ങി. അവിടെനിന്നു വിവാഹം കഴിച്ചു. ഇതോടെ നാലുമാസക്കാലത്തോളം കച്ചവടത്തിന്റെ പൂർണ്ണ ഉത്തരവാദിത്വം സാലിമിന്റെ ചുമതലയിലായി. പടപേടിച്ച് പന്തളത്ത് ചെന്നപ്പോൾ പന്തംകൊളുത്തിപ്പടയെന്നു പറയുംപോലെയായി സാലിമിന്റെ സ്ഥിതി. കണക്ക് പേടിച്ചാണ് പഠിത്തം പാതിവഴിയിൽ ഉപേക്ഷിച്ച് ബർമ്മയിലേക്ക് പോയത്. എന്നാൽ അതിലും വലിയ കണക്കുകളാണ് സാലിമിനെ അവിടെ കാത്തിരുന്നത്. ജബീർ ഭാര്യയുമായി ബർമ്മയിൽ തിരികെയെത്തിയെങ്കിലും ഉടനെ കച്ചവടകാര്യത്തിനായി രണ്ടുപേരും കൂടി ബ്രിട്ടനിലേക്ക് പോയി. ഇതോടെ സാലിം ശരിക്കുംപെട്ടു. സാലിം കച്ചവടത്തിൽ കാര്യമായി ശ്രദ്ധിക്കുന്നില്ലെന്ന് ജബീറിന് മനസ്സിലായി. പക്ഷികൾക്കു പിന്നാലെയാണ് സാലിം. ഇതിൽ നിന്നൊരു മാറ്റത്തിനായാണ് ബർമ്മയിലേക്ക് വിളിപ്പിച്ചത്. എന്നാൽ മുമ്പത്തെക്കാളും പക്ഷിഭ്രാന്ത് സാലിമിൽ നിറഞ്ഞിരിക്കുകയാണ്. കച്ചവടത്തിൽ താല്പര്യമുണ്ടാകാൻ സാലിമിന് കൊമേഴ്സിലും അക്കൗണ്ടൻസിയിലും ഒരു പരിശീലനം ലഭിക്കുന്നത് നന്നായിരിക്കുമെന്ന് ജബീറിനുതോന്നി. ഒരുവർഷം ബോംബെയിൽ പോയി സാവേഴ്സ് കോളേജിൽ ചേർന്ന് കൊമേഴ്സും അക്കൗണ്ടൻസിയും പഠിക്കാൻ ജ്യേഷ്ഠൻ സാലിമിനെ ഉപദേശിച്ചു. ഇത് ശരിയാണെന്ന് സാലിമിനും തോന്നി. അങ്ങനെ പഠിത്തം തുടരാൻ സാലിം തീരുമാനിച്ചു. സാവേഴ്സ് കോളേജിൽ ക്ലാസ് രാവിലെ എട്ടു മുതൽ പത്തുവരെയായിരുന്നു. ബാക്കി ഇഷ്ടംപോലെ സമയം കിടക്കുകയാണ്. ബാക്കി സമയത്ത് സെന്റ് സേവിയേഴ്സ് കോളേജിൽ ജന്തുശാസ്ത്ര ഡിഗ്രിക്കു കൂടിചേർന്നു പഠിക്കാൻ തീരുമാനിച്ചു. അവിടുത്തെ ബയോളജി വകുപ്പ് ഡയറക്ടറായിരുന്ന റെവറന്റ് ഫാദർ ബ്ലാറ്റർ സാലിമിന്റെ താല്പര്യം ആ വിഷയത്തിലാണെന്ന് മനസ്സിലാക്കി സുവോളജി ബി എ ഓണേഴ്സിനു ചേർത്തു. സ്റ്റാൻലി പ്രാറ്റർ എന്ന ഒരു സുഹൃത്തിനെ സാലിമിന് കോളേജിൽ നിന്നു കിട്ടിയത് ജീവിതത്തിൽ പിന്നീട് വലിയൊരനുഗ്രഹമാവു

കയും ചെയ്തു.

ബോംബെ നാച്ച്യുറൽ ഹിസ്റ്ററി സൊസൈറ്റിയിൽ ജോലിയുണ്ടായിരുന്ന ഇയാളുമായി സാലിം അലിക്ക് ബർമ്മയിൽ വച്ചുതന്നെ എഴുത്തുകുത്തിലൂടെ ബന്ധമുണ്ടായിരുന്നു. ജന്തുശാസ്ത്രത്തിൽ ഡിഗ്രി ഇല്ലാതെ അവിടെ ജോലിയിൽ തുടരാൻ കഴിയില്ലെന്ന് കണ്ട് കോളേജിൽ പഠിക്കാനെത്തിയതാണദ്ദേഹം. ഇരുവരുടെയും താല്പര്യങ്ങൾ ഒന്നുതന്നെയായിരുന്നതിനാൽ വേഗം അവർ അടുത്തു. ഒരുമിച്ചാണവർ പ്രാക്ടീസ് ചെയ്തിരുന്നത്. കോളേജ് വിട്ടാൽ ബോംബെ നാച്ച്യുറൽ ഹിസ്റ്ററിയിൽ പോയി വായിക്കുകയും ഓരോന്നു നോക്കിക്കണ്ട് പഠിക്കുകയും ചെയ്തുകൊണ്ടിരുന്നു. എങ്കിലും കണക്കിലുള്ള താല്പര്യമില്ലായ്മ മൂലം സാലിമിന് ഒരു ഡിഗ്രി നേടാൻ കഴിഞ്ഞില്ല. എങ്കിലും ബി എസ് സി സുവോളജി കോഴ്സ് പൂർത്തിയാക്കാൻ അദ്ദേഹത്തിന് കഴിഞ്ഞുവെന്നുപറയാം.

ഗുരുക്കന്മാർ

സാലിം അലിയുടെ ഗുരുക്കന്മാരെക്കുറിച്ച് ഓർക്കുമ്പോൾ സൂഫി കവിയായിരുന്ന ജലാലുദ്ദീൻ റൂമിയുടെ വാക്കുകൾ ഓർത്തുപോകും.

"സ്നേഹമാണ് ശ്രേഷ്ഠമായ മതം

പ്രപഞ്ചമൊരു മഹാഗ്രന്ഥവും" സാലിം അലിയെ സംബന്ധിച്ച് ഈ വാക്കുകൾ പൂർണ്ണമായും അന്വർത്ഥമായിരുന്നു.

സാലിം അലിയുടെ മഹാഗുരു പ്രകൃതിതന്നെയായിരുന്നു. നിരീക്ഷണത്തിലൂടെയും മനനത്തിലൂടെയുമാണ് അദ്ദേഹം ഈ ഔന്നത്യങ്ങളൊക്കെ കീഴടക്കിയത്. അമ്മാവന്റെ കുതിരാലയത്തിൽനിന്ന് വെടിവെച്ചിട്ട കുരുവിയുടെ കാര്യം തന്നെ നോക്കുക. പെൺകുരുവി മറ്റൊരാൺകുരുവിയെ കൂട്ടിനുവിളിച്ചതൊക്കെ ചെറുകുട്ടിയായിരുന്ന സാലിം ശ്രദ്ധിച്ചിരുന്നു. താൻ വെടിവെച്ചിട്ട ഒരു കുരുവിയുടെ തൊണ്ടയ്ക്ക് മഞ്ഞമറുകുണ്ടെന്ന് കണ്ടെത്തിയതും ആ കുരുവിയേതെന്ന് മനസ്സിലാക്കാൻ കാണിച്ച ഉത്സാഹവുമൊക്കെ ചുറ്റുപാടുകളിൽനിന്ന് സ്വയം മനസ്സിലാക്കാൻ ശ്രമിക്കുന്ന ഒരു മഹാപ്രതിഭയുടെ ലക്ഷണങ്ങളാണ്. എങ്കിലും സാലിം അലിയെ പക്ഷികളുടെ അത്ഭുതപ്രപഞ്ചത്തിലേക്ക് ആദ്യം കൂട്ടിക്കൊണ്ടുപോയത് ബി എൻ എച്ച് എസ് സെക്രട്ടറിയായിരുന്ന വാർട്ടർ സാമുവൽ മില്ലാഡ് ആയിരുന്നു. താൻ വെടിവെച്ചിട്ട കുരുവിയേതെന്നറിയാൻ അദ്ദേഹത്തെ സമീപിച്ച കുട്ടിയെ നിരുത്സാഹപ്പെടുത്തിയിരുന്നുവെങ്കിൽ മഹാനായൊരു പക്ഷി ശാസ്ത്രജ്ഞൻ നമുക്ക് ഉണ്ടാകുമായിരുന്നോയെന്ന് സംശയമുണ്ട്.

വെടിവെച്ചിട്ട പക്ഷിയേതെന്ന് പറഞ്ഞുകൊടുക്കുക മാത്രമല്ല മില്ലാഡ് സായിപ്പ് ചെയ്തത്. അവിടെ സൂക്ഷിച്ചിരുന്ന സ്റ്റഫ് ചെയ്ത പക്ഷികളെയൊക്കെ പരിചയപ്പെടുത്തിക്കൊടുക്കുകയും ചെയ്തു. ഹാമിൽട്ടൺ

സാലിം അലി ബന്ധുക്കൾക്കൊപ്പം

എയ്റ്റെൻ എഴുതിയ പക്ഷികളെക്കുറിച്ചും പ്രകൃതിയെക്കുറിച്ചുമുള്ള പുസ്തകങ്ങൾ ആ ബാലന് സമ്മാനിക്കുകയും ചെയ്തു. ഒരു ഇംഗ്ലീഷു കാരൻ അക്കാലത്ത് ഒരിന്ത്യൻ കുട്ടിയോട് ഇതൊന്നും ചെയ്യേണ്ടകാര്യ

മില്ല. അതുകൊണ്ടുതന്നെ സാലിം അലിയുടെ ആദ്യഗുരു മില്ലാഡ് സായിപ്പ് ആണെന്ന് പറയാം.

ബി എൻ എച്ച് എസിന്റെ പടികൾ വല്ലപ്പോഴും കയറിച്ചെല്ലുന്ന ആ ബാലൻ മില്ലാഡ് സായിപ്പിൽനിന്ന് ധാരാളം കാര്യങ്ങൾ പഠിച്ചു. പക്ഷികളെ എങ്ങനെയാണ് ശേഖരിക്കേണ്ടതെന്ന് മില്ലാഡ് സായിപ്പാണ് പറഞ്ഞുകൊടുത്തത്. തൂവൽ നഷ്ടപ്പെടാതെ പക്ഷികളുടെ തൊലിയെങ്ങനെ ഉരിക്കാം. കേടാവാതെ പക്ഷികളെയെങ്ങനെ ശാസ്ത്രീയമായി സൂക്ഷിക്കാം. ഒരു പക്ഷിയെക്കണ്ടാൽ അതിനെ എങ്ങനെ തിരിച്ചറിയാൻ കഴിയും. പക്ഷിനിരീക്ഷണക്കുറിപ്പുകൾ എങ്ങനെയാണ് തയ്യാറാക്കേണ്ടത്. ഇങ്ങനെ ഒരുപാടുകാര്യങ്ങൾ സാലിം അലി മില്ലാഡിൽനിന്ന് പഠിച്ചെടുത്തു. സാലിമിന്റെ 'കളരി' മില്ലാഡ് സായിപ്പായിരുന്നു. ഒരു വലിയ പക്ഷിനിരീക്ഷകനിലേക്കുള്ള കുതിപ്പിനാവശ്യമായ ഊർജ്ജം ഈ ഗുരുവിൽ നിന്നാണദ്ദേഹം സ്വീകരിച്ചത്.

സാലിം അലിയുടെ സ്വഭാവവൈശിഷ്ട്യം എല്ലാവരെയും ആകർഷിച്ചിരുന്നു. പള്ളിക്കൂടത്തിൽ അദ്ധ്യാപകരുടെയും സഹപാഠികളുടെയും പ്രിയപ്പെട്ടവനായിരുന്നു. പഠിത്തത്തിൽ ഒന്നാമനാകാൻ കഴിഞ്ഞിരുന്നില്ലെങ്കിലും സ്വഭാവത്തിൽ ഏതു കുട്ടിയും അനുകരിക്കാൻ കൊതിക്കുന്ന വ്യക്തിത്വമായിരുന്നു സാലിം അലിയുടേത്. പള്ളിക്കൂടത്തിലെ ഏറ്റവും സ്വഭാവഗുണമുള്ള കുട്ടിയെന്ന ബഹുമതി സാലിം അലിക്കാണ് ലഭിച്ചത്. നാലാം ക്ലാസിൽ വച്ചായിരുന്നു ഈ ബഹുമതി കിട്ടിയത്. *നമ്മുടെ ജന്തു സ്നേഹിതന്മാർ* (Our animal friends) എന്ന ഒരു പുസ്തകമായിരുന്നു പുരസ്കാരമായി ലഭിച്ചത്. സാലിം അലി വായിക്കാൻ കൊതിച്ചിരുന്നതും അത്തരം പുസ്തകങ്ങളായിരുന്നു. സാലിം അലിയുടേത് വളരെ മനോഹരമായ കൈയക്ഷരമായിരുന്നു. ആരും കൊതിച്ചുപോകുന്ന കൈയക്ഷരം. ഇംഗ്ലീഷും ഉറുദുവും വളരെ മനോഹരമായി എഴുതുമായിരുന്നു. 'കാലിഗ്രാഫി' യുടെ കലാപരമായ മേന്മ അദ്ദേഹത്തിന്റെ കൈയക്ഷരങ്ങൾക്കുണ്ടായിരുന്നു. പ്രത്യേകിച്ച് ഉറുദുവിൽ അത് പൂർണ്ണത കൈവരിച്ചുവെന്നുപറയാം. സെന്റ് സേവിയേഴ്സ് കോളേജിൽ ജന്തുശാസ്ത്ര ഡിഗ്രിക്ക് ചേർന്നു പഠിക്കുന്നകാലത്ത് അവിടെ ബയോളജി വകുപ്പ് ഡയറക്ടർ ആയിരുന്ന റെവറന്റ് ഫാദർ ബ്ലാറ്റർ, പ്രൊഫ. മില്ലൻ എന്നിവർ സാലിമിനെ പഠിത്തത്തിൽ പ്രോത്സാഹിപ്പിച്ചിരുന്നു. സാലിമിന് പ്രായോഗിക പഠനങ്ങളിലായിരുന്നു കൂടുതൽ താല്പര്യം. പക്ഷിനിരീക്ഷണത്തിനായി കാട്ടിലും മേട്ടിലും എത്രവേണമെങ്കിലും അലയാൻ ഒരുമടിയുമുണ്ടായിരുന്നില്ല. സാലിമിന്റെ ഇത്തരം താല്പര്യങ്ങളെ അനുഭാവപൂർവ്വമായാണ് പ്രൊഫ. മല്ലനും മറ്റും കണ്ടിരുന്നത്. തന്റെ ഇഷ്ടവിഷയമായ 'ഓർണിത്തോളജി' (പക്ഷിശാസ്ത്രം) യിൽ ഒരു ഡിഗ്രിയെടുക്കാൻ അക്കാലത്ത് ഇന്ത്യയിലെവിടെയും കഴിയുമായിരുന്നില്ല. ഒരു യൂണിവേഴ്സിറ്റിയും ഓർണിത്തോളജി പഠിപ്പിച്ചിരുന്നില്ല. ഇതും സാലിം അലിയെ സംബന്ധിച്ച് സർവ്വകലാശാല വിദ്യാഭ്യാസം തുടരുന്നതിന് തിരിച്ചടിയായി. ഒരു ഡിഗ്രി

നേടാൻ കഴിയാത്തതുമൂലം ജീവിക്കാൻ ഒരു തൊഴിൽ കണ്ടെത്താൻ അദ്ദേഹത്തിന് കഴിഞ്ഞില്ലെന്ന് വേണമെങ്കിൽ പറയാം. മറ്റൊരു തരത്തിൽ അത് പക്ഷി പഠനശാസ്ത്രത്തിന് വലിയ മുതൽക്കൂട്ടാവുകയും ചെയ്തു. കുടുംബാംഗങ്ങൾക്കൊപ്പം കച്ചവടം നടത്താൻ ശ്രമങ്ങൾ ഉണ്ടായെങ്കിലും അതൊന്നും വിജയിച്ചില്ല. ഒരു ബന്ധുവിന്റെ എൻഫുട്ടേ ഹാലി ആന്റ് കമ്പനി എന്ന പരുത്തി കയറ്റി അയയ്ക്കുന്ന കമ്പനിയിൽ ഗുമസ്തപ്പണി പോലും ചെയ്തു. അലവൻസായി 150 രൂപയാണ് ലഭിച്ചിരുന്നത്. കമ്പനി നഷ്ടത്തിലായതോടെ 100 രൂപയായി അത് കുറഞ്ഞു. പക്ഷികൾക്ക് പിന്നാലെ അലഞ്ഞുതിരിയുന്ന സാലിം എങ്ങനെ ജീവിക്കുമെന്ന ആശങ്ക കുടുംബാംഗങ്ങൾക്കുണ്ടായിരുന്നു. വിദ്യാഭ്യാസ രംഗത്തും മുന്നോട്ടുപോയിട്ടില്ല. എങ്കിലും അവർ സാലിമിന്റെ താല്പര്യങ്ങളെ നിരുത്സാഹപ്പെടുത്തിയില്ല. തങ്ങളുടെ ബിസിനസുമായൊക്കെ സഹകരിപ്പിക്കാൻ ശ്രമിച്ചു. എന്നാൽ സാലിമിന്റെ മനസ്സുനിറയെ പക്ഷിനിരീക്ഷണവും അതുമായി ബന്ധപ്പെട്ട പ്രവർത്തനങ്ങളുമായിരുന്നു. സാലിമിനെ എങ്ങനെയെങ്കിലും ഒന്നു രക്ഷപ്പെടുത്തിയെടുക്കാൻ കുടുംബത്തിൽപ്പെട്ട ഒരാൾ ഭേദപ്പെട്ട ശമ്പളം വാഗ്ദാനം ചെയ്തു. പുതുതായി തുറന്ന തന്റെ ഓഫീസിൽ അദ്ദേഹത്തെ ഇരുത്താൻ ശ്രമിച്ചു. എന്നാൽ പക്ഷികളെക്കുറിച്ചു പഠിക്കുകയെന്ന തന്റെ ലക്ഷ്യം വഴിമാറിപ്പോകുമെന്ന് കണ്ട് അദ്ദേഹമത് നിരസിക്കുകയാണ് ചെയ്തത്. അതോടെ പല ബന്ധുക്കളും സാലിം നന്നാവുന്നവഴി കാണുന്നില്ലന്ന് കണ്ട് നിശ്ശബ്ദരായി. ഇതിനിടയിൽ ബോംബെ നാച്യുറൽ ഹിസ്റ്ററി സൊസൈറ്റിയിലെ പ്രിൻസ് ഓഫ് വെയ്ൽസ് മ്യൂസിയത്തിൽ നാച്യുറൽ ഹിസ്റ്ററി വിഭാഗത്തിൽ ഒരു ഗൈഡ് ലക്ചററുടെ ഒഴിവുള്ളതായി ഒരു പരസ്യം സാലിം അലിയുടെ ശ്രദ്ധയിൽപ്പെട്ടു. ഈ പണികിട്ടിയാൽ നന്നായിരിക്കുമെന്ന് സാലിമിന് തോന്നി. ഉടൻ ആ ഒഴിവിലേക്ക് അപേക്ഷ അയച്ചു. ഭാഗ്യത്തിന് തെരഞ്ഞെടുപ്പ് കമ്മിറ്റിയുടെ അദ്ധ്യക്ഷൻ സാലിമിന്റെ പ്രിയപ്പെട്ട ഗുരുനാഥനായിരുന്ന ബ്ലാറ്റർ ആയിരുന്നു. ഗൈഡ് ലക്ചററുടെ ഒഴിവിലേക്ക് അദ്ദേഹം തന്റെ ശിഷ്യനെ നിയമിക്കാൻ ശുപാർശ ചെയ്തു. ബോംബെ നാച്യുറൽ ഹിസ്റ്ററി സൊസൈറ്റിയിലെ മ്യൂസിയം അസിസ്റ്റന്റ് ജോലിയിൽനിന്ന് അവധിയെടുത്തു. തന്നോടൊപ്പം കോളേജിൽ പഠിച്ചിരുന്ന പ്രാറ്ററുടെ സഹായവും ഈ ജോലി തരപ്പെട്ടുകിട്ടാൻ ഏറെ സഹായിച്ചു.

ഹൈസ്കൂൾ അദ്ധ്യാപകർക്കും മറ്റും പക്ഷികളെക്കുറിച്ചും പ്രകൃതി സംരക്ഷണത്തെക്കുറിച്ചും കളർസ്ലൈഡുകൾ ഉപയോഗിച്ച് ക്ലാസെടുക്കുകയാണ് സാലിമിന്റെ ജോലി. നാട്ടുകാരിൽ പരിസ്ഥിതിയെക്കുറിച്ചും ജീവജാലങ്ങളെക്കുറിച്ചും അറിവുപകർന്നു കൊടുക്കുകയും വേണം. സാലിം ഈ ജോലി നന്നായി ആസ്വദിച്ചു. തനിക്കിഷ്ടമുള്ള വിഷയത്തെക്കുറിച്ച് ക്ലാസെടുക്കാൻ അദ്ദേഹത്തിന് വലിയ ഉത്സാഹമായിരുന്നു. പ്രത്യേകിച്ച് സ്ലൈഡുകളുമൊക്കെ ഉപയോഗിച്ച് വളരെ ആകർഷകമായി ക്ലാസെടുക്കാൻ അവസരമുണ്ട്. എന്നാൽ രണ്ടുവർഷം മാത്രമേ ഈ തൊഴിൽ

ചെയ്യാൻ കഴിഞ്ഞുള്ളൂ. മുംബൈ സർക്കാർ ഈ പ്രോജക്ടിനു നല്കി വന്നിരുന്ന ധനസഹായം നിർത്തിവച്ചു. ഇതോടെ സാലിം അലി വീണ്ടും തൊഴിൽ രഹിതനായി. എന്നാൽ തന്റെ വഴി ഇതുതന്നെയാണെന്ന് അദ്ദേഹം ഉറപ്പിച്ചു. പക്ഷി വർഗ്ഗീകരണ ശാസ്ത്രത്തിലും പ്രകൃതിസംരക്ഷണ കാര്യത്തിലുമൊക്കെ കൂടുതൽ അറിവുനേടേണ്ടതുണ്ടെന്ന് അദ്ദേഹം ഉറപ്പിച്ചു. എന്നാൽ ഇന്ത്യയിൽ എവിടെയെങ്കിലും ഇതുപഠിക്കാൻ ഒരു കോഴ്സും ആരും നടത്തുന്നുണ്ടായിരുന്നില്ല. അതുകൊണ്ട് ബ്രിട്ടീഷ് മ്യൂസിയം ഓഫ് നാച്യുറൽ ഹിസ്റ്ററിക്കും ബെർലിൻ യൂണിവേഴ്സിറ്റി സുവോളജി മ്യൂസിയത്തിലേക്കും സാലിം അലി കത്തയച്ചു. ബ്രിട്ടീഷുകാർ ഇന്ത്യക്കാർ ഉപ്പുണ്ടാക്കുന്നത് നിരോധിക്കുകയും ഇതിന് അമിതവില ഈടാക്കുകയും ചെയ്യുന്നകാലമായിരുന്നു. ഗാന്ധിജി നിയമം ലംഘിച്ച് ഉപ്പുകുറുക്കാനും സ്വാതന്ത്ര്യസമരം ശക്തിപ്പെടുത്താനും ആരംഭിച്ചിരുന്നു. ഇന്ത്യക്കാരുടെ സ്വാതന്ത്ര്യസമരത്തോടു ബ്രിട്ടീഷുകാർ കടുത്ത വിരോധം വച്ചുപുലർത്തിയിരുന്നു. സാലിം അലിയുടെ കുടുംബക്കാർ തന്നെ ഗാന്ധിജിക്കൊപ്പം സമരരംഗത്തുണ്ടായിരുന്നു. ബ്രിട്ടീഷ് വിരോധം ആളിക്കത്തുന്ന ഇന്ത്യയിൽനിന്ന് ഒരാളെ ബ്രിട്ടനിൽ പഠിപ്പിക്കാൻ അവർ ആഗ്രഹിച്ചില്ല. അല്ലെങ്കിൽ സാലിം അലിക്ക് വേണ്ടത്ര യോഗ്യത ഈ വിഷയത്തിൽ ഇല്ലെന്ന് ഇംഗ്ലീഷുകാർ ധരിച്ചിരിക്കാം. രണ്ടായാലും ബ്രിട്ടനിൽനിന്ന് ഒരു മറുപടിയും ലഭിച്ചില്ല. ഒരുവഴി അടഞ്ഞാൽ ഒൻപതു വഴി വേറെ തുറക്കും എന്നാണല്ലോ പഴഞ്ചൊല്ല്. ഇന്ത്യൻ സ്വാതന്ത്ര്യസമരങ്ങളോട് അനുഭാവം പുലർത്തിയിരുന്ന ജർമ്മനിയിൽനിന്ന് സാലിമിന് അനുകൂല മറുപടി വന്നു. ബെർലിൻ യൂണിവേഴ്സിറ്റിയിലെ പ്രൊഫ. എർവിൻ സ്ട്രേസ്മാൻ സാലിമിനോട് എത്രയും വേഗം അവിടെയെത്താൻ നിർദ്ദേശിച്ചു. തന്റെ സ്വപ്നം പൂവണിയുന്നതായി സാലിം അലിക്ക് തോന്നി. എന്നാൽ കോഴ്സിന്റെ പ്രായോഗികപഠനത്തിന് പ്രയോജനപ്പെടുത്താൻ ഇന്ത്യൻ പക്ഷിസാമ്പിളുകൾ കൂടെക്കൊണ്ടുവരണമെന്ന് പ്രൊഫ. എർവിൻ ആവശ്യപ്പെട്ടിരുന്നു. എന്നാൽ ഇതെങ്ങനെ സംഘടിപ്പിക്കുമെന്ന് സാലിമിന് ആവലാതിയായി. മുംബൈ നാച്യുറൽ ഹിസ്റ്ററി സൊസൈറ്റിയിൽ പക്ഷിസാമ്പിളുകൾ സൂക്ഷിച്ചിട്ടുണ്ട്. എന്നാൽ അതു ലഭിക്കുക വളരെ ബുദ്ധിമുട്ടാണ്. ബി എൻ എച്ച് എസിലെ ഉദ്യോഗസ്ഥനും തന്റെ സഹപാഠിയുമായ പ്രാറ്റർ സഹായത്തിനെത്തി.

ബി എൻ എച്ച് എസ് അധികൃതരുമായി ചില ഉരസലുകൾക്കുശേഷം ബർമ്മയിൽനിന്ന് സാലിം അലി തന്നെ ശേഖരിച്ച പക്ഷി സാമ്പിളുകൾ ബി എൻ എച്ച് എസിൽനിന്ന് തിരികെവാങ്ങി ബർലിനിലേക്ക് കൊണ്ടുപോകാൻ കഴിഞ്ഞു.

ബർലിനിലെ പഠനമാണ് സാലിം അലിക്ക് ഈ രംഗത്തും സമാനതകളില്ലാത്ത ഉയരങ്ങളിൽ എത്താൻ സഹായിച്ചത്. ഇന്ത്യയിൽനിന്ന് പഠിക്കാനെത്തിയ വിദ്യാർത്ഥിയോട് വളരെ സ്നേഹവാത്സല്യത്തോടെയാണ് പ്രൊഫ. എർവിൻ പെരുമാറിയത്. പക്ഷിഗവേഷണരംഗത്ത് പുതിയ കാര്യ

ങ്ങൾ ആഴത്തിൽ പഠിക്കാൻ ഇതവസരമായി. വർഗ്ഗീകരണ ശാസ്ത്രത്തിലും ഇക്കോളജിയിലും സുവോ ജ്യോഗ്രഫിയിലും പ്രൊഫ. എർവിനിൽനിന്നു മികച്ച പരിശീലനം നേടിയെടുക്കാൻ അദ്ദേഹത്തിനു കഴിഞ്ഞു. ഉന്നത വിദ്യാഭ്യാസ രംഗത്തുള്ള കുറവ് സാലിം അലി പരിഹരിച്ചത് ഇക്കാലത്താണ്. ഒരുപക്ഷേ, സാലിം അലി അന്ന് ബർലിനിലേക്ക് പോയില്ലായിരുന്നുവെങ്കിൽ ഇന്ത്യയിലെ പക്ഷി മനുഷ്യനായി അദ്ദേഹം ഉയരുമായിരുന്നില്ല. ഇക്കോളജി എന്ന വാക്കുപോലും ഇന്ത്യയിൽ ആരും കേട്ടിട്ടില്ലാത്ത കാലത്താണ് ആ വിഷയത്തിൽ ആഴത്തിലുള്ള അറിവ് സാലിമിന് ജർമ്മനിയിലെ ബർലിൻ സർവ്വകലാശാലയിൽനിന്ന് നേടാൻ കഴിഞ്ഞത്. സാലിം അലിയുടെ പ്രകൃതം പ്രൊഫ. എർവിന് നന്നേബോധിച്ചു. ഒരു യഥാർത്ഥ ഗുരുശിഷ്യ ബന്ധം അവർ തമ്മിൽ ഉടലെടുത്തുകഴിഞ്ഞി

പച്ചഎരണ്ട

രുന്നു. തന്റെ യഥാർത്ഥ ഗുരുനാഥൻ പ്രൊഫ. എർവിൻ സ്ട്രേസ്റ്റ്മാനാണെന്ന് സാലിം അലി എപ്പോഴും പറയുമായിരുന്നു. പക്ഷിനിരീക്ഷണ രംഗത്തെ ഏതു കുഴപ്പംപിടിച്ച പ്രശ്നങ്ങൾക്കും പരിഹാരം തേടി സാലിം അലി എപ്പോഴും സമീപിച്ചിരുന്നത് പ്രൊഫ. എർവിനെയായിരുന്നു. ജീവിതകാലം മുഴുവൻ ഇരുവരും തമ്മിലുള്ള ആത്മബന്ധം തുടരുകയും ചെയ്തു.

ബർലിനിലെ പഠനകാലത്ത് നിരവധി പക്ഷിശാസ്ത്രജ്ഞരെ അടുത്തു പരിചയപ്പെടാനും അവരോടൊത്ത് പ്രവർത്തിക്കാനും സാലിം അലിക്ക് കഴിഞ്ഞു. ഹീൻറോത്ത് എന്ന ലോകപ്രശസ്ത പക്ഷിപെരുമാറ്റ ശാസ്ത്രജ്ഞനെ പരിചയപ്പെടുന്നതും അവിടെവച്ചാണ്. പക്ഷികളുടെ പെരുമാറ്റങ്ങളെക്കുറിച്ച് അഗാധമായ ജ്ഞാനം നേടാൻ ഇത് സാലിമിന് അവസരം നല്കി. പ്രൊഫ. എർവിനൊപ്പം ഹെലിഗോലാന്റ് എന്ന ദ്വീപിൽ

പക്ഷിപഠനത്തിനുപോയപ്പോഴാണ് 'റിംഗിങ്' എന്ന പക്ഷിപഠനരീതിയിൽ പരിശീലനം നേടുന്നത്. ദേശാടനപക്ഷികൾ പറന്നുവരുന്ന വഴിയിലായിരുന്നു ഈ ദ്വീപ് സ്ഥിതിചെയ്യുന്നത്. ഇവിടെ പക്ഷികളെ പിടിക്കുന്നതിന് സഹായകരമായ ഒരു പ്രത്യേകവല ഒരുക്കിവച്ചിട്ടുണ്ട്. പക്ഷികൾ അബദ്ധത്തിൽ ഈ വലയിൽ തട്ടിയാൽ അതിന്റെ രഹസ്യ അറയിലേക്ക് വീഴും പിന്നീട് അവിടെനിന്ന് രക്ഷപ്പെടുക അസാദ്ധ്യമാണ്. മരങ്ങൾക്കിടയിലോ, കമ്പുകൾ നാട്ടി കുന്നിന്റെ മുകളിലോ കെണി വലനീട്ടിവലിച്ചുകെട്ടും. നേരിയ നൂലുകൊണ്ടാണ് വല നെയ്തിരിക്കുന്നത്. വലകെട്ടിയിരിക്കുന്നത് പക്ഷികളുടെ കണ്ണിൽ പെടില്ല. അവ പറന്ന് വന്ന് കൂട്ടത്തോടെ വലയിൽ തട്ടും. വലയിൽ ഒരുക്കിയിരിക്കുന്ന ഒരു അറയിലേക്കത് വീഴുകയും ചെയ്യും. അതുപോലെ തീറ്റവിതറി അതു ഭക്ഷിക്കാനെത്തുന്ന കിളികളുടെ മുകളിലേക്ക് കുടുക്കുപെട്ടിവീഴ്ത്തി അവയെ പിടിക്കുന്ന രീതിയും സാലിം സ്വായത്തമാക്കി.

പക്ഷികളെ പഠനത്തിനായി അതുവരെ പിടിച്ചിരുന്നത് അവയെ വെടിവെച്ചിട്ടായിരുന്നു. എന്നാൽ വലപ്രയോഗം മൂലം അവയെ കൊല്ലാതെ പിടിക്കാനും തുടർപഠനത്തിന് ആ പക്ഷിയെ തന്നെ ഉപയോഗിക്കാനും കഴിയും. വലയിൽ കുടുങ്ങിയ പക്ഷിയെ പെറുക്കിയെടുത്ത് അതിന്റെ കാലിൽ ലോഹവളയങ്ങൾ ഇടും. ഈ അടയാളമോതിരവളയത്തിൽ പക്ഷിയെ എവിടെനിന്നാണ് പിടിച്ചതെന്നും എന്നാണ് വളയം ഇട്ടതെന്നുമൊക്കെ രേഖപ്പെടുത്തിയിരിക്കും. പക്ഷിപഠനം നടത്തുന്ന സംഘത്തെക്കുറിച്ചുള്ള വിവരങ്ങളും രേഖപ്പെടുത്തിയിരിക്കും. ഇങ്ങനെ മോതിരവളയങ്ങൾ സ്ഥാപിച്ച പക്ഷിയെ സ്വതന്ത്രമായി പറന്നുപോകാൻ അനുവദിക്കുന്നു. ലോകത്തെവിടെയുള്ള പക്ഷിനിരീക്ഷകനും ഇത്തരം പക്ഷികളെ കണ്ടെത്തിയാൽ അവയുടെ വിവരങ്ങൾ പരസ്പരം കൈമാറും. പക്ഷികളുടെ ദേശാടനവഴികളെക്കുറിച്ചൊക്കെ വിവരം ശേഖരിച്ചിരുന്നത് ഈ വിധമായിരുന്നു. ഇന്ന് ആധുനിക ഉപകരണങ്ങളും ക്യാമറകളും ഒക്കെ ഇതിനായി ഉപയോഗിക്കാൻ കഴിയുന്നുണ്ട്. അക്കാലത്ത് 'റിംഗിങ്' സമ്പ്രദായം പക്ഷിപഠനങ്ങളിൽ വളരെ പ്രധാനപ്പെട്ടതായിരുന്നു. പുതുമയുള്ളതുമായിരുന്നു. ഇപ്പോൾ പക്ഷികളെ ഇത്തരത്തിൽ കുടുക്കുവലകളിൽ പിടിക്കുന്നത് ഇന്ത്യ ഉൾപ്പെടെയുള്ള പല രാജ്യങ്ങളും നിരോധിച്ചിട്ടുണ്ട്. കൂടുതൽ പക്ഷി സൗഹൃദപഠന രീതികളാണ് ഇപ്പോൾ പരിശീലിക്കുന്നത്. മോതിരവളയങ്ങൾ പക്ഷികളിൽ ഇട്ടുള്ള പഠനം ഇന്ത്യയിൽ പ്രചരിപ്പിച്ചത് സാലിം അലിയാണ്. ഒരു തികഞ്ഞ പക്ഷിവിദഗ്ദ്ധനായി ഇന്ത്യയിൽ 1930 ൽ സാലിം മടങ്ങിയെത്തി. എന്നാൽ താൻ പഠിച്ച വിഷയത്തിൽ ഒരു ജോലി സമ്പാദിക്കുകയെന്നത് വളരെ വളരെ ബുദ്ധിമുട്ടുള്ള കാര്യമായിരുന്നു. പക്ഷിപഠനമൊന്നും ഇന്ത്യയിൽ കാര്യമായി വികസിച്ചിരുന്നില്ല. അതൊരു ജോലിയായി ആരും കരുതിയിരുന്നുമില്ല. ഒരു വിനോദത്തിനപ്പുറം പക്ഷിനിരീക്ഷണം ഇവിടെ വളർന്നിരുന്നില്ലെന്നതായിരുന്നു നേര്. അക്കാദമിക് രംഗങ്ങളിൽ ഇതൊരു ശാസ്ത്ര ശാഖയായി പരിഗണിച്ചിരു

പ്രൊഫ. ഇർവിൻ സ്ട്രെസ്മാൻ

ന്നുമില്ല. സമ്പന്നരുടെ സമയം കൊല്ലി വിനോദമെന്നാണ് പലരും പക്ഷിപഠനത്തെ പരിഹസിച്ചിരുന്നത്. അതുകൊണ്ട് സാലിം അലിയുടെ മുമ്പിൽ ജീവിതം ഒരു കീറാമുട്ടിയായി തന്നെ കിടന്നു.

ഒരു തൊഴിലിനായി പലവാതിലുകളിലും മുട്ടിനോക്കിയെങ്കിലും സർവ്വകലാശാലകളും മറ്റും പക്ഷിപഠനത്തെ ഗൗരവത്തോടെ കാണാതിരുന്നതുകൊണ്ട് ഈ രംഗത്ത് ഒരു ജോലി ലഭിക്കുക അസാദ്ധ്യം തന്നെയായിരുന്നു. പരിസ്ഥിതി പഠനം ഇന്ത്യയിൽ മുളപൊട്ടിവരാൻ പിന്നെയും കാലം കുറെയെടുത്തു. അതുകൊണ്ട് ജീവിക്കാൻ ആവശ്യമുള്ള ഒരു തൊഴിൽ കിട്ടാൻ സാലിം അലി തന്നെ ബുദ്ധിമുട്ടനുഭവിച്ചു. കുടുംബത്തിൽ മറ്റുള്ളവരൊക്കെ സമ്പത്ത് ആർജ്ജിച്ച് നല്ലനിലയിൽ ജീവിക്കുമ്പോൾ സാലിം അലി അവരിൽനിന്ന് വ്യത്യസ്തമായ വഴിയാണ് തെരഞ്ഞെടുത്തത്. കല്ലും മുള്ളും നിറഞ്ഞ യാതനാപൂർണ്ണമായ വഴി. ഈ വഴിയെ സഞ്ചരിച്ചാൽ എന്നെങ്കിലും തനിക്കൊരു നേട്ടമുണ്ടാകുമെന്ന് അന്ന് വിചാരിക്കാനും കഴിയുമായിരുന്നില്ല. എന്നിട്ടും ഒരു നിയോഗം പോലെ പക്ഷികൾക്കുവേണ്ടി സ്വയം സമർപ്പിക്കാനായിരുന്നു സാലിം അലി തീരുമാനിച്ചത്. അത് ശരിയായ വഴിയായിരുന്നുവെന്ന് പിന്നീട് കാലം തെളിയിച്ചു.

ശിക്കാരി

കുട്ടിക്കാലത്ത് വേട്ടക്കഥകൾ കേട്ടും വേട്ടയ്ക്കുള്ള ഒരുക്കങ്ങൾ കണ്ടുമാണ് സാലിം അലി വളർന്നത്. കുടുംബത്തിലെ മുതിർന്ന ആണുങ്ങളൊക്കെ പതിവായി വന്യമൃഗങ്ങളെ വേട്ടയാടാൻ പോകുമായിരുന്നു. സമൂഹത്തിൽ ഉന്നതരുടെ ഇടയിൽ അക്കാലത്ത് വന്യമൃഗവേട്ട ഒരു ലഹരിപിടിപ്പിക്കുന്ന വിനോദവുമായിരുന്നു. അമ്മാവനും മറ്റും വേട്ടയ്ക്കുപോകുന്നതിനുള്ള ഒരുക്കങ്ങൾ നടത്തുന്നത് കുട്ടിയായിരുന്ന സാലിം അലി കൗതുകത്തോടെ നോക്കി മനസ്സിലാക്കുമായിരുന്നു. വലുതാകുമ്പോൾ അമ്മാവനെപ്പോലെ അറിയപ്പെടുന്ന വലിയൊരു വേട്ടക്കാരനാവണമെന്നായിരുന്നു സാലിമിന്റെയും മോഹം. വലിയ സന്നാഹങ്ങളോടെയാണ് സംഘം വന്യമൃഗവേട്ടയ്ക്കുപോകുക. പലതരം തോക്കുകൾ അവർ കൈവശം സൂക്ഷിച്ചിരിക്കും. പുലിയുടെയും കടുവയുടെയും ആക്രമണങ്ങളെ ചെറുക്കാനുള്ള വസ്ത്രങ്ങളും കനത്ത ബൂട്ടും ഒക്കെ ധരിച്ചിട്ടുണ്ടാകും. കാട്ടിൽ തമ്പടിച്ച് പാചകം ചെയ്യുന്നതിനുള്ള സാമഗ്രികൾ ചുമക്കാനും പാചകത്തിനും മറ്റും ആളുകൾ കൂടെ ഉണ്ടാകും. നല്ല കുതിരകളെ തയ്യാറാക്കി നിർത്തിയിരിക്കും. ഒരു യുദ്ധത്തിനുപോകുന്ന തയ്യാറെടുപ്പാണ് അവർ ഇക്കാര്യത്തിൽ ചെയ്തിരുന്നത്.

വേട്ടയാടി പുലിയോ കടുവയോ, കാട്ടുപോത്തിനെയോ കൊണ്ടുവന്നാൽ പിന്നെയൊരു ഉത്സവമാണ്. അവയെ വേട്ടയാടിപ്പിടിച്ച കഥകേൾക്കാൻ എല്ലാവരും അവർക്കുചുറ്റും കൂടും. യുദ്ധം ജയിച്ചുവന്ന ധീരസേനാനിമാരുടെ ഭാവമായിരിക്കും അവർക്ക്. കാട്ടിലെ നിറംപിടിച്ച കഥകൾകേട്ട് സാലിം അലി ഹരംകൊള്ളും. ഇങ്ങനെ വേട്ടയാടി പിടിച്ച മൃഗങ്ങളുടെ തോൽ വേട്ടയുടെ നിത്യസ്മാരകമായി മുറിയിൽ പ്രദർശിപ്പിച്ചുവയ്ക്കും. സാലിമും വലുതാകുമ്പോൾ തന്റെ മുറിയിൽ താൻ വേട്ടയാടിയ

വേട്ടയാടിക്കൊന്ന കടുവക്കൊപ്പം ജിം കോർബെറ്റ്

കടുവയുടെയും പുലിയുടെയുമൊക്കെ തോൽ പ്രദർശിപ്പിക്കുന്നത് സ്വപ്നംകണ്ടിരുന്നു.

വേട്ടക്കാരുടെ ക്ലബ്ബായാണ് ബോംബെ നാച്യുറൽ ഹിസ്റ്ററി സൊസൈറ്റി ആരംഭിച്ചതുതന്നെ. ഇംഗ്ലീഷുകാരായിരുന്നു അതിലെ അംഗങ്ങളിൽ ഭൂരിപക്ഷവും. അമീറുദീൻ തിയാബ്ജിയെപ്പോലെയുള്ള നാട്ടിലെ പ്രമുഖരും അപൂർവ്വമായി അതിൽ അംഗങ്ങളായുണ്ടായിരുന്നു. വന്യമൃഗവേട്ടയുടെ അനുഭവങ്ങൾ പരസ്പരം പങ്കുവയ്ക്കുകയും തങ്ങൾ വെടിവെച്ചിട്ട കടുവയുടെയും പുലിയുടെയും കാട്ടുപോത്തിന്റെയും മാനിന്റെയുമൊക്കെ തോലുകൾ വേട്ടയുടെ നിത്യസ്മാരകമായി സംരക്ഷിക്കുക, വേട്ടയെക്കുറിച്ച് കൂടുതൽ കാര്യങ്ങൾ പഠിക്കുക ഇതൊക്കെയായിരുന്നു ക്ലബ്ബിന്റെ ഉദ്ദേശലക്ഷ്യങ്ങൾ. ഇതിന്റെ ഭാഗമായി വിവിധജാതി വന്യമൃഗങ്ങളുടെ ശീലങ്ങളും മറ്റും വേട്ടക്കാർക്ക് പഠിക്കേണ്ടതുണ്ടായിരുന്നു. ഇതൊക്കെ കണ്ടുംകേട്ടും വളർന്ന സാലിം അലി ഒരു വേട്ടക്കാരനാകാൻ മോഹിക്കുക സ്വാഭാവികമാണ്.

നാട്ടുകാരുടെ ഇടയിൽ വേട്ടക്കാർ വീരനായകരായിരുന്നു. അക്കാലത്തൊക്കെ വന്യമൃഗങ്ങൾ ജനങ്ങളെ ആക്രമിച്ചുകൊല്ലുക സാധാരണമാണ്. ജനവാസകേന്ദ്രങ്ങളിൽ പുലിയിറങ്ങി വളർത്തുമൃഗങ്ങളെയും തരം കിട്ടിയാൽ മനുഷ്യരെയും ആക്രമിച്ചു കൊല്ലും. അതോടെ ജനങ്ങൾ ഭീതിയിലാകും. കരിമ്പുതോട്ടങ്ങളിലും തേയിലത്തോട്ടങ്ങളിലും പാടത്തുമൊക്കെയാണ് സാധാരണ പുലി പതിയിരുന്ന് ആക്രമണം നടത്തുന്നത്. വീട്ടു

മൃഗങ്ങളെയും വളർത്തുനായ്ക്കളെയും അവ ആക്രമിച്ചുകൊല്ലും. വനമേഖലയോട് അടുത്തുപാർക്കുന്നവർ രാവിലെ മലവിസർജ്ജനത്തിനും മറ്റും പോകുമ്പോൾ അവരെ ആക്രമിച്ചു കൊല്ലുകയും പതിവായിരുന്നു. ഇങ്ങനെ മനുഷ്യരെ ആക്രമിച്ചുകൊല്ലുകയും വളർത്തുമൃഗങ്ങളെ തിന്നുകയും ചെയ്യുന്ന പുലിയേയും കടുവയേയുമൊക്കെ വേട്ടയാടിക്കൊല്ലുന്നവരെ വലിയ ആദരവോടെയാണ് ജനങ്ങൾ കണ്ടിരുന്നത്. വേട്ടക്കാർക്ക് അവരുടെയിടയിൽ രക്ഷകരുടെ ഒരു പരിവേഷം തന്നെയുണ്ടായിരുന്നു. വന്യമൃഗങ്ങളെ വേട്ടയാടുന്നതിലേക്ക് ആളുകളെ ആകർഷിക്കാൻ ഇതൊക്കെ കാരണമായിട്ടുണ്ട്. വീരപരിവേഷമുള്ള ഒരു വേട്ടക്കാരനാകാൻ മോഹിച്ച സാലിം അലിക്ക് അമ്മാവൻ കുട്ടിക്കാലത്തുതന്നെ ഒരു എയർഗൺ വാങ്ങി സമ്മാനിച്ചതോടെ വേട്ടക്കമ്പം ഇരട്ടിച്ചു. അനന്തരവനും വേട്ടയാടലിന്റെ ബാലപാഠം കുട്ടിക്കാലത്ത് തന്നെ അഭ്യസിക്കട്ടെയെന്നായിരുന്നു അദ്ദേഹത്തിന്റെ ചിന്ത.

വേട്ടക്കാരെക്കുറിച്ചുള്ള താരപരിവേഷം കുട്ടിക്കാലത്തുതന്നെ മനസ്സിൽ ഉറച്ച സാലിം അലിയിൽ ഒരു വേട്ടക്കാരന്റെ ഊർജ്ജസ്വലതയും സൂക്ഷ്മതയും ലഹരിയും എപ്പോഴും ഉണ്ടായിരുന്നതായി കാണാം.

വേട്ടക്കാരന്റെ സൂക്ഷ്മപരിസരശ്രദ്ധ പ്രകൃതിനിരീക്ഷണത്തിൽ സാലിം അലിയെ വളരെയധികം സഹായിച്ചിട്ടുണ്ട്. കാട്ടിൽ ഓരോ ഇഞ്ചും അപകടം പതിയിരിക്കുന്നതിനാൽ വേട്ടക്കാരന് അതീവ ജാഗ്രത ആവശ്യമാണ്. ഇല്ലെങ്കിൽ സ്വന്തംജീവൻ തന്നെ നഷ്ടപ്പെടും. ഹിമാലയൻ മേഖലയിൽ മനുഷ്യരെ കൊന്നിരുന്ന മോഹൻ കടുവയെ വകവരുത്താൻ ജിംകോർബറ്റ് നടത്തിയ വേട്ടയുടെ അനുഭവക്കുറിപ്പ് പ്രകൃതിനിരീക്ഷണത്തെ സംബന്ധിച്ചുകൂടി വലിയ ഉൾക്കാഴ്ച നല്കുന്നവയാണ്. ജിംകോർബറ്റ് എഴുതുന്നു:

"ഏകദേശം മൂന്നുമൈലോളം പാതയുടെ ഇരുവശവും വളരെ ശ്രദ്ധയോടെ ചുറ്റുപാടും നിരീക്ഷിച്ചുകൊണ്ട് ഞാൻ നടന്നു. കടുവയ്ക്കൊരു സ്വഭാവമുണ്ട്. സ്ഥിരമായി സഞ്ചരിക്കുന്ന പാതയുടെ ഇരുവശത്തും ഇവിടെയും അവിടെയും മാന്തി ചില അടയാളങ്ങൾ ഇട്ടുവയ്ക്കും. നമ്മൾ വീട്ടിൽ വളർത്തുന്ന പൂച്ചകളും ഇത്തരത്തിൽ മാന്താറുണ്ട്. ഇത് ഇരുവരുടെയും ഒരു പൊതുസ്വഭാവമാകാം. ഒരു നായാട്ടുകാരനെ സംബന്ധിച്ച് ഇത്തരം പാടുകൾ വളരെവിലപിടിച്ച സൂചനകളാണ്. മാന്തിയപാട് സൂക്ഷ്മതയോടെ നിരീക്ഷിച്ചാൽ അതുണ്ടാക്കിയ മൃഗം ആണാണോ, പെണ്ണാണോയെന്ന് തിരിച്ചറിയാം. മൃഗം ഏതുവഴിക്കാണ് പോയത്. എപ്പോഴാണ് പോയത്. അതിന്റെ സങ്കേതം എത്രയകലെയാണ്. ഏതുതരം ജീവിയെയാണത് കൊന്നത്. മനുഷ്യരെ ഈ അടുത്തകാലത്തെങ്ങാനും കൊന്നിട്ടുണ്ടോ? തുടങ്ങിയ വിവരങ്ങളൊക്കെ ഈ മാന്തൽ പാടുകളിൽനിന്ന് മനസ്സിലാക്കിയെടുക്കാൻ കഴിയും. കാൽപ്പാടുകൾ നോക്കി കടുവയുടെ വയസ്സ് തിട്ടപ്പെടുത്താൻ കഴിയും. കടുവ ആണാണോ, പെണ്ണാണോയെന്നുമറിയാം. അതിന്റെ കാലുകൾക്ക് വൈകല്യമുണ്ടോയെന്ന് മനസ്സിലാ

ക്കാം. നരഭോജിയായ ഒരു കടുവയെ കൊല്ലാൻ തുനിഞ്ഞിറങ്ങുന്ന ഒരു നായാട്ടുകാരൻ ഇതെല്ലാം കണ്ണുതുറന്നു കാണേണ്ടതുണ്ട്".

കാട്ടിൽവെച്ച് ചെറിയൊരു അശ്രദ്ധയുണ്ടായാൽ മതി കടുവയും പുലിയുമൊക്കെ വേട്ടക്കാരന്റെ കഥകഴിക്കാൻ. സാലിം അലി തന്നെ കുടുംബക്കാരിൽ ഒരാൾക്കുണ്ടായ ഇത്തരം ഒരു സംഭവം രേഖപ്പെടുത്തിയിട്ടുണ്ട്. ഒരിക്കൽ ഹൈദരാബാദിലെ ഉട്ട്നൂർ കാടുകളിൽ സാലിം അലി അളിയൻ ഷംസിന്റെ കൂടെ പുലിവേട്ടയ്ക്ക് പോകാൻ തീരുമാനിച്ചു. അതിനുള്ള ഒരുക്കങ്ങളും ആരംഭിച്ചു. എന്നാൽ പുലിവേട്ടയ്ക്ക് പോകേണ്ട ദിവസമടുത്തപ്പോൾ ബാംഗ്ലൂർ നാച്യുറൽ ഹിസ്റ്ററി സൊസൈറ്റി മ്യൂസിയത്തിൽ ഒരു ജോലിക്ക് ഇന്റർവ്യൂവിനുള്ള ക്ഷണം വന്നു. വേട്ടയ്ക്കുപോകണമോ, ഇന്റർവ്യൂവിന് പോകണമോ എന്ന് സാലിം അലി ശങ്കിച്ചു. താൻ ഏറെക്കൊതിക്കുന്ന ഒരു ജോലിക്കുള്ള ഇന്റർവ്യൂവിന് തന്നെ പോകാൻ സാലിം അലി ഒടുക്കം തീരുമാനിച്ചു. സാലിം അലിയെ കൂടാതെ പുലിവേട്ടയ്ക്കുപോയ ഷംസുവിനെ പുലി ആക്രമിച്ചു ദാരുണമായി കൊലപ്പെടുത്തി. മറ്റൊരു ബന്ധു അസിമിന് പുലിയുടെ ആക്രമണത്തിൽ മാരകമായി പരിക്കേല്ക്കുകയും ചെയ്തു. ഒരുപക്ഷേ, സാലിം അലി അന്ന് വേട്ടയ്ക്കുപോയിരുന്നുവെങ്കിൽ എന്തായിരിക്കും സംഭവിക്കുകയെന്ന് പ്രവചിക്കാനാവില്ല. പുലിയുടെ ആക്രമണത്തിൽ ജീവൻപോലും നഷ്ടപ്പെടുമായിരുന്നേനെ. ജീവിതകാലം മുഴുവൻ ആ പുലിവേട്ടയുടെ നടുക്കുന്ന ഓർമ്മകളിൽനിന്ന് അസിം മുക്തനായിരുന്നില്ല.

ഇങ്ങനെ കുടുംബക്കാരുടെ വേട്ടക്കഥ കേട്ടും അവരോടൊപ്പം വേട്ടയാടിയും കഴിഞ്ഞിരുന്ന സാലിം അലി അറിയപ്പെടുന്ന വലിയൊരു പക്ഷിനിരീക്ഷകനായി മാറിക്കഴിഞ്ഞിട്ടും തന്റെ വേട്ടക്കഥകൾ പറയാൻ നൂറുനാവായിരുന്നു. കുട്ടികളോട് ഇത്തരം കഥകളൊക്കെ പറയാൻ സാലിം അലിക്കു ഒരു പ്രത്യേക കഴിവുതന്നെയുണ്ടായിരുന്നു. കുടുംബത്തിലെ കുട്ടികളുടെയെല്ലാം വലിയൊരു ആരാധനാപാത്രമായിരുന്നു അദ്ദേഹമെന്ന് പറയാം. സാലിം അലിയുടെ മുറിതന്നെ കുട്ടികൾക്കൊരു അത്ഭുതമായിരുന്നു. വേട്ടയാടലിന്റെ മാസ്മരികതയും ഭീതിയും ത്രില്ലുമൊക്കെ അദ്ദേഹത്തിന്റെ മുറിയിൽ നിന്നുതന്നെ അവർക്ക് കിട്ടുമായിരുന്നു. സാലിം അലി തന്നെ വേട്ടയാടിക്കൊന്ന ഒരു കടുവയുടെ തുകലാണ് മുറിയുടെ ഒത്ത മദ്ധ്യത്തിൽ വിരിച്ചിരുന്നത്. ഭിത്തിയിൽ വേട്ടയാടിക്കൊന്ന ഒരു പുള്ളിപ്പുലിയുടെ തുകൽ തൂക്കിയിട്ടിരുന്നു. കലമാന്റെ കൊമ്പുകളും മറ്റ് വന്യജീവികളുടെ തുകലുകളുമൊക്കെ മുറിയിൽ പ്രദർശിപ്പിച്ചുവച്ചിരുന്നു. സാലിം അലിയിൽനിന്ന് വേട്ടക്കഥകളും പക്ഷിക്കഥകളുമൊക്കെ കേൾക്കാൻ കുട്ടികൾ അദ്ദേഹത്തിനുചുറ്റും ആർത്തിയോടെ ഒത്തുകൂടും. കുട്ടികളെ ഒരിക്കലും അദ്ദേഹം നിരാശരാക്കാറില്ലായിരുന്നു. കുട്ടികൾ ഇല്ലാതിരുന്ന സാലിം അലി കുട്ടികളെ ഏറെ സ്നേഹിച്ചിരുന്നു. വേട്ടയ്ക്കുപോകുമ്പോൾ കൂടെക്കൊണ്ടുപോകാറുള്ള തോക്ക് പെട്ടിയെടുത്ത് വിവിധ തരത്തിലുള്ള തോക്കുകൾ കുട്ടികൾക്കദ്ദേഹം കാണിച്ചുകൊടുക്കും. അവയുടെ പ്രയോ

കെന്നത്ത് ആൻഡേഴ്സൺ

ഗരീതികളെക്കുറിച്ചു പറഞ്ഞുകൊടുക്കും. വേട്ടയുടെ അനുഭവങ്ങൾ വിവരിക്കും. കുട്ടികൾ കണ്ണുമിഴിച്ച് കേട്ടിരിക്കും. ബ്രിട്ടീഷ് രീതിയിലുള്ള പക്ഷി നിരീക്ഷണം പരിശീലിച്ചിരുന്ന സാലിം അലിക്ക് പക്ഷികളെ വെടിവെച്ചിടേണ്ടിവരുക സാധാരണമായിരുന്നു. ആകാശത്തുകൂടി പറന്നുപോകുന്ന പക്ഷിയെ വെടിവെച്ചിടാൻ തക്ക ഉന്നമുള്ളയാളുമായിരുന്നു. അക്കാലത്ത് പക്ഷികളെ വെടിവെച്ചിട്ടാണ് അവയെ കുറിച്ചുപഠിച്ചിരുന്നത്. പക്ഷികളെ അടുത്തുപരിശോധിക്കാനും സൂക്ഷിച്ചുവെച്ച് പഠിക്കാനുമൊക്കെ അന്ന് വേറെ മാർഗ്ഗങ്ങളുമില്ലായിരുന്നു. അതുകൊണ്ട് തന്നെ നല്ലൊരുപക്ഷി നിരീക്ഷകൻ നല്ലൊരു വേട്ടക്കാരനും കൂടിയാകേണ്ടതുണ്ടായിരുന്നു. സാലിം അലി ഇതിൽ രണ്ടിലും ഒരുപോലെ വിദഗ്ദ്ധനായിരുന്നു. കേരളീയരുടെ പ്രിയപ്പെട്ട പക്ഷിനിരീക്ഷകൻ ഇന്ദുചൂഡനും അവസാനമായി വനം വകുപ്പിന് എഴുതിയ കത്തിൽ പഠനാവശ്യങ്ങൾക്കായി ചില പക്ഷികളെ വെടി വച്ചിടാൻ അനുമതി നല്കണമെന്നായിരുന്നു ആവശ്യപ്പെട്ടത്. സാലിം അലി തന്റെ തോക്കുപെട്ടി വളരെ കരുതലോടെയാണ് സൂക്ഷിച്ചിരുന്നത്. തോക്കുകൾ ഓരോന്നെടുത്ത് എണ്ണയിടുന്നതിലും തുത്തുവൃത്തിയാക്കി സൂക്ഷിച്ചുവയ്ക്കുന്നതിനും അദ്ദേഹം പ്രത്യേക സമയം കണ്ടെത്തിയിരുന്നു. ഇതിലൊക്കെ അദ്ദേഹം അഭിമാനിച്ചിരുന്നു. പൊതുവെ എല്ലാക്കാര്യങ്ങളിലും ഒരടുക്കും ചിട്ടയുമുള്ളയാളായിരുന്നു അദ്ദേഹം. പ്രവർത്തനതാളത്തിനു ഭംഗം വന്നാൽ അദ്ദേഹം പെട്ടെന്ന് ദേഷ്യപ്പെടും.

രാവിലെ അഞ്ചുമണിക്ക് പുറപ്പെടാൻ തീരുമാനിച്ചാൽ എല്ലാവരും അഞ്ചിനു തന്നെ റെഡിയായിരിക്കണം. ഇല്ലെങ്കിൽ അദ്ദേഹം പൊട്ടിത്തെറിക്കും. എന്നാൽ കോപം വേഗം ഇല്ലാതാകുകയും ചെയ്യും. അമീറുദ്ദീൻ തിയാബ്ദി സാലിം അലിയെ നല്ലൊരു വേട്ടക്കാരൻ ആക്കി വളർത്തിയെടുക്കാൻ മോഹിച്ചിരുന്നുവെങ്കിൽ സാലിം അലി തന്റെ അനന്തരവന്മാരെയും മറ്റുകുട്ടികളെയും പ്രകൃതിസ്നേഹത്തിലേക്ക് കൂടി ആകർഷിച്ചു. പക്ഷിവേട്ട പക്ഷിപഠനത്തിന്റെ ഭാഗം കൂടിയായിരുന്നതുകൊണ്ടാകാം അവരെ തോക്കുകളുടെ പ്രയോഗങ്ങളെക്കുറിച്ചുകൂടി പറഞ്ഞുകൊടുത്തിരുന്നതെന്ന് കരുതാം.

ഒരിക്കൽ തന്റെ അമ്മാവൻ കൂടിയായ സാലിം അലിക്കൊപ്പം അമീർ അലി കാശ്മീരിലെ ലഡാക്ക് മലനിരകളിൽ കൂടി സഞ്ചരിക്കുകയായിരുന്നു. പ്രകൃതിസൗന്ദര്യം ആസ്വദിച്ചു പക്ഷികളെ നിരീക്ഷിച്ചും ഇങ്ങനെ കാട്ടിലൂടെ നടക്കുമ്പോൾ ഒരുകൂട്ടം പട്ടാളക്കാർ കണ്ണിൽക്കണ്ട ജീവികളെയൊക്കെ ഓടിച്ചിട്ടു വെടിവെച്ചുരസിക്കുന്നതുകണ്ടു. അമീർ അലി അതിനെതിരെ പ്രതിഷേധിച്ചു പിറുപിറുത്തു. അതുകേട്ട് സാലിം അലി പറഞ്ഞു. അതിർത്തിയിൽ കാവൽനില്ക്കുന്ന പട്ടാളക്കാർ അനുഭവിക്കുന്ന തീവ്രസമ്മർദ്ദങ്ങളിൽനിന്നും ഏകാന്തതയിൽനിന്നും രക്ഷപ്പെടാനാണിവർ ഇങ്ങനെ വേട്ടയാടുന്നത്. അവരനുഭവിക്കുന്ന മാനസികസമ്മർദ്ദങ്ങൾ കൂടി മനസ്സിലാക്കാതെ അവരെ ഇങ്ങനെ കുറ്റപ്പെടുത്തരുതെന്നും സാലിം അലി തന്റെ അനന്തരവനെ ഉപദേശിച്ചു.

മറ്റൊരിക്കൽ സാലിം അലി പൂനയിൽ ഒരുപരിപാടിയിൽ പങ്കെടുത്തു സംസാരിക്കുകയായിരുന്നു. സാലിം അലിയുടെ പ്രഭാഷണം കഴിഞ്ഞപ്പോൾ അദ്ദേഹത്തോട് സംശയങ്ങൾ ചോദിക്കാൻ അവിടെ കൂടിയിരുന്നവർക്ക് അവസരവും ഉണ്ടായിരുന്നു. പലരും പക്ഷിനിരീക്ഷണത്തെയും പരിസ്ഥിതിയെയുംകുറിച്ച് അദ്ദേഹത്തോട് ചോദിച്ചു. അതിനൊക്കെ ലളിതമായഭാഷയിൽ അദ്ദേഹം മറുപടി പറയുകയും ചെയ്തുകൊണ്ടിരുന്നു. അപ്പോൾ ഒരു കുട്ടിയെണീറ്റ് ചോദിച്ചു

"അങ്ങേക്ക് ഏറ്റവും ഇഷ്ടപ്പെട്ട പക്ഷിയേതാണ്?"

ആയിരക്കണക്കിന് പക്ഷികളുമായി നിത്യസമ്പർക്കത്തിൽ കഴിയുന്ന സാലിം അലി ഒരിക്കൽപ്പോലും തനിക്കേറ്റവും ഇഷ്ടപ്പെട്ട പക്ഷിയേതാണെന്ന് ആലോചിച്ചിരുന്നില്ല. അതുകൊണ്ടുതന്നെ അദ്ദേഹം ഒരു നിമിഷം നിശ്ശബ്ദനായി. എന്നിട്ട് ആലോചനയിൽ ആണ്ടുകൊണ്ട് പറഞ്ഞു. "പച്ച എരണ്ട" (കോട്ടൺ ടീൽ) എന്നിട്ട് അദ്ദേഹം കുട്ടിയുടെ മുഖത്തേക്ക് നോക്കി. കുട്ടി ആ ഉത്തരംകൊണ്ടുമാത്രം തൃപ്തനായിട്ടില്ലെന്ന് സാലിം അലിക്ക് മനസ്സിലായി. കുട്ടിയിൽനിന്ന് അടുത്തചോദ്യം പ്രതീക്ഷിച്ച് അദ്ദേഹം നിന്നു.

അദ്ദേഹം പ്രതീക്ഷിച്ചതുപോലെ കുട്ടി ചോദിച്ചു: "എന്തുകൊണ്ടാണ് അങ്ങ് പച്ച ഇരണ്ടയെ ഏറ്റവും കൂടുതൽ ഇഷ്ടപ്പെടാൻ കാരണം." "പച്ച ഇരണ്ടയുടെ ഇറച്ചിക്ക് നല്ല രുചിയുള്ളതുകൊണ്ട്." ഒരു പുഞ്ചിരിയോടെ

അദ്ദേഹം ഉടൻ മറുപടി പറഞ്ഞു. സാലിം അലി പാതികളിയായും പാതി കാര്യമായിട്ടാവാം ഈ ഉത്തരം പറഞ്ഞിരിക്കുകയെന്നാണെന്റെ വിചാരം. സാലിം അലി പറഞ്ഞ ഉത്തരം കുട്ടിയെ തൃപ്തനാക്കിയിട്ടുണ്ടാകുമോ യെന്നൊന്നും എനിക്കറിയില്ല. എന്തായാലും സാലിം അലിയിൽ പക്ഷി നിരീക്ഷകനും പ്രകൃതി സംരക്ഷകനും ഒപ്പം മുന്നിട്ടുനിന്നിരുന്ന ഒരു വേട്ട ക്കാരനെയും ഈ ഉത്തരത്തിലൂടെ നമുക്ക് വായിച്ചെടുക്കാം.

കേരളത്തിൽ കാണപ്പെടുന്ന എരണ്ടകളിൽ ഏറ്റവും ചെറിയതാണ് പച്ച എരണ്ട. ഇന്ത്യയിൽ പലയിടത്തും ഇവ കൂടൊരുക്കിക്കാണാറുണ്ട്. എരണ്ടകൾ പൊതുവെ സുന്ദരന്മാരും സുന്ദരികളുമാണ്. പച്ച എരണ്ടക ളിൽ വിവാഹവേഷമണിഞ്ഞ പൂവനെ ഒന്നുകാണേണ്ടതുതന്നെ. പുറവും ചിറകുകളും തിളങ്ങുന്ന പച്ചയും തവിട്ടുനിറവുമായിരിക്കും. തലയും കഴുത്തും ദേഹത്തിന്റെ അടിവശവുമെല്ലാം തൂവെള്ള. തലയുടെ ഉച്ചി നന്നായി കറുത്തിട്ടായിരിക്കും. കഴുത്തിനുചുറ്റും കറുത്തമാല ധരിച്ചമാ തിരി വളയം കാണാം. പക്ഷിപറക്കുമ്പോൾ ചിറകുകളുടെ പിൻഅരികിൽ വീതിയുള്ള ഒരു വെള്ളക്കര തെളിയും. കേരളത്തിൽ വാലൻ എരണ്ട, വരി എരണ്ട, വെള്ളക്കണ്ണി എരണ്ട, ചൂളൻ എരണ്ട എന്നീ എരണ്ടവർഗ്ഗ ങ്ങളെയും കാണാം. താറാവുകളുടെ ബന്ധുക്കളാണിവയൊക്കെ. ആയി രക്കണക്കിന് എരണ്ടകളെ നമ്മുടെ തണ്ണീർത്തടങ്ങളിൽ മഞ്ഞുകാലത്ത് കാണാൻകഴിയും. അതുകൊണ്ട് വേട്ടക്കാരുടെ നോട്ടം എപ്പോഴും എര ണ്ടകൾക്കുമേലുണ്ടുതാനും. വെടിയിറച്ചിയായി കുട്ടനാട്ടിലും മറ്റും എര ണ്ടകളെ കറിവെച്ച് ഹോട്ടലുകളിൽ ഒരുകാലത്ത് വിറ്റിരുന്നു. സാലിം അലി ചൂണ്ടിക്കാട്ടിയതുപോലെ ഇവയുടെ മാംസം രുചികരമായതുകൊണ്ടുകൂ ടിയാവാം ഇന്ത്യയിലെമ്പാടും വേട്ടക്കാർ ഇവയുടെ പിന്നാലെ പോയിരു ന്നത്. പക്ഷിവേട്ട ഇപ്പോൾ വലിയതോതിൽ കുറഞ്ഞത് ഇവയ്ക്ക് രക്ഷ യായിട്ടുണ്ട്. സർക്കാർ പക്ഷിവേട്ട നിയമംമൂലം തടഞ്ഞിട്ടുമുണ്ട്.

സാലിം അലിയും സംഘവും പക്ഷിസർവ്വേക്കും മറ്റും പോകുമ്പോൾ നാട്ടുകാർ അവരെക്കുറിച്ച് ധരിച്ചുവച്ചിരുന്നത് പക്ഷിവേട്ടക്കാരാണെ ന്നാണ്. പക്ഷി സർവ്വേയുടെ ഭാഗമായി ധാരാളം പക്ഷികളെ സംഘം വെടിവെച്ചിടുന്നതുകൊണ്ടാവാം നാട്ടുകാർ അങ്ങനെ കരുതിയിരുന്നത്. പക്ഷി സർവ്വേയെ കുറിച്ച് നാട്ടുകാർക്ക് യാതൊരു വിവരവും അക്കാലത്ത് ഉണ്ടാവാനിടയില്ലതാനും. പക്ഷിസർവ്വേക്കുപോകുമ്പോൾ നാട്ടുകാർക്ക് ശല്യമാകുന്ന വന്യമൃഗങ്ങളെയും വെള്ളക്കെട്ടിൽ കഴിയുന്ന ചീങ്കണ്ണിക ളെയും വകവരുത്താൻ അവർ സാലിം അലിയെ സമീപിക്കുകയും പതി വായിരുന്നു. സാലിം അലി വളരെ അനുഭാവപൂർവ്വം അവരോട് സഹക രിക്കുകയും ചെയ്തിരുന്നു. ഒരിക്കൽ ഗോദാവരി നദിയുടെ തീരത്ത് പക്ഷി സർവ്വേ നടത്തുമ്പോൾ നാട്ടുകാരിൽ ചിലർവന്ന് ശല്യക്കാരനായ ഒരു ചീങ്കണ്ണിയെ വകവരുത്തണമെന്നപേക്ഷിച്ചു. നദിയിലൂടെ നീന്തിവന്ന് ചീങ്കണ്ണി നാട്ടുകാരെ കൂടെ കൂടെ ഉപദ്രവിക്കാറുണ്ടത്രെ! ഇനി അതിനെ കാണുമ്പോൾ വന്നറിയിച്ചാൽ മതിയെന്ന് അദ്ദേഹം അവരെ സമാധാനി

ഡോ. സാലിം അലി

പ്പിച്ച് പറഞ്ഞയച്ചു. ഒരു ദിവസം ഒരാൾ ഓടിവന്നറിയിച്ചു ചീങ്കണ്ണി പുഴയിലെത്തിയിട്ടുണ്ടെന്ന്. സാലിം അലി തോക്കും ബൈനോക്കുലറുമായി അയാൾക്കൊപ്പം പുഴക്കരയിലേക്ക് കുതിച്ചു. ഒരു കറുത്തസാധനം വെള്ളത്തിൽ പൊങ്ങിക്കിടക്കുന്നതുകണ്ട് സാലിം അലി സൂക്ഷ്മതയോടെ

നോക്കിയപ്പോൾ ഒരു സ്ത്രീയുടെ അഴുകിയ ജഡമാണെന്ന് കണ്ടു. സാലിമിൽ അതൊരു ഞെട്ടലാണുണ്ടാക്കിയത്. ഇങ്ങനെ വേട്ടയുടെ ഒരുപാട നുഭവങ്ങൾ സാലിം അലിക്കു പറയാനുണ്ടായിരുന്നു. വേട്ടക്കാരായി തുടങ്ങി വലിയ പ്രകൃതിനിരീക്ഷകരായും പരിസ്ഥിതി സംരക്ഷകരായും വളർന്ന ഒരുതലമുറ മുമ്പിവിടെയുണ്ടായിരുന്നു. സാലിം അലിയും അത്തരത്തിൽപ്പെട്ട ഒരാളായിരുന്നുവെന്ന് കാണാം. കെന്നത്ത് ആൻഡേഴ്സന്റെ വേട്ടക്കുറിപ്പുകളിലൂടെ ഒന്നുകണ്ണോടിച്ചാൽ അവ ഒന്നാന്തരം പ്രകൃതി നിരീക്ഷണ കുറിപ്പുകളാണെന്നു ബോദ്ധ്യമാകും.

"കാട്ടിനുള്ളിൽ ഒരു ലംഗൂർ കുരങ്ങനും അവന്റെ പെണ്ണും കൂടി ഭയന്നമട്ടിൽ ശബ്ദിക്കാൻ തുടങ്ങി. കടുവയെ കണ്ട് മറ്റ് കുരങ്ങന്മാർക്ക് മുന്നറിയിപ്പ് നല്കുകയാവാം. കടുവ, പുലി എന്നീ മൃഗങ്ങൾക്ക് ഇഷ്ടപ്പെട്ട ഇറച്ചിയാണ് കുരങ്ങന്റേത്. അതറിയാവുന്നതുകൊണ്ട് കുരങ്ങന്മാർ എപ്പോഴും ശത്രുക്കൾക്കെതിരെ ജാഗ്രതയോടെയാണിരിപ്പ്. കുരങ്ങിൻകൂട്ടം തങ്ങളിൽ ഒരുവനെ ചുറ്റുപാടും നിരീക്ഷിക്കാനായി നിയോഗിക്കാറുണ്ട്. ഭക്ഷണംപോലും ഉപേക്ഷിച്ച് തന്റെ ഉത്തരവാദിത്വം ആ കുരങ്ങൻ നിറവേറ്റുകയും ചെയ്യും. ശത്രുക്കളുടെ തലവെട്ടം കണ്ടാലുടൻ മറ്റുള്ളവർക്കവ ഉച്ചത്തിൽ ശബ്ദിച്ച് മുന്നറിയിപ്പ് നല്കും. അതുകേട്ടാലുടൻ കുഞ്ഞുങ്ങളുമായി അമ്മക്കുരങ്ങും മറ്റ് കുരങ്ങന്മാരും മരത്തിന്റെ ഉയർന്ന ചില്ലകളിൽ അഭയംതേടും. എന്നാൽ ഇതറിയാവുന്ന കടുവയും പുലിയും നിരാശരാകില്ല. കുരങ്ങുകൾ ഇരിക്കുന്ന വൃക്ഷച്ചുവട്ടിൽ ചെന്ന് ഏറ്റവും താഴെയുള്ള ശിഖരത്തിലേക്ക് ചാടിക്കയറും. എന്നിട്ട് കുരങ്ങുകളെ നോക്കി മുരളും. മുകളിലേക്ക് കയറാൻ ഭാവിക്കും. ഇതുകണ്ട് ഭയന്ന് കുരങ്ങുകൾ പലഭാഗത്തേക്ക് ചാടും. ചിലത് താഴെവീഴും. കടുവകൾ അവയെ പിടിച്ചു തിന്നുകയും ചെയ്യും."

ഇത്തരം വേട്ടക്കുറിപ്പുകൾ എഴുതുന്നതിന്റെ ഭാഗമായിട്ടായിരിക്കണം സാലിം അലി കുട്ടിയായിരുന്നപ്പോൾത്തന്നെ താൻ വെടിവെച്ചിട്ട കുരുവികളെക്കുറിച്ച് വിവരങ്ങൾ എഴുതി സൂക്ഷിച്ചിരുന്നതെന്നുവേണം കരുതാൻ.

കമ്യൂണിസ്റ്റായ സാലിം അലി

നല്ലൊരു മനുഷ്യസ്നേഹിക്കു മാത്രമേ നല്ലൊരു പ്രകൃതി സ്നേഹിയും പക്ഷി നിരീക്ഷകനുമാകാനാവുകയുള്ളൂ. സാലിം അലിയും മനുഷ്യജീവികളോട് കരുണയും അലിവും ഉള്ളയാളായിരുന്നു. അവരുടെ ദുരിതങ്ങൾ സാലിം അലിയേയും വേദനിപ്പിച്ചിരുന്നു. സാലിം അലിയോട് ഒരിക്കലെങ്കിലും ഇടപെട്ടിട്ടുള്ള ആർക്കും അദ്ദേഹത്തിന്റെ മനുഷ്യപ്പറ്റുള്ള പ്രകൃതം മറക്കാനാവുകയില്ല. ശിഷ്യരൊക്കെ അദ്ദേഹത്തിന്റെ സ്നേഹ വാത്സല്യങ്ങൾ ഏറെ അനുഭവിച്ചവരാണ്. സാലിം അലിയുടെ സഹായത്തെക്കുറിച്ചു പറയാൻ അവർക്കൊക്കെ നൂറു നാവുണ്ടുതാനും. സഹപ്രവർത്തകരോടും, ശിഷ്യരോടും ബന്ധുക്കളോടും മാത്രമായുള്ള സ്നേഹമാണിതെന്ന് ആരും കരുതരുത്. യഥാർത്ഥത്തിൽ സാലിം അലിക്ക് മനുഷ്യരുടെ ഇടയിൽ ഒരുതരത്തിലുള്ള വലിപ്പച്ചെറുപ്പവും ഉണ്ടായിരുന്നില്ല. പ്രധാനമന്ത്രിയുടെ വാക്കുകൾക്ക് ചെവി കൊടുക്കുന്നതുപോലെ താനാദ്യമായി കാണുന്ന ഒരു ഗ്രാമീണന്റെ വാക്കുകളും അദ്ദേഹം ശ്രദ്ധിച്ചിരുന്നു. ഏതെങ്കിലും കുഗ്രാമത്തിൽ പക്ഷി ഗവേഷണത്തിന് സാലിം അലിയും സംഘവുമെത്തിയാൽ നാട്ടുകാരിൽ ആരെങ്കിലുമൊക്കെ വന്ന് സാലിം അലിയെ കണ്ട് എന്തെങ്കിലും കൊച്ചുകൊച്ചാവശ്യങ്ങൾ പറയും. കാഴ്ചയിൽ അദ്ദേഹമൊരു പ്രധാനിയാണെന്ന് തോന്നുന്നതുകൊണ്ടാണിങ്ങനെ സങ്കടങ്ങൾ പറയുവാൻ എത്തുന്നത്. ഗൗരവമായ പഠനങ്ങൾക്കിടയ്ക്കും അവരുടെ താരതമ്യേന നിസ്സാരമെന്ന് തോന്നുന്ന ആവശ്യങ്ങൾ സാധിച്ചു കൊടുക്കാൻ സാലിം അലി തന്നെ മുന്നിട്ടിറങ്ങുമായിരുന്നു. തന്നെ സമീപിക്കുന്ന ഒരാളെയും അദ്ദേഹം നിരാശനാക്കിയിരുന്നില്ല.

ദരിദ്രരുടെമേൽ സാലിം അലിയുടെ ഒരു കണ്ണ് എപ്പോഴുമുണ്ടായി

രുന്നു. അവരുടെ ജീവിതം മെച്ചപ്പെടുത്താൻ തന്നെ കൊണ്ടാവതു ചെയ്യുമായിരുന്നു. തന്റെ തുച്ഛമായ വരുമാനത്തിൽനിന്ന് കുറെ ഭാഗം മാറ്റിവച്ച് ഇത്തരക്കാർക്ക് സാമ്പത്തിക സഹായവും അദ്ദേഹം ചെയ്തിരുന്നു. ഇതൊരു പക്ഷേ, കൂടെയുള്ള ആരും തന്നെ അറിയണമെന്നില്ല. ഒരിക്കൽ സാലിം അലിയും സംഘവും തെക്കേ ഇന്ത്യയിലെ ഒരു ഗ്രാമത്തിൽ പക്ഷികളെ തേടിയെത്തി. കൃഷിപ്പണി ചെയ്തും ആടുമേച്ചും കഴിയുന്ന പാവങ്ങളായിരുന്നു അവരിൽ ഏറെപ്പേരും. ചെറിയ ചെറിയ കുടിലുകളിലാണവർ കഴിഞ്ഞിരുന്നത്. അവിടെ ഗ്രാമീണ സ്ത്രീകളുടെ ഉന്നമനത്തിനായി പ്രവർത്തിക്കുന്ന ഗാന്ധി ആശ്രമം സാലിംഅലിയുടെ ശ്രദ്ധയിൽപ്പെട്ടു. പക്ഷിപഠനത്തിനിടയിൽ അവിടെപ്പോയി ആശ്രമത്തിന്റെ പ്രവർത്തനങ്ങളൊക്കെ അദ്ദേഹം കണ്ടു മനസ്സിലാക്കി. അവിടം ഗ്രാമീണ സ്ത്രീകൾക്ക് തുന്നലും കൈത്തൊഴിലും മറ്റും പഠിപ്പിക്കുന്ന ഒരു കേന്ദ്രമായിരുന്നു. തൊഴിൽ പഠിച്ചിറങ്ങുന്ന സ്ത്രീകൾക്ക് തൊഴിൽ ഉപകരണങ്ങൾ വാങ്ങാനും ആശ്രമം തങ്ങളെക്കൊണ്ട് ചെയ്യാവുന്ന സഹായങ്ങളൊക്കെ ചെയ്തു വന്നിരുന്നു. സാലിം അലി അവർക്ക് നാലഞ്ച് തയ്യൽ മെഷീൻ വാങ്ങുന്നതിന് ആവശ്യമായ പണം നല്കി. അവർ ആവശ്യപ്പെട്ടിട്ടല്ല അദ്ദേഹമത് ചെയ്തത്. സാമ്പത്തിക സഹായം അവർ അർഹിക്കുന്നതായി സാലിം അലിക്ക് തോന്നി. തനിക്ക് നല്കാൻ കഴിയുന്ന പരമാവധി സഹായം അവർക്ക് നല്കുകയും ചെയ്തു. നാട്ടുകാരെ സംബന്ധിച്ച് അതൊരു വലിയ സംഖ്യ തന്നെയായിരുന്നു. വ്യക്തിപരമായ ആവശ്യങ്ങൾക്ക് സാമ്പത്തിക അച്ചടക്കത്തിലൂടെ സ്വരൂപിച്ച പണമാണ് സാലിം അലി ഇത്തരത്തിൽ ദാനം ചെയ്തിരുന്നത്. പൊതുപണം ഒരുതരത്തിലും ദുർവ്യയം ചെയ്യാൻ സാലിം അലി ആരെയും അനുവദിച്ചിരുന്നില്ല. പക്ഷിനിരീക്ഷണ ക്യാമ്പിൽ ഇത് കർശനമായി നടപ്പാക്കിയിരുന്നു. ലളിതമായ ജീവിതം കൊണ്ടു മാത്രമേ പ്രകൃതി സംരക്ഷണം സാദ്ധ്യമാവുകയുള്ളുവെന്ന് സാലിം അലി മനസ്സിലാക്കിയിരുന്നു. ഇതിന് തന്റെ ശിഷ്യരെ സന്നദ്ധരാക്കാൻ കൂടിയായിരുന്നു ലളിത ജീവിതം പരിശീലിപ്പിച്ചിരുന്നത്. വളരെ ലളിതമായ ഭക്ഷണമേ ക്യാമ്പിൽ അനുവദിച്ചിരുന്നുള്ളൂ. കോടിക്കണക്കിന് ജനങ്ങൾ പട്ടിണി കിടക്കുന്ന ഒരു രാജ്യത്ത് ഇതുതന്നെ ധാരാളമാണെന്നാണ് അദ്ദേഹത്തിന്റെ വിചാരം. ശിഷ്യർ വല്ലപ്പോഴും സ്വന്തം ചിലവിൽ കൂടുതലായി എന്തെങ്കിലും വിഭവം പാചകക്കാരനെ കൊണ്ട് തയ്യാറാക്കിച്ചാൽ സാലിം അലി അവരെ അതിനു വഴക്കു പറയുകയും ചെയ്യും. കുറച്ച് പഴവർഗ്ഗങ്ങൾ കൊണ്ടു മാത്രം ജീവിക്കാനും സാലിം അലി ശീലിച്ചിരുന്നു. ഒരു പ്രകൃതി ഉപാസകൻ ഇത്തരത്തിൽ ജീവിച്ചു ശീലിക്കേണ്ടത് ആവശ്യമായിരുന്നു. ജീവിതത്തിലുള്ള ഈ ലാളിത്യം അദ്ദേഹത്തിന്റെ എല്ലാ പ്രവർത്തനങ്ങളിലുമുണ്ടായിരുന്നു. ദൂരെ ദേശത്തേക്ക് കാറിലാണ് യാത്രയെങ്കിൽ മുൻസീറ്റിലാവും സാലിം അലി ഇരിക്കുക. പിറകിൽ ശിഷ്യർ. ആരെങ്കിലും ഒരു ഓറഞ്ച് പൊളിച്ച് രണ്ടല്ലി സാലിം അലിക്ക് നല്കിയാൽ അതിലൊന്ന് ഡ്രൈവർക്ക് നല്കിയിട്ടേ അദ്ദേഹം

കഴിച്ചിരുന്നുള്ളൂ. ഈ സ്വഭാവം അദ്ദേഹത്തിന്റെ ജീവിത കാഴ്ചപ്പാട് വെളിവാക്കുന്നതാണ്. കഴിവതും നടന്നു തന്നെ പക്ഷി നിരീക്ഷണം നടത്താനാണ് അദ്ദേഹം ആഗ്രഹിച്ചിരുന്നത്. സാലിം അലിയെപ്പോലെ ഇന്ത്യ മുഴുവൻ നടന്നു കണ്ട മറ്റൊരാൾ നമുക്കുണ്ടെന്നു തോന്നുന്നില്ല. ഇന്ത്യയിലെ കാടും മേടും പുഴയും കടൽത്തീരവും പട്ടണവും ഗ്രാമങ്ങളും ഒക്കെ കാണുക മാത്രമല്ല. ആഴത്തിൽ അവയെ സ്നേഹിക്കുകയും പഠിക്കുകയും ചെയ്തു.

മഞ്ഞുറഞ്ഞ പർവ്വതങ്ങളിലും കൊടും കാട്ടിലും അദ്ദേഹം ഇന്ത്യയുടെ പ്രകൃതിസമ്പത്തിനെക്കുറിച്ച് പഠിക്കാനായി നടന്നു ചെന്നു. പ്രകൃതി സംരക്ഷണത്തിനു തന്നെ കൊണ്ടാവുന്നതൊക്കെ ചെയ്തു. ഒരുപക്ഷേ, ചെറുപ്പക്കാർ പോലും പ്രായം ചെന്ന സാലിം അലിക്കൊപ്പം നടക്കാൻ അയാസപ്പെടുമായിരുന്നു. അത്ര കണ്ട് ഊർജ്ജസ്വലനായിരുന്നു സാലിം അലി. ഏതു ചെങ്കുത്തായ കയറ്റങ്ങളിലും ബുദ്ധിമുട്ടുള്ള ഗർത്തങ്ങളിലും സാലിം അലി ചെന്നെത്തുമായിരുന്നു. ബൂട്ടു ധരിച്ചാണ് അദ്ദേഹം നടന്നിരുന്നത്.

ഒരിക്കൽ ഗുജറാത്തിൽ പക്ഷി സർവ്വേ നടത്താൻ ഒട്ടകങ്ങളെ തയ്യാറാക്കി നിർത്തി. സാലിം അലി ഒട്ടകത്തിന്റെ പുറത്ത് വലിഞ്ഞു കയറിയിരുന്നു. എന്നാൽ ശിഷ്യർക്ക് അത്ഭുതത്തോടെയത് നോക്കി നില്ക്കാനേ കഴിഞ്ഞിട്ടുള്ളൂ. അറുപതുവയസ്സുള്ള സാലിം അലി എത്ര അനായാസമായിട്ടാണതിന്റെ പുറത്തു കയറിയിരിക്കുന്നത്. ശിഷ്യർക്ക് ഒട്ടകത്തിന്റെ പുറത്തു കയറാൻ കോവണി വേണ്ടി വന്നു!

കുതിരസവാരിയും സാലിം അലി കുട്ടിക്കാലം മുതൽ വളരെ നന്നായി ആസ്വാദിച്ചിരുന്നു. കുതിരകളെ നിയന്ത്രിക്കാൻ ഒരു പ്രത്യേക കഴിവുതന്നെ അദ്ദേഹത്തിനുണ്ടായിരുന്നു. കുന്നിൻ ചരിവുകളിലൂടെയൊക്കെ വളരെ വേഗത്തിൽ കുതിരകളെ പായിച്ച് പോകാൻ അദ്ദേഹം പ്രത്യേകം താല്പര്യം കാട്ടിയിരുന്നു. കുതിരപ്പന്തയങ്ങൾക്കും മറ്റും ഉപയോഗിക്കുന്ന കരുത്തരായ കുതിരകളുടെ പുറത്തും അനായാസം സാലിം അലി സവാരി ചെയ്തിരുന്നു. ഇത്തരം വലിയ പന്തയക്കുതിരകളുടെ പുറത്തിരുന്നു മോട്ടോർ വാഹനങ്ങളെ പിന്തള്ളി പാഞ്ഞുപോകാൻ അദ്ദേഹത്തിന് ഒരു പ്രത്യേക ഹരം തന്നെയുണ്ടായിരുന്നു. ഇന്ത്യയുടെ മലമ്പ്രദേശങ്ങളിൽ കുതിരപ്പുറത്തു വ്യാപകമായി സഞ്ചരിച്ച് അദ്ദേഹം പക്ഷി നിരീക്ഷണം നടത്തി.

മോട്ടോർ സൈക്കിൾ സവാരിയും സാലിം അലിക്ക് ഹരമായിരുന്നുവെന്നു പറയാം. മോട്ടോർ സൈക്കിളൊന്നും അത്ര പ്രചാരത്തിലില്ലാത്ത കാലത്താണ് അദ്ദേഹത്തിന്റെ മോട്ടോർ സൈക്കിൾ പക്ഷികളെ തേടി ഇന്ത്യയുടെ ഗ്രാമങ്ങളിലൂടെയും പട്ടണങ്ങളിലൂടെയും കുതിച്ചത്.

അന്തർദ്ദേശീയ ഓർണിത്തോളജി കോൺഗ്രസിനു ചെന്ന സാലിം അലിക്ക് ഒരു ദിവസം ഒരു ടൂറിസ്റ്റ് ക്യാമ്പിൽ കഴിയേണ്ടി വന്നു. ഒപ്പം രണ്ടുപേർ കൂടിയുണ്ടായിരുന്നു. ഇവരിൽ ഒരാളുടെ കൂർക്കംവലി അസ്സ

ഹനീയമായിരുന്നു. സാലിം അലിക്ക് ഒന്നു കണ്ണടയ്ക്കാൻ പോലും അന്ന് കഴിഞ്ഞില്ല. നാട്ടിൽ തിരിച്ചു വന്ന സാലിം അലിയോട് ഓർണിത്തോളജി കോൺഗ്രസിലെ ഏറ്റവും മറക്കാനാവാത്ത അനുഭവം ഏതെന്നു സുഹൃത്തുകളുടെ ചോദ്യത്തിന് ടൂറിസ്റ്റ് ക്യാമ്പിൽ ഭയങ്കരമായ കൂർക്കം വലി കേട്ട് ഒരു പോള കണ്ണടയ്ക്കാനാവാതെ നേരം വെളുപ്പിച്ചതാണെന്ന് അദ്ദേഹം ഫലിതരൂപേണ പറയുമായിരുന്നു. ആ യാത്രയ്ക്കിടയിൽ ഫ്രാൻസിലേക്ക് പോകും വഴി സാലിം അലിയുടെ മോട്ടോർ സൈക്കിളിൽ ഒരു ട്രക്കു വന്നു തട്ടി. ഒരു വളവ് തിരിയുന്നതിനിടയിലാണ് ട്രക്ക് തട്ടിയത്. ട്രക്കിന്റെ ഇടിയിൽ മോട്ടോർ സൈക്കിളിന്റെ ഹെഡ്‌ലൈറ്റ് തകർന്നു. സാലിം അലിയുടെ നെറ്റിയിൽ മുറിവുണ്ടായി. ഇതൊക്കെ കണ്ടിട്ടും ട്രക്ക് ഡ്രൈവർ ഒരു മര്യാദയും കാണിച്ചില്ല. ട്രക്ക് നിർത്താതെ അയാൾ എന്തൊക്കെയോ ദേഷ്യപ്പെട്ട് പുലമ്പിക്കൊണ്ട് പാഞ്ഞുപോയി. ഭാഷപോലും അറിയാത്ത നാട്ടിൽ വച്ചാണ് അപകടം ഉണ്ടായത്. ആരും സഹായത്തിനില്ലതാനും. സാലിം അലി ആകെ വിഷമിച്ചു. അതുവഴി വന്ന ഒരു കാറിൽ അദ്ദേഹം കൈ കാണിച്ചു. നല്ലവനായ ഒരു മനുഷ്യൻ കാർ നിർത്തി സാലിം അലിയെ ഒരാശുപത്രിയിൽ എത്തിച്ചു. ആശുപത്രിയിൽ ആർക്കും ഇംഗ്ലീഷ് വശമില്ലായിരുന്നു. ഒരു വിധം ആംഗ്യഭാഷയിലാണ് സാലിം അലി കാര്യങ്ങളൊക്കെ അവരെ ധരിപ്പിച്ചത്. ഡോക്ടർ മുറിവ് തുന്നിക്കെട്ടി. ആന്റിസെപ്റ്റിക് ഇൻജക്ഷനും എടുത്തു. ഒരു ദിവസം ആശുപത്രിയിൽ കഴിയണമെന്നവർ നിർബ്ബന്ധിച്ചെങ്കിലും അദ്ദേഹം അതിനു വഴങ്ങിയില്ല. ആശുപത്രിയിലെ സിസ്റ്റർമാർ ഏർപ്പാടാക്കിക്കൊടുത്ത ഒരു ടാക്സിയിൽ മോട്ടോർ സൈക്കിൾ കിടക്കുന്ന സ്ഥലത്ത് എത്തി. ഭക്ഷണത്തിനു ക്ഷണിച്ച സാലിം അലിയുടെ സുഹൃത്തിന്റെ വീട്ടിൽ തലയിൽ ബാന്റേജുമായാണ് അദ്ദേഹം ചെന്നത്. ഫ്രാൻസിലെ കമാർഗ്യുവിലെ രാജഹംസങ്ങൾ കൂടൊരുക്കുന്ന കേന്ദ്രം കാണണമെന്ന് സാലിം അലിക്ക് വലിയ മോഹമായിരുന്നു. ജൂലൈ മാസത്തിലാണ് സാലിം അലി അവിടെയെത്തിയത്. അതു രാജഹംസങ്ങളുടെ കൂടൊരുക്കൽ സീസൺ ആയിരുന്നില്ല. എങ്കിലും സാലിം ആ പ്രദേശം പോയി കാണുകയുണ്ടായി. സീഡ്വൻ – നോർവ്വെ ബോർഡറിലുള്ള പ്രകൃതിസുന്ദരമായ പ്രദേശങ്ങൾ കാണാനും സാലിം അലിക്കു കഴിഞ്ഞു.

1914 മുതൽ സാലിം അലി മോട്ടോർ സൈക്കിൾ ഉപയോഗിച്ചുതുടങ്ങിയതാണ്. ഏതാണ്ട് പതിനെട്ട് വയസ്സിൽ ആരംഭിച്ച മോട്ടോർ സൈക്കിൾ യാത്ര അറുപത്തിയെട്ടു വയസ്സ് വരെ തുടർന്നു. അൻപത്തിനാലു വർഷം അദ്ദേഹത്തിന്റെ സന്തതസഹചാരിയായി മോട്ടോർ സൈക്കിൾ ഉണ്ടായിരുന്നു. BMS 385 നമ്പരുള്ള ഈ മോട്ടോർ സൈക്കിളിനോട് ഒരു വൈകാരിക ബന്ധം തന്നെ അദ്ദേഹത്തിനുണ്ടായിരുന്നു. 1950 ൽ സ്വീഡനിൽ വച്ചു നടന്ന ഇന്റർനാഷണൽ ഓർണിത്തോളജി കോൺഗ്രസിൽ ഒരു പ്രതിനിധിയായിരുന്നു സാലിം അലി. ഉപ്പ് സാല സർവ്വകലാശാല ടൗണിൽ വച്ചായിരുന്നു സമ്മേളനം. സമ്മേളനത്തിനുശേഷം ഇംഗ്ലണ്ടിലും

മഹാത്മാഗാന്ധി

യൂറോപ്പിലും ഒന്നു കറങ്ങാനും അദ്ദേഹം തീരുമാനിച്ചു. തന്റെ പ്രിയപ്പെട്ട മോട്ടോർ സൈക്കിളിലായിരുന്നു സാലിം അലി വിദേശ യാത്രയൊക്കെ നടത്തിയത്. സുഹൃത്തുകളും ബന്ധുകളും ഇതൊരു കടുംകൈയാണെന്ന് പറഞ്ഞെങ്കിലും മോട്ടോർ സൈക്കിളിൽ തന്നെ പോകാൻ അദ്ദേഹം ഉറച്ചുനിന്നു. താനുപയോഗിച്ച വാഹനങ്ങൾ അത് എന്തുതന്നെയായാലും നന്നായി സൂക്ഷിക്കാനും വൈദഗ്ദ്ധ്യത്തോടെ ഉപയോഗിക്കാനും അദ്ദേഹത്തിന് കഴിഞ്ഞിരുന്നു. ഒന്നാംതരം ഉപകരണങ്ങളോട് തന്നെയായിരുന്നു അദ്ദേഹത്തിന് പ്രിയം. ക്യാമറയായാലും ബൈനോക്കുലറായാലും

തോക്കായാലും കുതിരയായാലും ഇതിൽ മാറ്റമുണ്ടായിരുന്നില്ല.

തനിക്കറിയാവുന്നതൊക്കെ മറ്റുള്ളവർക്ക് പറഞ്ഞ് കൊടുക്കാൻ വലിയ ഉത്സാഹമായിരുന്നു അദ്ദേഹത്തിന്. തനിക്ക് ചുറ്റുമുള്ളവരെ പ്രകൃതി പഠനത്തിലേക്കാകർഷിക്കാൻ ഒരു പ്രത്യേക കഴിവുതന്നെ സാലിം അലിക്കുണ്ടായിരുന്നു. കൂടെയുള്ളവരെ ഉത്തേജിപ്പിക്കാനുള്ള ശേഷിയായിരുന്നു അദ്ദേഹത്തിന്റെ ഒരു പ്രത്യേകത. ഒരു യഥാർത്ഥ ഗുരുവിന്റെ ഗുണമാണിതൊക്കെ. ഫോട്ടോഗ്രാഫിയിലും മികച്ച നിലവാരം കാത്തു സൂക്ഷിക്കാൻ അദ്ദേഹത്തിന് കഴിഞ്ഞു. വിവിധ ജാതി ക്യാമറകളും അവയുടെ ഉപയോഗത്തെക്കുറിച്ചുമൊക്കെ കുട്ടികൾക്കു പറഞ്ഞു കൊടുക്കാൻ സാലിം അലിക്ക് പ്രത്യേക താല്പര്യമായിരുന്നു. കുട്ടികളിൽ പ്രകൃതി നിരീക്ഷണവും ഫോട്ടോഗ്രാഫിയിലുമൊക്കെ താല്പര്യം ജനിപ്പിക്കാനാണദ്ദേഹം ഇങ്ങനെ ചെയ്തിരുന്നത്. കുട്ടികൾക്കൊപ്പം എത്രസമയം വേണമെങ്കിലും അദ്ദേഹം ചെലവഴിക്കുമായിരുന്നു. കുട്ടികൾക്ക് പ്രിയപ്പെട്ടവനായിരുന്നു സാലിം അലി. അവരോടൊപ്പം ഇടപെടുമ്പോൾ അവരെപ്പോലെയൊരു കൊച്ചു കുട്ടിയായി മാറാൻ സാലിം അലിക്കു കഴിഞ്ഞിരുന്നു. ഗാന്ധിജിയേയും നെഹ്റുവിനെയും പോലെയായിരുന്നു സാലിം അലിയും ഇക്കാര്യത്തിലെന്ന് പറയാം.

നടത്തത്തെ ഒരു ധ്യാനമായി കണ്ടയാളാണ് സാലിം അലി. എത്ര ദൂരം വേണമെങ്കിലും നടക്കാൻ അദ്ദേഹത്തിന് ഒരു മടിയും ഉണ്ടായിരുന്നില്ല. സമഗ്രതയെ അനുഭവിച്ചുകൊണ്ടായിരുന്നു അദ്ദേഹം നടന്നിരുന്നത്. യാതൊന്നും അദ്ദേഹത്തിന്റെ കണ്ണിൽപ്പെടാതെ പോകുമായിരുന്നില്ല. മുംബൈയിൽ ഉള്ളപ്പോൾ പതിവായി ജൂഹു കടൽ തീരത്തുകൂടി അദ്ദേഹം മണിക്കൂറുകളോളം നടക്കും. അടുത്ത സുഹൃത്തുക്കളോ, ബന്ധുകളോ ആരെങ്കിലും ചിലപ്പോ കൂട്ടിനുണ്ടാകും. തമാശ പറയുകയും ആസ്വദിക്കുകയും ചെയ്യുന്ന സാലിം അലി ആളുകളുമായി കൂട്ടുകൂടി നടക്കാൻ ഇഷ്ടപ്പെട്ടിരുന്നയാളാണ്. എന്നാൽ സംഘത്തിൽ എത്രപേരുണ്ടെങ്കിലും അവരിൽ നിന്നൊക്കെ വേറിട്ട് പരിസരം ശ്രദ്ധിക്കാനും അദ്ദേഹത്തിന് കഴിയുമായിരുന്നു. ചുറ്റുപാടും കാണുന്ന മരങ്ങളെക്കുറിച്ചും വള്ളിപ്പടർപ്പുകളെ കുറിച്ചും ഔഷധസസ്യങ്ങളെക്കുറിച്ചുമൊക്കെ നല്ല വിവരം അദ്ദേഹത്തിനുണ്ടായിരുന്നു. നല്ലൊരു പക്ഷി നിരീക്ഷകൻ നല്ലൊരു സസ്യശാസ്ത്രജ്ഞൻ കൂടിയായിരിക്കണമെന്ന് അദ്ദേഹത്തിന് നിർബ്ബന്ധമുണ്ടായിരുന്നു. പക്ഷികൾ അതിന്റെ ചുറ്റുപാടുകളുമായി ബന്ധപ്പെട്ടാണ് ജീവിക്കുന്നത്. അതുകൊണ്ട് ചുറ്റുപാടുകളെക്കുറിച്ചുള്ള അറിവ് പക്ഷികളെയറിയാൻ ഏറ്റവും ആവശ്യവുമാണ്. ചില ജാതി പക്ഷികൾ പ്രത്യേക തരം മരങ്ങളെയും പുല്ലുകളെയുമൊക്കെ ആശ്രയിച്ചാണ് ജീവിക്കുക. ഇത്തരം അറിവുകൾ പക്ഷി നിരീക്ഷണങ്ങളിൽ വളരെ പ്രധാനപ്പെട്ടതാണെന്നും അദ്ദേഹം വിശ്വസിച്ചിരുന്നു. കണ്ണും കാതും എപ്പോഴും പ്രകൃതിയിലേക്കു തുറന്നു വച്ചിരുന്ന ഒരു മഹാപ്രതിഭയായിരുന്നു സാലിം അലിയെന്ന് കാണാം.

രാഷ്ട്രപിതാവായ മഹാത്മാഗാന്ധിയും ഇന്ത്യയുടെ പക്ഷി മനുഷ്യനായ സാലിം അലിക്കും തമ്മിൽ ഒരു പാടുകാര്യങ്ങളിൽ സമാനതകൾ കാണാൻ കഴിയും. വള്ളത്തോൾ നാരായണമേനോന്റ കവിത പോലെ "ലോകമേ തറവാട് തനിക്കീ ചെടികളും പുൽകളും പുഴുക്കളും കൂടി തൻ കുടുംബക്കാർ." എന്ന വിശ്വാസക്കാരനായിരുന്നു ഇവരും. ഗാന്ധി ഒരു പുരുഷായുസ്സ് മുഴുവൻ വൈദേശിക ഭരണത്തിൽനിന്ന് ഇന്ത്യയെ മോചിപ്പിക്കാനായി ചെലവഴിച്ചു. സാലിം അലിയാകട്ടെ ഇന്ത്യയുടെ പ്രകൃതി സംരക്ഷണത്തിനും പക്ഷികളെക്കുറിച്ചു പഠിക്കുന്നതിനുമായി തന്റെ ജീവിതം അർപ്പിച്ചു. ഇന്ത്യ ഇരുവർക്കും വലിയൊരു വികാരമായിരുന്നു. ഇന്ത്യയെ ഒരു മഹത്തായ രാഷ്ട്രമായി മാറ്റിയെടുക്കാൻ ഇരു

കാൾ മാർക്സ്

വരും ത്യാഗോജ്ജ്വലമായി പ്രവർത്തിച്ചു. പ്രകൃതിയുടെ ജീവതാളം തിരിച്ചറിയാൻ കഴിഞ്ഞ അപൂർവ്വം വ്യക്തികളിൽപ്പെട്ടവരായിരുന്നു ഗാന്ധിജിയും സാലിം അലിയും. ലളിത ജീവിതത്തിലും രാജ്യനന്മയ്ക്കായി യുവാക്കളെ ആവേശഭരിതരാക്കുന്നതിലും ഇരുവർക്കും കഴിഞ്ഞിരുന്നു. രണ്ടുപേരും നല്ലവായനക്കാരും എഴുത്തുകാരുമായിരുന്നു. രണ്ടു മാർഗ്ഗങ്ങളിലൂടെ ഒരേ ലക്ഷ്യത്തിനായി പ്രവർത്തിച്ചവരായിരുന്നു ഗാന്ധിജിയും സാലിം അലിയുമെന്ന് പറയാനാകും. വേണമെങ്കിൽ ഒരു ഗാന്ധിയൻ കമ്യൂണിസ്റ്റെന്ന് അദ്ദേഹത്തെ വിശേഷിപ്പിക്കാം. ഇരുവരിലും രാജ്യസ്നേഹം തുടിച്ചു നിന്നിരുന്നു. സാലിം അലിയുടെ കുടുംബക്കാരിൽ പലരും സ്വാതന്ത്ര്യ സമരത്തിൽ പങ്കെടുത്തു ജയിൽവാസം അനുഷ്ഠിച്ചിട്ടുണ്ട്. മൗലാനാഷൗക്കത്ത് അലിയും സരോജിനി നായിഡുവും സാലിം അലിയെ സജീവ രാഷ്ട്രീയത്തിലേക്ക് ക്ഷണിച്ചെങ്കിലും രാജ്യത്തെ മറ്റൊരു തരത്തിൽ സേവിക്കാനാണ് സാലിം അലി തീരുമാനിച്ചത്.

റഷ്യൻ വിപ്ലവത്തിനുശേഷം കാൾ മാർക്സും *മൂലധന*വുമൊക്കെ ലോകമെമ്പാടും വ്യാപകമായി ചർച്ച ചെയ്യപ്പെടുകയുണ്ടായി. സ്വാതന്ത്ര്യത്തിലേക്ക് കുതിച്ചുകൊണ്ടിരുന്ന ഇന്ത്യയിലും സ്വാഭാവികമായും കമ്യൂണിസ്റ്റ് ചിന്തകൾ ഉയർന്നുവന്നിരുന്നു. കോൺഗ്രസുകാരിൽ കോൺഗ്രസ് സോഷ്യലിസ്റ്റുകൾ ഉണ്ടായി. ചിലർ കമ്യൂണിസ്റ്റുകാരുമായി. ബ്രിട്ടീഷ് വിരുദ്ധ സമരങ്ങൾ കൊടുമ്പിരിക്കൊണ്ടിരുന്ന ബോംബെയിലെ തൊഴിലാളികളുടെ ഇടയിൽ കമ്യൂണിസ്റ്റുകാരുടെ സ്വാധീനം ശക്തമായിരുന്നു. ബോംബെയിൽ ജീവിച്ച സാലിം അലിയും കാൾ മാർക്സിലൂടെയും കടന്നു പോയിരിക്കണം. പ്രത്യേകിച്ചു കാൾ മാർക്സ് മുന്നോട്ടു വച്ച ഭൂമി പൊതു സ്വത്തെന്ന സിദ്ധാന്തം അദ്ദേഹത്തെ ആകർഷിച്ചിരിക്കണം. ബ്രിട്ടീഷുകാർ ഇന്ത്യയുടെ പ്രകൃതി സമ്പത്താകെ കൊള്ളയടിക്കുന്ന കാലമാണ്. നിബിഡവനങ്ങൾ മരുപ്പറമ്പാക്കി മാറ്റുകയാണവർ. മുതലാളിത്തവും പ്രകൃതി ചൂഷണത്തിലൂടെയുമാണ് വളരുന്നത്. ബ്രിട്ടീഷുകാർ ഇന്ത്യയുടെ സമ്പത്തിനു മേൽ കടുംവെട്ടാണ് ചെയ്തുകൊണ്ടിരുന്നത്. ഒരു തരം കശാപ്പ് തന്നെ. മുതലാളിത്തവും പ്രകൃതിയെ നശിപ്പിച്ചാണ് വളർന്നുകൊഴുക്കുന്നത്. ഇതൊക്കെ മനുഷ്യരുൾപ്പെടുന്ന ജീവിവർഗ്ഗങ്ങളുടെ സുഗമമായ നിലനില്പിനെ പ്രതിസന്ധിയിലാക്കുന്നതാണെന്ന് സാലിം അലി തിരിച്ചറിഞ്ഞിരുന്നു. പ്രകൃതിയെ സംരക്ഷിച്ചുകൊണ്ട് അഹിംസാ മാർഗ്ഗത്തിലൂടെ ഒരു വികസനം സാദ്ധ്യമാക്കാനാകുമെന്ന പ്രതീക്ഷയാണ് ഗാന്ധിയും മുന്നോട്ടു വച്ചത്. അതുപോലെ തന്നെ "ഈ ഭൂഗോളം കുറെ വ്യക്തികളുടെ സ്വകാര്യ ഉടമസ്ഥതയിലായിരിക്കുകയെന്നത് ഒരു മനുഷ്യൻ മറ്റൊരുവന്റെ സ്വകാര്യ സ്വത്തായിരിക്കുന്നതുപോലെ അപലപനീയമാണ്" എന്ന കാൾ മാർക്സിന്റെ വാക്കുകൾ സാലിം അലിയെ പ്രചോദിപ്പിച്ചിരുന്നു.

മണ്ണ് നിതാന്തമായ സാമൂഹ്യ സ്വത്താണ്. ആരും അതിന്റെ ഉടമസ്ഥരാകുന്നില്ല. കൈവശക്കാരോ, പാട്ടക്കാരോ മാത്രമാണ്. നല്ലവരായ

കുടുംബ കാരണവന്മാരെപ്പോലെ നമ്മളതിനെ മെച്ചപ്പെട്ട അവസ്ഥയിൽ വരും തലമുറയ്ക്ക് കൈമാറി നല്കേണ്ടതുണ്ട് എന്ന മാർക്സിന്റെ വാക്കുകൾ സാലിം അലിയെ ആവേശഭരിതനാക്കി. പ്രകൃതി സംരക്ഷണത്തിന്റെ കാതലും ഇതുതന്നെയാണല്ലോ? തന്റെ സ്വകാര്യ സംഭാഷണങ്ങളിൽ മാർക്സിന്റെ ആശയങ്ങളിലുള്ള താല്പര്യം അദ്ദേഹം വെളിവാക്കാനിടയുണ്ട്. സാലിം അലി ഒരു കമ്യൂണിസ്റ്റാണെന്ന് മീനർട്ട് ഷാജൻ (Meinert Zhagen) ധരിച്ചിരുന്നതായി അദ്ദേഹത്തിന്റെ ഡയറിക്കുറിപ്പുകളിൽ നമുക്ക് കാണാം. നല്ലവായനക്കാരനായിരുന്ന സാലിം അലി എംഗൽസിന്റെ *പ്രകൃതിയുടെ വൈരുദ്ധ്യാത്മകത* എന്ന ഗ്രന്ഥവും വായിച്ചിരിക്കാം. ഏഷ്യയിലെയും ആഫ്രിക്കയിലെയും മരുഭൂമികളെക്കുറിച്ച് ആധികാരികമായി എഴുതിയിട്ടുള്ളയാളാണ് മിനർട്ട് ഷാജൻ. പട്ടാളക്കാരൻ എന്ന നിലയിൽ ഏറെക്കാലം അദ്ദേഹം ജീവിച്ചിരുന്നത് കിഴക്കൻ ആഫ്രിക്കയിലായിരുന്നു. കെനിയയിലും ടാങ്കനിക്കയിലും അദ്ദേഹം നടത്തിയ മൃഗവേട്ടകളെക്കുറിച്ചും പക്ഷി നിരീക്ഷണങ്ങളെക്കുറിച്ചും എഴുതിയ *കെനിയൻ ഡയറി* ശ്രദ്ധേയമായൊരു ഗ്രന്ഥമാണ്. സാലിം അലി അദ്ദേഹത്തിന്റെ *കെനിയൻ ഡയറി* വായിച്ചിട്ടുണ്ടായിരുന്നു.

ബഹൽപൂർ പക്ഷി സർവ്വേയുടെ കാലത്ത് സാലിം അലി നടത്തിയ ചില നിരീക്ഷണങ്ങളും മിനർട്ടിന്റെ നിരീക്ഷണങ്ങളും തമ്മിൽ ഏറെ സാമ്യമുള്ളതായിരുന്നു. മരുഭൂമിയിലെ ചില ജന്തുക്കളുടെ ശരീരത്തിന്റെ നിറം അവ ജീവിക്കുന്ന പ്രദേശത്തിന്റെ നിറവുമായി ചേർന്നിരിക്കും! ഈ പ്രതിഭാസത്തെ കാമൌഫ്ളാജിങ് (Camouflaging) കളറിങ് എന്നാണ് വിശേഷിപ്പിക്കുന്നത്. ചിലജാതി പക്ഷികളുടെ തൂവലുകളുടെ നിറം അവ ജീവിക്കുന്ന പ്രദേശത്തിന്റെ നിറം തന്നെയായിരിക്കും. മഴക്കാലത്ത് അവിടുത്തെ ഭൂമിയുടെ നിറം ഇരുണ്ടതാകുമ്പോൾ പക്ഷിത്തൂവലുകളും ഇരുണ്ടതായിത്തീരും. ഡെസർട്ട് ഫിഞ്ച് - ലാർക്ക് (മരുഭൂമിയിലെ വാനംപാടി) ഡെസർട്ട് കഴ്സർ (Desert-courser) എന്നിവ ഇതിന്റെ ഉദാഹരണമായി സാലിം അലി ചൂണ്ടിക്കാട്ടുകയുണ്ടായി. നമ്മുടെ വയലേലകളിൽ സാധാരണ കാണുന്ന കുളക്കൊക്കിനെ നിങ്ങളൊന്നു നോക്കുക. കച്ചിക്കുറ്റിക്കിടയിൽ അവ ഇരുന്നാൽ കണ്ടുപിടിക്കുക വലിയ ബുദ്ധിമുട്ടുതന്നെയാണ്. ഉണങ്ങിയകച്ചിയോടും കണ്ടത്തിലെ മണ്ണിനോടും ചേർന്ന നിറമാണിവയുടെ തൂവലുകൾക്ക്. ഇങ്ങനെ ധാരാളം ജാതി പക്ഷികളെ നമുക്ക് ചൂണ്ടിക്കാട്ടാനാവും. സാലിം അലിയുടെ ഈ നിരീക്ഷണം ശ്രദ്ധയിൽപ്പെട്ടപ്പോൾ മിനർട്ട് ഷാജൻ അദ്ദേഹത്തെ പ്രശംസിച്ചു കത്തയക്കുകയുണ്ടായി. ഇങ്ങനെ ഇരുവരും തമ്മിൽ ഒരു മാനസിക അടുപ്പം ഉണ്ടായശേഷമാണ് ഒന്നിച്ച് അഫ്ഗാനിസ്ഥാനിൽ പക്ഷി സർവ്വേയിൽ പങ്കെടുക്കുന്നത്. ഒന്നാം ലോകമഹായുദ്ധകാലത്ത് ഇന്ത്യയിൽ കുറച്ചു കാലം മിനർട്ട് ഷാജൻ താമസിച്ചിരുന്നു. അങ്ങനെ ഇന്ത്യക്കാരെ അദ്ദേഹത്തിന് അടുത്തറിയുകയും ചെയ്യാം. ഇരുവരും തമ്മിൽ വേഗം നല്ല സുഹൃത്തുകളായി. ഒരിക്കൽ സാലിം അലി മിനർട്ട് ഷാജനോട് ചോദിച്ചു. ഇന്ത്യ

എംഗൽസ്

യിലെ താമസക്കാലത്ത് ഹിന്ദിയോ, ഉറുദുവോ മറ്റോ പഠിക്കാൻ കഴിഞ്ഞോ യെന്ന്. അതിനുള്ള മറുപടി വളരെ രസകരമായിരുന്നു. എനിക്കിഷ്ടമി ല്ലാത്തവരെ ഞാൻ എസ് കെ ബി (S K B) എന്നാണ് വിളിക്കുക. സുവർക്കാ ബച്ചാ അതായത് പന്നിയുടെ മോനേയെന്ന്. അറിയാത്ത ഭാഷ സംസാരിക്കുന്ന പ്രദേശങ്ങളിൽ ജീവിക്കേണ്ടതായി വരുമ്പോൾ അവി ടുത്തെ തെറിയാണ് ആദ്യം മനസ്സിലാക്കി വയ്ക്കേണ്ടതെന്ന് പറയാറുണ്ട്. നമ്മളെ ആരെങ്കിലും ചിരിച്ചുകൊണ്ട് തെറി പറഞ്ഞാലും അതു മനസ്സി ലാക്കണമല്ലോ. തദ്ദേശീയരുടെ നമ്മോടുള്ള മനോഭാവം മനസ്സിലാക്കാനും ഇതാവശ്യമാണ്. പ്രത്യേകിച്ച് വിദേശീയരെ മുഴുവൻ ഇന്ത്യൻ ജനത വെറു ത്തിരുന്ന ഒരു കാലത്താണല്ലോ മിനർട്ട് ഷാജൻ വന്നിവിടെ താമസിച്ചി രുന്നത്. അഫ്ഗാൻ പര്യടനത്തിൽ സാലിം അലിയെ സഹായിക്കാൻ ഒരാളെ നിയമിക്കാൻ തീരുമാനിച്ചു. പക്ഷികളെ പിടിച്ച് തൊലിയുരിച്ച്

സൂക്ഷിക്കാനാണ് ഒരാൾ വേണ്ടത്. സാലിം എൻ ജി പിള്ളയെന്നൊരു മലയാളിയെയാണ് ഇതിനായി കണ്ടുവച്ചത്. 1933-34 കാലത്ത് സാലിം അലി തിരുവിതാംകൂർ - കൊച്ചി പക്ഷിസർവ്വേ നടത്തിയ കാലത്ത് എൻ ജി പിള്ള അദ്ദേഹത്തിനൊപ്പം പ്രവർത്തിച്ചിരുന്നു. എൻ ജി പിള്ളയുടെ പ്രകൃതം സാലിമിന് വലിയ ഇഷ്ടവുമായി. സസ്യജാലങ്ങളെക്കുറിച്ചൊക്കെ നല്ല വിവരമുള്ളയാളായിരുന്നു എൻ ജി പിള്ള. ഒരു സസ്യശാസ്ത്രജ്ഞനെ കൂട്ടത്തിൽ കൂട്ടാൻ തീരുമാനിച്ചപ്പോൾ തന്നെ സാലിം അലി എൻ ജി പിള്ളയെയാണ് മനസ്സിൽ കണ്ടുവച്ചത്. എന്നാൽ ലഖ്നൗവിൽ നിന്നും ബീർബൽസാഹ്നി മറ്റൊരാളെയെടുക്കാൻ മീനർട്ട് ഷാജനോട് നിർദ്ദേശിച്ചു. ജവഹർലാൽ നെഹ്റുവിന്റെ ഭാര്യ കമലാനെഹ്റുവിന്റെ സഹോദരനായിരുന്ന കൈലാസ്നാഥ് കൗൾ ആയിരുന്നു അയാൾ. അതോടെ എൻ ജി പിള്ളയെ ഒഴിവാക്കേണ്ടിവരുമെന്ന് സാലിം അലി ഉറപ്പിച്ചു. ബീർബൽ സാഹ്നി നിർദ്ദേശിച്ച കൈലാസ് നാഥ് കൗളിനെ മിനർട്ട് ഷാജൻ ഇന്റർവ്യൂവിന് ക്ഷണിച്ചെങ്കിലും അയാളെ എടുത്തില്ല. എൻ ജി പിള്ളയ്ക്ക് തന്നെ നറുക്കുവീണു. സാലിം അലി ഇതു പ്രതീക്ഷിച്ചിരുന്നതല്ല. ജവഹർലാൽ നെഹ്റുവിന്റെ അളിയനെ എന്തുകൊണ്ടാണ് സായിപ്പ് ഒഴിവാക്കിയതെന്ന് സാലിം അലിക്ക് മനസ്സിലായില്ല. പിന്നീടൊരിക്കൽ മീനർട്ട് ഷാജന്റെ ഡയറിക്കുറിപ്പുകൾ വായിക്കാനിടയായപ്പോഴാണ് ആ രഹസ്യം സാലിം അലിക്ക് മനസ്സിലായത്. അഫ്ഘാൻ പര്യടന കാലത്ത് എഴുതിയ ഡയറിക്കുറിപ്പിൽ മീനർട്ട് ഷാജൻ ഇങ്ങനെ എഴുതിയിരുന്നു.

"കൈലാസ് നാഥ് കൗൾ എന്ന ഒരു ഹിന്ദു ജിയോളജിസ്റ്റിനെ അഫ്ഗാൻ പര്യടനത്തിന് എടുത്തില്ല. അയാൾ ബുദ്ധിമാനാണ്. മര്യാദക്കാരനുമായിരുന്നു. എന്നാൽ എനിക്ക് രണ്ടു വിപ്ലവകാരികളെ ഒരേ സമയം ചുമക്കാനാവില്ല. ഇപ്പോൾ തന്നെ ഒരാളുണ്ട് സാലിം അലി. അയാളൊരു കമ്യൂണിസ്റ്റാണ്. കൈലാസ് നാഥ് കൗളും അങ്ങനെ തന്നെ. അയാളെ കൂടിയെടുത്താൽ അപകടമാവും."

എന്തായാലും സാലിം അലി ഏതെങ്കിലും ഒരു രാഷ്ട്രീയ സംഘടനയിൽ അംഗത്വം എടുത്തിരുന്നില്ല. പ്രകൃതി തന്നെയായിരുന്നു അദ്ദേഹത്തിന് രാഷ്ട്രീയവും മതവുമെന്നു കാണാം. ഒരു പുരുഷായുസ്സ് മുഴുവൻ അദ്ദേഹം പ്രവർത്തിച്ചത് പ്രകൃതി സംരക്ഷണത്തിനും പക്ഷിപഠനങ്ങൾക്കുമായാണ്. രാജ്യത്തെ അത്തരത്തിൽ സേവിക്കാനാണ് അദ്ദേഹം ഉറപ്പിച്ചിരുന്നതും. അതുകൊണ്ടുതന്നെ കക്ഷി രാഷ്ട്രീയത്തിന് അപ്പുറത്തായിരുന്നു അദ്ദേഹത്തിന്റെ മനസ്സ് നിലകൊണ്ടിരുന്നത്. രാഷ്ട്രീയപ്പാർട്ടികളും നേതാക്കളും ചെയ്യുന്ന എല്ലാ നല്ല പ്രവർത്തനങ്ങൾക്കും സാലിം അലിയുടെ പിന്തുണയുണ്ടായിരുന്നു. സാലിം അലി ഭാര്യ തെഹ്മിനയോടൊപ്പം മുംബൈയിലെ ഒരു ചെറിയ വാടക ഫ്ളാറ്റിൽ താമസിച്ചിരുന്ന കാലത്ത് അദ്ദേഹത്തിന്റെ പഴയൊരു സഹപാഠി ഉസ്മാൻ സോദാനി അവിടെത്തന്നെയൊരു ഫ്ളാറ്റിൽ താമസമുണ്ടായിരുന്നു. സ്വാതന്ത്ര്യ സമരസേനാനിയായ അദ്ദേഹത്തെ കാണാൻ അക്കാലത്തെ പ്രമുഖരാ

ഷ്ട്രീയ നേതാക്കളൊക്കെ വരുമായിരുന്നു. സരോജിനി നായിഡു, മൗലാന ഷൗക്കത്തലി എന്നിവരൊക്കെ മുംബൈയിൽ വന്നാൽ അവിടെ വരും. അവരൊക്കെ വിദ്യാസമ്പന്നനും ഊർജ്ജസ്വലനുമായ സാലിമിനെ രാഷ്ട്രീയത്തിലേക്ക് ക്ഷണിച്ചിരുന്നതാണ്. സാലിമിന്റെ കുടുംബക്കാരിൽ പലരും സ്വാതന്ത്ര്യസമര സേനാനികളും അതിന്റെ പേരിൽ ജയിലിൽ കിടന്നിട്ടുള്ളവരുമായിരുന്നു. എങ്കിലും രാജ്യത്തെ സേവിക്കാൻ പ്രകൃതി സംരക്ഷണത്തിന്റെ വഴിയാണദ്ദേഹം തെരഞ്ഞെടുത്തത്. ജവഹർലാൽ നെഹ്റുവുമായും സാലിം അലിക്ക് അടുത്ത ബന്ധമുണ്ടായിരുന്നു.

തന്റെ ജയിൽവാസക്കാലത്ത് സാലിം അലിയുടെ പക്ഷിപ്പുസ്തകങ്ങൾ അദ്ദേഹം വായിച്ചിരുന്നു. തന്റെ മകൾ ഇന്ദിരാ പ്രിയദർശിനിക്ക് സാലിം അലിയുടെ പുസ്തകം വായിക്കാനായി അയച്ചു കൊടുക്കുകയും ചെയ്തിരുന്നു. ഇന്ദിരാഗാന്ധിയുമായും ഒരാത്മബന്ധം പുലർത്താനും സാലിം അലിക്കു കഴിഞ്ഞിരുന്നു. ഇന്ത്യയുടെ പ്രധാനമന്ത്രിമാരായിരുന്ന ഇരുവരുമായുള്ള അടുത്ത ബന്ധം രാജ്യത്തിന്റെ പ്രകൃതി സമ്പത്ത് സംരക്ഷിക്കുന്നതിൽ വലിയ നേട്ടമുണ്ടാക്കാൻ അദ്ദേഹത്തിന് സഹായകരമാവുകയും ചെയ്തു.

ഇന്ദിരാഗാന്ധി പ്രധാനമന്ത്രിയായിരുന്ന കാലത്ത് അവർ ചിലപ്പോ പ്രധാനപ്പെട്ട രാഷ്ട്രീയ കാര്യങ്ങളിലോ ഫയലുകളിന്മേലോ ഉദ്യോഗസ്ഥരുമായി ചർച്ച നടത്തിക്കൊണ്ടിരിക്കുകയാവും. അപ്പോഴാവും ഡോ. സാലിം അലി കാണാൻ വന്നതായി അറിയുന്നത്. അതൊക്കെ ഇട്ടിട്ട് അദ്ദേഹത്തിനൊപ്പം അവർ പക്ഷികളെയും പ്രകൃതിയെക്കുറിച്ചും സംസാരിക്കാനായി ഇറങ്ങിപ്പുറപ്പെടുമായിരുന്നു. 1972 ൽ നമ്മുടെ പൊതുഭാവിയെന്ന പേരിൽ ഐക്യരാഷ്ട്ര സംഘടന സ്റ്റോക് ഹോമിൽ വച്ച് ആദ്യമായി പരിസ്ഥിതി സംരക്ഷണത്തെക്കുറിച്ച് ഒരു യോഗം വിളിച്ചു ചേർത്തപ്പോൾ ഇന്ദിരാഗാന്ധി അവിടെ ഓടിയെത്താൻ കാരണവും സാലിം അലിയെ പോലുള്ളവരുമായുള്ള അടുത്ത ബന്ധങ്ങൾ കൊണ്ടു കൂടിയാവണം. മൂന്നാം ലോകമെന്ന് പാശ്ചാത്യർ വിളിക്കുന്ന രാജ്യങ്ങളിൽനിന്ന് ആ യോഗത്തിൽ പങ്കെടുത്ത ഏക പ്രധാനമന്ത്രി ഇന്ദിരയായിരുന്നു. ഇന്ദിരാഗാന്ധിയുടെ വികസന കാഴ്ചപ്പാടിനെ സ്റ്റോക് ഹോം ഉച്ചകോടി സ്വാധീനിച്ചിരുന്നുവെന്ന് പിന്നീടുള്ള അവരുടെ പ്രവർത്തനങ്ങൾ വിലയിരുത്തിയാൽ മനസ്സിലാക്കാനാവും. അതിന്റെ ഗുണം സൈലന്റ് വാലിയുടെ കാര്യങ്ങളിൽ കേരളത്തിന് ലഭിച്ചതുമാണ്.

“ഞാൻ നിങ്ങൾക്കൊരു രക്ഷകെട്ടിത്തരാം. നിങ്ങൾ സംശയ ഗ്രസ്തനാകുമ്പോഴോ, അഹന്ത നിങ്ങളിൽ അതിരുകവിയുമ്പോഴോ ഈ ഉപായം ഒന്നു പരീക്ഷിച്ചു നോക്കിയാൽ മതി. നിങ്ങൾ കണ്ടിട്ടുള്ളതിൽ വച്ച് ഏറ്റവും ദരിദ്രനായ, നിസ്സഹായനായ മനുഷ്യന്റെ മുഖം സങ്കല്പിച്ചു നോക്കുക. എന്നിട്ട് നിങ്ങൾ ചെയ്യാനുദ്ദേശിക്കുന്ന കാര്യം അയാൾക്കെന്തെങ്കിലും രീതിയിൽ പ്രയോജനപ്പെടുമോ എന്ന് സ്വയം ചോദിച്ചു നോക്കുക. അതുകൊണ്ട് അയാൾക്ക് എന്തെങ്കിലും നേട്ടമുണ്ടാകുമോ ? അതയാൾക്ക്

ഇന്ദിരാഗാന്ധി

അയാളുടെ ജീവിത ഭാഗധേയങ്ങളുടെ മേൽ എന്തെങ്കിലുമൊരു നിയന്ത്രണം ഉണ്ടാക്കി കൊടുക്കുമോ! മറ്റൊരു രീതിയിൽ പറഞ്ഞാൽ നമ്മുടെ നാട്ടിൽ ആദ്ധ്യാത്മികമായും ഭൗതികമായും പട്ടിണി കിടക്കുന്ന കോടിക്കണക്കിനാളുകൾക്ക് സ്വരാജ്യം നേടുന്നതിന് അത് സഹായകരമാകുമോ? അപ്പോൾ സംശയങ്ങൾ ഇല്ലാതാകുന്നതായും അഹന്ത പൊലിഞ്ഞു പോകുന്നതായും നിങ്ങൾക്കനുഭവപ്പെടും." രാഷ്ട്രപിതാവായ മഹാത്മാഗാന്ധിയുടെ വാക്കുകളാണിത്. സാലിം അലിയുടെ പ്രവർത്തനങ്ങൾ ഇന്നാട്ടിൽ പട്ടിണി പാവങ്ങളുടെ കുടിനീരിനും ശുദ്ധവായുവിനും മലിനമാക്കപ്പെടാത്ത ഭക്ഷണത്തിനും ഭൂമിയുടെ സുസ്ഥിരമായ നിലനില്പിനും വേണ്ടിയുള്ളതായിരുന്നു. പാവപ്പെട്ട മനുഷ്യരോടും, സഹജീവികളോടും മനസ്സലിവുള്ളയാളായിരുന്നു സാലിം അലി. തന്റെ ജീവിതം അവർക്കായുള്ളതാണെന്ന് അദ്ദേഹം തിരിച്ചറിഞ്ഞിരുന്നു.

തെഹ്മിന

പക്ഷികൾക്കായി പൂർണ്ണമായും സമർപ്പിച്ച ജീവിതമായിരുന്നു സാലിം അലിയുടേത്. അതുകൊണ്ടു തന്നെ ഒരു വിവാഹ ജീവിതത്തെ ക്കുറിച്ചൊന്നും ചിന്തിക്കാൻ അദ്ദേഹത്തിന് നേരമുണ്ടായിരുന്നില്ല.

പക്ഷിപഠനത്തിനായി മുഴുവൻ സമയവും ചിലവഴിച്ചിരുന്ന സാലിം അലിക്ക് പണമുണ്ടാക്കുന്ന വിദ്യയൊട്ടും അറിയുകയില്ലായിരുന്നു. സത്യ സന്ധനായ സാലിം അലി എത്ര ഞെരുങ്ങി ജീവിക്കാനും തയ്യാറായിരു ന്നു. എന്നാൽ പ്രകൃതിപഠനത്തിൽനിന്ന് മാറി മറ്റൊരു ജോലി ചെയ്യുക യെന്നത് അദ്ദേഹത്തിന് വലിയ വിഷമം പിടിച്ച പണിയായിരുന്നു. കച്ച വട സംരംഭങ്ങളിൽ വീട്ടുകാരുടെ നിർബ്ബന്ധത്തിന് വഴങ്ങി തുടക്കത്തിൽ പ്രവർത്തിച്ചിരുന്നെങ്കിലും അവിടെയും പക്ഷികളെത്തേടിയാണദ്ദേഹം അലഞ്ഞത്. സാലിം അലിക്ക് വരുമാനം ലഭിക്കുന്ന ഒരു തൊഴിൽ ഉണ്ടാ യിരുന്നില്ല. ഇതും വിവാഹത്തെ കുറിച്ചു ചിന്തിക്കുന്നതിന് തടസ്സ മായിട്ടുണ്ടാകാം. വിവാഹ ജീവിതം തന്റെ പക്ഷിപഠനങ്ങൾക്ക് തടസ്സമാ യേക്കുമെന്നും സാലിം അലി ചിന്തിച്ചിരിക്കാം. അതുകൊണ്ട് സമപ്രായ ക്കാരൊക്കെ വിവാഹം കഴിച്ചു തുടങ്ങിയിട്ടും സാലിം അലി ഒഴിഞ്ഞു മാറി നടന്നു. അവിവാഹിതനായ സാലിം അലി ഇങ്ങനെ നടന്നാൽ പോര ല്ലോയെന്ന് ബന്ധുകൾ ആലോചിച്ചു. ഒരു പെണ്ണ് കൂട്ടിന് വന്നാൽ സാലി മിന്റെ പ്രകൃതത്തിലും മാറ്റമുണ്ടാകുമെന്നും അവർ കരുതി.

ഒരു കുടുംബം ആകുമ്പോൾ ഉത്തരവാദിത്വമൊക്കെ വന്ന് എല്ലാം ശരിയാകുമെന്ന് മൂത്ത സഹോദരി അഷ്റഫ് ഉന്നീസയും ഇളയ സഹോ ദരി കാമുവും കൂടി തീരുമാനിച്ചു. അവർ കുലീനയും സുന്ദരിയുമായ ഒരു യുവതിയെ സാലിമിനായി കണ്ടു വച്ചു. കല്യാണത്തെക്കുറിച്ച് സഹോ ദരിമാർ സംസാരിക്കുമ്പോഴൊക്കെ എനിക്ക് കല്യാണപ്രായമായില്ലെന്ന്

പറഞ്ഞ് സാലിം ഒഴിഞ്ഞുമാറാൻ ശ്രമിച്ചുകൊണ്ടിരുന്നു. ഒടുക്കം സഹോദരിമാരുടെ നിർബ്ബന്ധത്തിനു വഴങ്ങി സാലിം അലി വിവാഹം കഴിക്കാൻ തീരുമാനിച്ചു. സഹോദരിമാർ തന്നെ കണ്ടുവച്ച തെഹ്മിന എന്ന സുന്ദരിയെ സാലിം തന്റെ ഇരുപത്തിരണ്ടാമത്തെ വയസ്സിൽ ജീവിതസഖിയാക്കി. തെഹ്മിനയെക്കുറിച്ച് കേട്ടതെല്ലാം നല്ലതായിരുന്നു. അവൾ പ്രകൃതി പഠനത്തിന് തനിക്കൊരു കൂട്ടാകുമെന്ന് സാലിം കരുതി. തെഹ്മിനയുടെ മൂത്തജ്യേഷ്ഠൻ ഹസ്സൻ ലത്തീഫ് ഹൈദരാബാദിലായിരുന്നു താമസം. ഒരിക്കൽ അദ്ദേഹത്തിനും കുടുംബത്തിലുള്ള മറ്റുള്ളവർക്കും ഫ്ളൂ പിടിപ്പെട്ടു. ഇതറിഞ്ഞ സാലിം അലി അവർക്കൊരു ടെലിഗ്രാം അയച്ചു. അതിങ്ങനെയായിരുന്നു.

'Shall I come and help'

എന്നാൽ ഹസ്സൻ ലത്തീഫിന് കിട്ടിയ ടെലിഗ്രാമിൽ എഴുതിയിരുന്നത്.

'Small income send help' എന്നായിരുന്നു.

ടെലിഗ്രാം വഴി നമ്മൾ അയക്കുന്ന സന്ദേശങ്ങൾ മോഴ്സ് കോഡായി മാറ്റിയശേഷം മറ്റൊരു ഫോമിൽ ടൈപ്പ് ചെയ്താണ് മേൽവിലാസക്കാരന് അയച്ചു കൊടുക്കുക. ഇംഗ്ലീഷിലുള്ള ടെലിഗ്രാമുകൾ അതു കൈകാര്യം ചെയ്യുന്ന ക്ലർക്കുമാർക്ക് വിവരമില്ലെങ്കിൽ ചിലപ്പോൾ പിശകുകൾ വരുക അന്നൊക്കെ സാധാരണമായിരുന്നു. സാലിം അലിയുടെ ടെലിഗ്രാമിനും പറ്റിയതിതാണ്. എന്നാൽ സഹോദരിയെ കല്യാണം നിശ്ചയിച്ചിരുന്നയാളിൽനിന്ന് ഇത്തരത്തിൽ ഒരു ടെലഗ്രാം വന്നാലുണ്ടാകുന്ന പുലിവാല് നമുക്ക് ഓർക്കാവുന്നതേയുള്ളൂ. പ്രത്യേകിച്ച് വരുമാനം ലഭിക്കാത്ത, പക്ഷി നിരീക്ഷണത്തിൽ കമ്പക്കാരനായ ഒരാളിൽ നിന്നാകുമ്പോൾ പ്രത്യേകിച്ചും. പണമുണ്ടാക്കുന്നതിൽ സാലിം ഒരു പരാജയമാണെന്ന് കുടുംബത്തിൽ എല്ലാവർക്കും അറിയുകയും ചെയ്യാം. തന്റെ ടെലിഗ്രാമിന്റെ നിജസ്ഥിതിയെക്കുറിച്ച് ഇരു കുടുംബങ്ങളെയും ബോദ്ധ്യപ്പെടുത്താൻ സാലിമിന് നന്നായി വിയർക്കേണ്ടതായി വന്നു. തന്റെ ആത്മാഭിമാനത്തിന് പോസ്റ്റൽ വകുപ്പാണ് ക്ഷതമുണ്ടാക്കിയതെന്ന് അദ്ദേഹം കുണ്ഡിതപ്പെട്ടു. പക്ഷേ, സാലിം അയച്ച ടെലിഗ്രാം ഒരു പ്രവചന സ്വഭാവത്തോടെയാണ് അദ്ദേഹത്തിന്റെ അളിയനു ലഭിച്ചതെന്ന് ഇപ്പോൾ തിരിഞ്ഞുനോക്കുമ്പോൾ തോന്നിപ്പോകും. ടെലിഗ്രാമിന്റെ പേരിൽ തെഹ്മിനയുടെ മൂത്ത സഹോദരന്റെ മുമ്പിൽ ഒരു നാണക്കേട് സാലിം അനുഭവിക്കേണ്ടതായി വന്നു. എങ്കിലും നിശ്ചയിച്ച പ്രകാരം തെഹ്മിനയുമായുള്ള വിവാഹം മുന്നോട്ടു പോയി. 1918 ഡിസംബറിലായിരുന്നു അവരുടെ വിവാഹം. കുട്ടിക്കാലത്ത് തന്നെ സാലിം കണ്ടിട്ടുള്ള കുട്ടിയായിരുന്നു തെഹ്മിന. 1904 – 05 കാലത്ത് സാലിമിനൊപ്പം കിന്റർ ഗാർട്ടനിൽ തെഹ്മിനയും ഉണ്ടായിരുന്നു. എന്നാൽ വിവാഹത്തിനുശേഷം പഴയൊരു ഗ്രൂപ്പ് ഫോട്ടോ കണ്ടപ്പോഴാണ് തെഹ്മിനയെ സാലിം തിരിച്ചറിഞ്ഞത്. അതൊരു വിസ്മയമായി സാലിമിന് തോന്നി. തെഹ്മിനയുടെ കുടുംബം

സാലിം അലിയും ഭാര്യ തെഹ്മിനയും

അവരുടെ കുട്ടിക്കാലത്ത് തന്നെ ലണ്ടനിലേക്ക് താമസം മാറ്റുകയായിരുന്നു. ലണ്ടനിൽനിന്ന് മെട്രിക് പാസായ തെഹ്മിനയെ സർവ്വകലാശാലയിൽ അയക്കാൻ അച്ഛൻ തയ്യാറായില്ല. പെട്ടെന്ന് കെട്ടിച്ചയക്കാനാണ് അദ്ദേഹം തീരുമാനിച്ചത്. ഇതിനായി വിവാഹ ജീവിതത്തിന് അവശ്യം വേണ്ട കാര്യങ്ങളൊക്കെ പഠിക്കാൻ ഒരു ഫിനിഷിങ് സ്കൂളിൽ ചേർക്കുകയാണ് ഉണ്ടായത്. സമൂഹത്തിൽ നന്നായി പെരുമാറാനും ശരിയായ ജീവിത വീക്ഷണം ഉണ്ടാക്കാനുമാണ് ഫിനിഷിങ് സ്കൂൾ ശ്രമിച്ചിരുന്നത്. ലണ്ടനിലൊക്കെ പഠിച്ച പെൺകുട്ടിയാകുമ്പോൾ തന്നെപ്പോലെയൊരാളോടൊപ്പം പൊരു

ത്തപ്പെട്ട് ജീവിക്കാൻ കഴിയുമോയെന്ന ആശങ്ക തുടക്കത്തിൽ സാലിം അലിക്കുണ്ടായിരുന്നു. നാഗരികതയുടെ മടിത്തട്ടിൽ വളർന്ന തെഹ്മിനയ്ക്ക് ബർമ്മയിലെ ഗ്രാമീണ ജീവിതത്തെ ഇഷ്ടപ്പെടുമോയെന്നായിരുന്നു ഒരാശങ്ക. ഉയർന്ന ജീവിത നിലവാരത്തിൽ വളർന്ന തെഹ്മിനയെ തൃപ്തിപ്പെടുത്തുന്ന ഒരു ജീവിതം തനിക്കുണ്ടാക്കാനാകുമോയെന്ന ചിന്തയും സാലിമിനെ അലട്ടിയിരുന്നു. എന്നാൽ സാലിം അലിയുടെ സ്വഭാവവുമായി വളരെ വേഗം പൊരുത്തപ്പെടാൻ തെഹ്മിനയ്ക്ക് കഴിഞ്ഞു. സാലിമിനെപ്പോലെ കുഗ്രാമങ്ങളിലെ ജീവിതം അവർ നന്നായി ആസ്വദിച്ചു. പക്ഷികളെ തെഹ്മിനയും ഏറെ സ്നേഹിച്ചു. സാലിമിന്റെ ഇഷ്ടം തന്റെയും ഇഷ്ടമാണെന്ന് അവർ തിരിച്ചറിഞ്ഞു. ഇരുമെയ്യാണെങ്കിലും ഒരേ മനസ്സോടെയാണവർ ജീവിച്ചത്. ലളിതമായ സൗകര്യങ്ങൾകൊണ്ട് തെഹ്മിന തൃപ്തിപ്പെട്ടു. ഒരു തരത്തിലും സാലിമിനെ ബുദ്ധിമുട്ടിക്കാനും അവർ ശ്രദ്ധിച്ചു. എല്ലാ കാര്യങ്ങളിലും അവർ അദ്ദേഹത്തിനൊപ്പംനിന്നു. കവിതയും നോവലുമൊക്കെ വായിക്കാൻ ഇഷ്ടപ്പെട്ടിരുന്ന തെഹ്മിന നല്ലൊരു പ്രകൃതി സ്നേഹി കൂടിയായിരുന്നു. ഇംഗ്ലീഷ് നോവലുകളോടും ഉറുദു കവിതകളോടുമായിരുന്നു അവർക്കേറെ കമ്പം. മനോഹരമായ രാത്രികളിൽ ഇരുവരും ഒന്നിച്ചിരുന്നു കവിത ചൊല്ലുകയും സംഗീതം ആസ്വദിക്കുകയും ചെയ്യുമായിരുന്നു. ഇക്ബാലിന്റെയും ഹാലിയുടെയും (Iqbal and Hali) കവിതകളോടായിരുന്നു തെഹ്മിനയ്ക്കു പ്രിയം. ക്ലാസിക്കൽ ഉറുദ് ഗസൽ ഗായിക ബീഗം അക്തറോടായിരുന്നു സാലിമിന് പ്രിയം. സാലിമിനൊപ്പം പക്ഷി നിരീക്ഷണയാത്രകളിൽ തെഹ്മിനയും ഒപ്പം കൂടി. ഇതോടെ തെഹ്മിന സാലിം അലിക്ക് എല്ലാ അർത്ഥത്തിലും ഒരു ജീവിത പങ്കാളിയായി മാറി. ഇരുവരും വിവാഹശേഷം ബർമ്മയിലേക്ക് മടങ്ങി. റങ്കൂണിലെ സാലിം അലിയുടെ കമ്പനി കാട്ടിലെ തടി വെട്ടിയെടുക്കാനായി കരാറെടുത്തു. കാട്ടിലെ തടി ഇന്ത്യൻ റയിൽവേക്ക് സ്ലീപ്പർ ഉണ്ടാക്കാനാണ് വിറ്റിരുന്നത്. ഇതിനായി ഒരു പാഴ്സി സുഹൃത്തുമായി ചേർന്ന് താവോയ് ടിംബേഴ്സ് എന്ന കമ്പനി രജിസ്റ്റർചെയ്യുകയും ചെയ്തു. എന്നാൽ കാട്ടിൽ അലയാനും പുതിയ പക്ഷികളെ തേടിപ്പിടിക്കാനുമുള്ള ഒരു അവസരമായാണ് സാലിം അലി ഇതിനെയൊക്കെ കണ്ടത്. സാലിം അലിയുടെ ആദ്യത്തെയും അവസാനത്തേതുമായ താല്പര്യം പക്ഷികളായിരുന്നു. കൂപ്പു ലേലത്തിനെടുത്ത് ഉൾക്കാടുകളിൽ സാലിം അലി അലഞ്ഞു നടന്നു. രാത്രി വീട്ടിൽ തിരികെയെത്താൻ കഴിയാതെ വരുമ്പോൾ പട്ടിണി പാവങ്ങളായ രോഹിങ്ക്യൻ കർഷകരുടെ കുടിലുകളിൽ പരിമിതമായ സൗകര്യങ്ങളിൽ അന്തിയുറങ്ങി. ഇതിനോടൊക്കെ തെഹ്മിന പൊരുത്തപ്പെട്ടു. ഇന്ത്യൻ വംശജനരാണ് രോഹിങ്ക്യൻ കർഷകർ. ബംഗാളിൽനിന്ന് വളരെ മുമ്പേ ബർമ്മയിൽ എത്തപ്പെട്ട മുസ്ലീങ്ങളാണിവരിലധികവും. ഒരു കച്ചവടക്കാരന്റെ മനസ്സ് ഒരിക്കലും സാലിമിനുണ്ടായിരുന്നില്ല. ഒരുപക്ഷേ, സാലിം അലിയുടെ കമ്പനി പച്ച പിടിച്ചിരുന്നെങ്കിൽ നമുക്ക് മഹാനായൊരു പക്ഷി ശാസ്ത്രജ്ഞനെ ലഭിക്കുമായിരുന്നുവോയെന്ന് സംശയ

മാണ്. തെഹ്മിന ഒരിക്കലും സാലിം അലിയുടെ ഒരാഗ്രഹത്തിനും എതിരുനിന്നിരുന്നില്ല. എന്തെങ്കിലും സൗകര്യങ്ങൾക്കായോ, ഉയർന്ന ശമ്പളം ലഭിക്കുന്ന ജോലി നേടിയെടുക്കുന്നതിനോ നിർബ്ബന്ധിക്കുകയും ഉണ്ടായിട്ടില്ല. സാലിമിനൊപ്പം അരവയർ മാത്രം നിറച്ചു ജീവിക്കാനും അവർ സന്നദ്ധയായിരുന്നു. കമ്പനിയുടെ പ്രവർത്തനങ്ങളിൽ സാലിം അലിക്ക് കാര്യമായ ശ്രദ്ധയില്ലെന്ന് സഹോദരൻ ജബീറിനും ബോദ്ധ്യപ്പെട്ടു. 1924 ൽ സാലിം അലിയും തെഹ്മിനയും മുബൈയിലേക്ക് മടങ്ങി. സഹോദരി കാമുവിന്റെ വീട്ടിൽ 'പേയിങ് ഗസ്റ്റ്' ആയിട്ട് താമസിച്ചു. പാലിഹിൽ എന്ന പ്രദേശത്തായിരുന്നു കാമുവിന്റെ ബംഗ്ലാവ്. ഇവിടം അതിമനോഹരമായൊരു പ്രദേശമായിരുന്നു. ചുറ്റും കാടായിരുന്നു. വിശാലമായ നെൽപ്പാടങ്ങളും കൃഷിയിടങ്ങളും തൊട്ടടുത്തുണ്ടായിരുന്നു. വിവിധ ജാതി പക്ഷികളുടെ ഒരാവാസ കേന്ദ്രമായിരുന്നു ഇവിടം. കാമുവിന്റെ ബംഗ്ലാവും അതീവ സുന്ദരമായിരുന്നു. എന്തുകൊണ്ടും പ്രകൃതിസ്നേഹിയായ ഒരാൾക്ക് ജീവിക്കാനും പഠിക്കാനും പറ്റിയ ഇടമായിരുന്നു ഇവിടം. കാമുവുമായി സാലിം അലിക്ക് ഒരു പ്രത്യേക അടുപ്പമുണ്ടായിരുന്നു. ഇരുവരും തമ്മിൽ പ്രായത്തിൽ വലിയ വ്യത്യാസം ഉണ്ടായിരുന്നില്ല. അവർ ഒന്നിച്ചു കളിച്ചു വളർന്നവരാണ്. പരസ്പരം നന്നായി മനസ്സിലാക്കിയിരുന്നു. ഈയൊരടുപ്പം കാമുവിനൊപ്പം താമസിക്കാൻ കാരണമായി. കൂടാതെ ബംഗ്ലാവിൽ ഇഷ്ടം പോലെ മുറികളും ഉണ്ടായിരുന്നു. വിവാഹത്തിന് മുമ്പ് സാലിം മുംബൈയിൽ താമസിച്ചിരുന്നത് മൂത്ത സഹോദരി അഷ്റഫ് ഉന്നീസയ്ക്കൊപ്പമായിരുന്നു. തന്റെ പഠനത്തിനും മറ്റും ഏറ്റവും അനുയോജ്യമായ സ്ഥലം പാലിഹില്ലാണെന്ന് സാലിമിന് തോന്നുകയും ചെയ്തു. കാമുവിന്റെ ഭർത്താവ് ഹസ്സൻ അലിക്ക് ജപ്പാനിൽ ബിസിനസായിരുന്നു. അതു നിർത്തിയാണ് അദ്ദേഹം ബോംബെയിൽ വന്നത്. ബോംബെയിൽ ഷെയർ മാർക്കറ്റിൽ ഒരു കൈ പയറ്റി നോക്കി. രക്ഷയുണ്ടായില്ല. കുറെ കാശുപോയതു മിച്ചം. ജപ്പാനിലെ ബിസിനസ് തന്നെയാണ് മെച്ചമെന്നു കണ്ട് ഹസ്സൻ അലി ജപ്പാനിലേക്ക് വീണ്ടും പോയി. പാലിഹില്ലിലെ താമസത്തിനിടയിലാണ് 1924 ൽ സാലിം അലി *ബേർഡ്സ് ഓഫ് മുംബൈ ആന്റ് സാൽസെറ്റെ* (Birdas Bombay and salesette) എന്ന പ്രബന്ധമെഴുതി ബി എൻ എച്ച് എസ് ജേർണലിലേക്കയച്ചത്. എന്നാൽ നീണ്ട കാത്തിരിപ്പിനു ശേഷം സാലിമിന്റെയും ഹുമയൂൺ അബ്ദുൾ അലിയുടെയും പേരിൽ സൊസൈറ്റി ജേർണലിൽ പ്രസിദ്ധീകരിച്ചു വന്നു. പക്ഷിപഠനത്തിൽ നിന്നോ, എഴുത്തിൽ നിന്നോ വരുമാനമൊന്നും സാലിം അലിക്ക് ലഭിച്ചിരുന്നില്ല. അതുകൊണ്ടു തന്നെ ജീവിക്കാൻ നന്നായി ബുദ്ധിമുട്ടി. തെഹ്മിനയുടെ അച്ഛൻ മാസംതോറും ഒരു സംഖ്യ മകൾക്ക് പോക്കറ്റ് മണിയായി നല്കി വന്നിരുന്നു. ഇതായിരുന്നു പ്രധാന വരുമാനമാർഗ്ഗം. ജപ്പാനിൽ കഴിഞ്ഞിരുന്ന ഹസ്സൻ അലി തന്റെ കുടുംബത്തെ അവിടേക്ക് വിളിപ്പിച്ചു. കാമുവിന്റെ മക്കളായ സാദ്, ലയീക്ക്, അമീർ എന്നിവർക്കൊപ്പം ജപ്പാനിലേക്ക് പോയി. അവർ പാലിഹി

ല്ലിലെ ബംഗ്ലാവ് വാടയ്ക്ക് കൊടുത്തു. അതോടെ സാലിം അലി തെഹ്മിനയുടെ വീട്ടിലേക്ക് താമസം മാറ്റി. ചൗപ്പാത്തിയിൽ വിത്സൺ കോളേജിന്റെ പിറകിലായിരുന്നു അവരുടെ കുടുംബ വീട്. തെഹ്മിന ഒരു ചെറിയ ജോലിയും തരപ്പെടുത്തിയെടുത്തു. ബോംബെ പ്രസിഡൻസി വിമൻസ് കൗൺസിൽ സെക്രട്ടറിയുടെ ജോലി. സാലിം അലിക്കും ഒരു മാസവരുമാനം കിട്ടുന്ന ജോലിക്കായി കഠിനമായി പരിശ്രമിച്ചു. സുവോളജിക്കൽ സർവ്വെ ഓഫ് ഇന്ത്യയിൽ ഒരു പക്ഷി വിദഗ്ദ്ധനെ ആവശ്യമുണ്ടെന്ന പരസ്യം ശ്രദ്ധയിൽപ്പെട്ടു. പ്രതീക്ഷയോടെ അതിനപേക്ഷിച്ചു. എന്നാൽ ഡിഗ്രി ഇല്ലാതിരുന്ന സാലിം അലിയെ ഇന്റർവ്യൂവിനു പോലും വിളിക്കുകയുണ്ടായില്ല. സാലിം വളരെ നിരാശപ്പെട്ടു. ഉന്നത അക്കാദമിക് വിദ്യാഭ്യാസമില്ലെങ്കിൽ ഒരു ജോലിയെന്നത് ബാലികേറാമലയാണെന്ന് സാലിമിന് ബോദ്ധ്യപ്പെട്ടു.

സ്വന്തമായി ഒരു സെന്റ് ഭൂമിയോ, വീടോ ഇല്ലാതെ സാലിമും തന്റെ മകൾ തെഹ്മിനയും കഷ്ടപ്പെടുന്നത് അവളുടെ അച്ഛൻ മനസ്സിലാക്കുന്നുണ്ടായിരുന്നു. അവർക്കൊരു വീടു വാങ്ങിക്കൊടുക്കുവാൻ അദ്ദേഹം ആഗ്രഹിച്ചു. അതിനുള്ള ശ്രമവും തുടങ്ങി. സാലിമിന്റെ അമ്മാവൻ കമറുദ്ദീൻ അവർക്കായി സുന്ദരമായൊരു വീട് കണ്ടെത്തി. സാലിം അലിയുടെ പ്രകൃതത്തിനു ചേരുന്നചുറ്റുപാടുകളുള്ള ഒരു വീടാണ് കണ്ടെത്തിയത്. ചുറ്റും നിറയെ മരങ്ങളുള്ള ഒരു ബംഗ്ലാവാണത്. സർക്കാർ പണിയിച്ച ഈ ബംഗ്ലാവ് വില്ക്കുന്നുവെന്നറിഞ്ഞ് വിലപേശി കരാർ ഉറപ്പിക്കാൻ അദ്ദേഹം ശ്രമങ്ങൾ നടത്തി. പുതിയ വീട്ടിലേക്ക് ഉടൻ താമസം മാറ്റാനാകുമെന്ന പ്രതീക്ഷയിൽ തെഹ്മിന വീട്ടു സാധനങ്ങളൊക്കെ വാങ്ങി വച്ചു. കർട്ടനുകളും പൂച്ചെടികളും പോലും വാങ്ങി. ഏതൊരു കാര്യത്തിലും മുൻ ഒരുക്കങ്ങൾ നടത്തി ഭംഗിയാക്കാൻ ഒരു പ്രത്യേക മിടുക്കു തന്നെ തെഹ്മിനയ്ക്കുണ്ടായിരുന്നു. അടുക്കും ചിട്ടയും തെഹ്മിനയുടെ കൂടെപ്പിറപ്പായിരുന്നു. എന്നാൽ എല്ലാ പ്രതീക്ഷകളെയും തെറ്റിച്ചു കൊണ്ട് അമ്മാവൻ കമറുദ്ദീൻ പെട്ടെന്ന് മരിച്ചു. തന്റെ അനന്തരവിന് വീടു വാങ്ങാനുള്ള കരാർ ഉറപ്പിച്ചു സർക്കാരിലേക്ക് കത്തയച്ച ഉടനായിരുന്നു മരണം. ഇതൊരു ദുഃശകുനമായി വീട്ടുകാർ കണ്ടിരിക്കാം. അതോടെ ആ വീട് അവരിൽ നിന്നകന്നുപോയി. ബോംബെ നാച്ച്വുറൽ ഹിസ്റ്ററി സൊസൈറ്റിയിൽ സാലിം അലിക്ക് ഒരു ജോലി തരപ്പെട്ടു. ചെറിയ തുക മാത്രമായിരുന്നു ശമ്പളമായി ലഭിച്ചിരുന്നത്. 1927 ൽ തെഹ്മിനയുടെ അച്ഛനും മരിച്ചു. ഇതോടെ സ്വന്തം വീട്ടിൽനിന്നും മാറി താമസിക്കേണ്ട സ്ഥിതിയായി. ഇരുവരുടെയും തുച്ഛമായ വരുമാനംകൊണ്ട് ഒരു തുണ്ടു ഭൂമിയോ ഒരു വീടോ വാങ്ങാൻ കഴിയില്ലായിരുന്നു. അതുകൊണ്ട് ചെറിയൊരു വാടക ഫ്ളാറ്റിലേക്ക് അവർ താമസം മാറ്റി. ബൈക്കുളയിൽ 'യൂണിറ്റിഹാൾ' എന്നു പേരുള്ള വൈ എം സി എ ക്രിക്കറ്റ് ഫീൽഡിന് സമീപമുള്ള രണ്ടു കിടപ്പുമുറികൾ മാത്രമുള്ള ഒരു ചെറിയ ഫ്ളാറ്റ്.

സ്വന്തമായി വീടുവാങ്ങുമ്പോൾ അവിടം മോടി പിടിപ്പിക്കാനും

മറ്റുമായി ഒരു തുക സൂക്ഷിച്ചിരുന്നു. ഈ തുക കൊണ്ട് ഒരു കാർ വാങ്ങി. ഒരു ബേബി ഓസ്റ്റിൻ. തെഹ്മിന തങ്ങളുടെ പുതിയ അതിഥിയായി വീട്ടിലെത്തിയ കാറിന് ഒരു പേരിട്ടു ജേയ്ൻ. തെഹ്മിനയ്ക്ക് പ്രിയപ്പെട്ട ഇംഗ്ലീഷ് എഴുത്തുകാരന്റെ പേരാണത്. ജയ്നിൽ ഇരുവരും പക്ഷി നിരീക്ഷണ യാത്രകൾ നടത്തി. ഇരുവരും തങ്ങളുടെ ഓഫീസുകളിലേക്ക് കാറിൽ പോയി വന്നു. ജീപ്പു പോലെയുള്ള കാറാണിത്. ഇരുവശവും തുറന്നു കിടക്കും. വെയിലും മഴയും കൊള്ളാതിരിക്കാൻ മുകൾ വശം തുകൽ ഷീറ്റിൽ മറച്ചിട്ടുണ്ട്. കാറ്റും വെളിച്ചവും ഏറ്റ് ചുറ്റുപാടും കണ്ട് യാത്ര ചെയ്യാമെന്നൊരു സുഖമുണ്ട്.

സാലിമും തെഹ്മിനയും ഒരു നായയെ വളർത്തിയിരുന്നു. ജനറൽ ഡയർ എന്നായിരുന്നു ഇതിന്റെ പേര്. സ്വാതന്ത്ര്യ സമര സേനാനികളെ ജാലിയൻ വാലാബാഗിൽ വച്ച് നിഷ്കരുണം കൊല ചെയ്യാൻ ഉത്തരവിട്ട ക്രൂരനായ ബ്രിട്ടീഷ് ജനലറായിരുന്നുവല്ലോ ഡയർ (Dwyer) . നിരായുധരായ ഇന്ത്യക്കാരെ നിഷ്കരുണം വധിച്ച അയാളെ പിന്നീട് സ്വാതന്ത്ര്യസമരസേനാനി ഉത്തംസിങ് ബ്രിട്ടനിൽ ചെന്നു കൊലപ്പെടുത്തുകയുണ്ടായി. ജനറൽ ഡയറോടു ചെയ്യാവുന്ന മധുരതരമായൊരു പ്രതികാരമായിരുന്നു നായയ്ക്ക് അയാളുടെ പേരിട്ടതിലൂടെ ചെയ്തത്. സാലിമും തെഹ്മിനയും ഒരു പൂച്ചയേയും വേഴാമ്പലിനെയും വീട്ടിൽ ഓമനിച്ചു വളർത്തിയിരുന്നു. കുട്ടികൾ ഇല്ലാത്ത അവർ ഇവയെ ഒക്കെ ലാളിച്ചും സ്നേഹിച്ചും സമയം പോക്കിയിരുന്നു. കാട്ടുയാത്രകളിൽ ഇരുവരും തദ്ദേശീയരുടെ കലാപ്രകടനങ്ങളും സംഗീതവും ആസ്വദിക്കുക പതിവായിരുന്നു. ഓടക്കുഴൽ വായിക്കുന്നതും കേൾക്കുന്നതും ഇരുവർക്കും വളരെ ഇഷ്ടമായിരുന്നു. കാല്പനിക സുന്ദരമായിരുന്നു ഇരുവരുടെയും ജീവിത വീക്ഷണം. ഇരുവരുടെയും വരുമാനംകൊണ്ട് അവർക്ക് ജീവിതം മുന്നോട്ടു കൊണ്ടു പോകുവാൻ നന്നായി ക്ലേശിക്കേണ്ടതായി വന്നു. പ്രത്യേകിച്ചു പക്ഷിപഠനത്തിനും മറ്റുമുള്ള യാത്രയ്ക്കായി നല്ലൊരു തുക വേണ്ടി വരും. എത്ര ഇറുക്കിപ്പിടിച്ചാലും അത് കൈയിൽ ഒതുങ്ങാത്തതായി മാറിക്കൊണ്ടിരുന്നു. ഇതിനിടയിലാണ് കൂടുതൽ പഠനത്തിനായി സാലിം അലി ജർമ്മനിയിലേക്ക് പോയത്. പഠനം പൂർത്തിയാക്കി നാട്ടിൽ മടങ്ങി വന്നെങ്കിലും ജോലിയൊന്നും തരപ്പെട്ടില്ല.

തനിക്ക് ഏറെ ഇഷ്ടപ്പെട്ട പക്ഷിപഠനവുമായി ബന്ധപ്പെട്ട് ശമ്പളമുള്ള എന്തെങ്കിലും ജോലി കിട്ടുകയെന്നത് എളുപ്പമുള്ള കാര്യമല്ലെന്ന് സാലിം അലിക്ക് ബോദ്ധ്യമായി. ഇനിയിപ്പോൾ എന്താണ് ചെയ്യുകയെന്ന് ആലോചനയായി. വെറുതെയിരിക്കുന്നത് അദ്ദേഹത്തിന് ആലോചിക്കാനേ കഴിയുമായിരുന്നില്ല. ബ്രിട്ടീഷ് ഇന്ത്യയിൽ നിരവധി നാട്ടുരാജ്യങ്ങൾ നിലനിന്നിരുന്നു. അവിടങ്ങളിൽ പക്ഷിപഠനമൊന്നും കാര്യമായി നടന്നിരുന്നില്ല. ഇത്തരം നാട്ടുരാജ്യങ്ങളിൽ പക്ഷി സർവ്വേ നടത്തുന്നത് നന്നായിരിക്കുമെന്ന് അദ്ദേഹത്തിനും തോന്നി. ബോംബെ നാചറൽ ഹിസ്റ്ററി സൊസൈറ്റിക്ക് ഇതുസംബന്ധിച്ച് ഒരു പദ്ധതി തയ്യാറാക്കി സമർപ്പിച്ചു.

ചുരുങ്ങിയ ചിലവിൽ പക്ഷി സർവ്വേ നടത്തിത്തരാമെന്നായിരുന്നു വാഗ്ദാനം. ചിലവിനുള്ള പണം മാത്രം ബി എൻ എച്ച് എസ് മുടക്കിയാൽ മതിയാവും. താമസവും മറ്റും അതാത് നാട്ടുരാജ്യങ്ങളിലെ വനം വകുപ്പിനെ കൊണ്ട് ചെയ്യിപ്പിക്കാം. എന്നാൽ സൊസൈറ്റിയിലെ ഫീൽഡ് കളക്ടർമാരെയും ടാക്സി ഡെർമിസ്റ്റുകളെയും സഹായത്തിനായി വിട്ടുതരണം. നൈസാം ഭരിക്കുന്ന ഹൈദരാബാദ് നാട്ടുരാജ്യങ്ങളിലേക്ക് ആദ്യം പോകാമെന്നും ഉറച്ചു. അവിടെ സാലിമിന് നിരവധി സുഹൃത്തുക്കൾ ഉണ്ടായിരുന്നു. സാലിം അലിയുടെ ഈ നിർദ്ദേശം ബോംബെ നാച്ച്വറൽ ഹിസ്റ്ററി സൊസൈറ്റി അധികൃതർക്കു സ്വീകാര്യമായി തോന്നി. ജർമ്മനിയിൽ പോയി പക്ഷിപഠനത്തിൽ പരിശീലനം നേടി വന്നയാളുമാണല്ലോ. അങ്ങനെയുള്ള ഒരാളിന്റെ സേവനം പ്രയോജനപ്പെടുത്താൻ തന്നെ അവർ തീരുമാനിച്ചു. സാലിം അലി തന്റെ ആദ്യ പക്ഷി സർവ്വേക്ക് ഹൈദരാബാദ് തെരഞ്ഞെടുക്കാൻ കാരണം അവിടെയുള്ള പല സർക്കാർ സെക്രട്ടറിമാരും ബോംബെ നാചറൽ ഹിസ്റ്ററി സൊസൈറ്റിയുടെ അംഗങ്ങളാണ്. അവരുമായി അടുപ്പം ഉള്ളതുകൊണ്ട് സർവ്വേ വളരെ സുഗമമാകുമെന്ന് സാലിം അലി വിശ്വസിച്ചു.

സ്വന്തം നിലയിൽ ഇതിനു മുമ്പ് വ്യാപകമായൊരു പക്ഷി സർവ്വേ നടത്തിയ ശീലം സാലിം അലിക്കുണ്ടായിരുന്നില്ല. സർവ്വേ നടത്തുമ്പോൾ പലതരത്തിലുള്ള പ്രതിസന്ധികളുമുണ്ടാകും. പക്ഷികളെയൊക്കെ തിരിച്ചറിയുന്നതും ബുദ്ധിമുട്ടുള്ള കാര്യമാണ്. പല ജാതി പക്ഷികൾ തമ്മിൽ നേരിയ വ്യത്യാസങ്ങളേ ചിലപ്പോൾ ഉണ്ടാവുകയുള്ളൂ. സർവ്വേ ഒന്നു തുടങ്ങി വയ്ക്കാൻ ഒരു പക്ഷി വിദഗ്ദ്ധന്റെ കൂടി സഹായം ലഭിച്ചാൽ കൊള്ളാമെന്ന് സാലിം അലിക്കു തോന്നി. ഇതിനായി അറിയപ്പെടുന്ന പക്ഷി ശാസ്ത്രജ്ഞനായ ഹ്യൂവിസ്‌ലെറുടെ സഹായം അദ്ദേഹം തേടി. വിസ്‌ലെർ സന്തോഷത്തോടെ സാലിം അലിയെ സഹായിക്കാമെന്നേറ്റു. അതോടെ എല്ലാ ആശങ്കകളും ഒഴിഞ്ഞു. ഹൈദരാബാദ് സർവ്വേക്കായി സാലിം അലിയുടെ നേതൃത്വത്തിൽ സംഘം പുറപ്പെട്ടു.

കുഗ്രാമങ്ങളിലും കാട്ടു വഴികളിലും മിക്കപ്പോഴും കാൽനടയായാണ് സാലിം അലിയും തെഹ്മിനും പക്ഷി സർവ്വേ നടത്തിയത്. കാളവണ്ടിയും ഉപയോഗിച്ചു. അക്കാലത്ത് ജീപ്പൊന്നും കണ്ടുപിടിച്ചിരുന്നില്ല. അതുകൊണ്ട് ചെങ്കുത്തായ കയറ്റങ്ങളിലൊക്കെ കാൽനട തന്നെയായിരുന്നു ശരണം. സാലിം അലിയെ സംബന്ധിച്ച് നടത്തം ഒരു ബുദ്ധിമുട്ടേയായിരുന്നില്ല. എന്നാൽ കൂടെയുള്ളവർ നന്നെ ബുദ്ധിമുട്ടി. പക്ഷി സർവ്വേ നടത്തുന്ന സാലിമിനും സംഘത്തിനും എല്ലാവിധ സഹായവും ചെയ്തുകൊടുക്കണമെന്ന് നാട്ടുരാജ്യത്തിന്റെ അധികാരികൾ ഉത്തരവ് പുറപ്പെടുവിച്ചിരുന്നു. അതുകൊണ്ട് ഗ്രാമങ്ങളിലൊക്കെ നല്ല സ്വീകരണമാണ് ലഭിച്ചത്. നാട്ടുവഴികൾ നിശ്ചയമുള്ളവരെ അതാതു പ്രദേശത്തുനിന്ന് തന്നെ കൂടെ കൂട്ടുകയായിരുന്നു പതിവ്. ഇതു സംബന്ധിച്ച് രസകരമായൊരു സംഭവം സാലിം അലി കൂടെക്കൂടെ പറയുമായിരുന്നു. ഒരു ഗ്രാമ

ത്തിലെത്തി അവിടുത്തെ ഗ്രാമത്തലവനായ പട്ടേലിനെ കണ്ടു നാലഞ്ചാളുകളെ സഹായത്തിനായി വിട്ടു തരണമെന്നാവശ്യപ്പെട്ടു.

അവിടെ കിടന്നുറങ്ങുകയായിരുന്ന നാലഞ്ചാളുകളെ ഗ്രാമത്തലവൻ സാലിമിനെ സഹായിക്കാനായി ഉണർത്തി കൂടെ വിട്ടു. അവരെയും കൂട്ടി കുറെ ദൂരം സഞ്ചരിച്ചപ്പോഴാണ് സാലിം അലിക്കു മനസ്സിലായത് അവർ ആ പ്രദേശത്ത് ഉത്സവത്തിന് പരിപാടി നടത്താൻ വന്ന കലാകാരന്മാരാണെന്ന്. പാട്ടു കച്ചേരിക്കാരായ അവർ ഗ്രാമത്തലവൻ പറഞ്ഞതു കൊണ്ട് സാലിമിനെ അനുഗമിക്കുകയാണ്. തന്റെ സർവ്വേക്ക് ഇവരെ കൊണ്ട് ഒരു പ്രയോജനവും ലഭിക്കില്ലെന്ന് മനസ്സിലാക്കി സാലിം അലി അവരെ വേഗം തിരിച്ചയച്ചു. ഏതാണ്ട് രണ്ടു വർഷംകൊണ്ട് ഹൈദരാബാദ് സർവ്വേ സാലിം അലി പൂർത്തിയാക്കി. ഇനിയെന്തെന്നായി അടുത്ത ചോദ്യം. ബോംബെ നാച്യുറൽ ഹിസ്റ്ററി സൊസൈറ്റി തിരു-കൊച്ചി സംഘം പ്രവർത്തകരുമായി എഴുത്തുകുത്തുകൾ നടത്തിക്കൊണ്ടിരുന്നു. ഇതിനിടയിൽ നീലഗിരിയിലേക്ക് ചെല്ലാൻ സാലിമിന്റെ കുടുംബ സുഹൃത്തായിരുന്ന ശ്രീമതി നന്തിയുടെ ഒരു സന്ദേശം ലഭിച്ചു. നന്തിയുടെ (Nundy) അവധിക്കാല വസതിയായ മോൻ അബ്രി (Mon Abri) കോട്ടഗിരി കുന്നിലായിരുന്നു. ജൈവ വൈവിദ്ധ്യം നിറഞ്ഞ നീലഗിരി കുന്നുകൾ സന്ദർശിക്കാൻ സാലിമിന് മോഹമുണ്ടായിരുന്നു. ഒട്ടും താമസിയാതെ തെഹ്മിനയേയും കൂട്ടി അവിടേക്ക് പുറപ്പെട്ടു. പശ്ചിമ ഘട്ടത്തിലെ പക്ഷികളെ അടുത്തു പരിചയപ്പെടാൻ നീലഗിരി സന്ദർശനം സഹായകരമായി. തിരു – കൊച്ചി സർവ്വേക്കുള്ള മുന്നോടിയായാണ് നീലഗിരി സന്ദർശനത്തെ സാലിം അലി കണ്ടത്. അവിടെ കോട്ടഗിരിയിൽ വച്ച് ഒരു മലയാളിയായ ഒരു പട്ടാള ഡോക്ടർ അനന്തനെ കൂട്ടിനു കിട്ടി. അദ്ദേഹവും ഭാര്യയും അവിടെ വിശ്രമ ജീവിതം നയിക്കുകയായിരുന്നു. അവർക്കു കുട്ടികൾ ഉണ്ടായിരുന്നില്ല. സംഭാഷണ പ്രിയനും പ്രകൃതി സ്നേഹിയുമായിരുന്നു അനന്തൻ. സാലിം അലിയും തെഹ്മിനയും അനന്തന്റെ മോറിസ് ഓക്സ്ഫോർഡ് കാറിൽ അവിടെയൊക്കെ ചുറ്റിയടിച്ച് പക്ഷി നിരീക്ഷണം നടത്തുക പതിവായി.

മാസത്തിലൊരിക്കൽ അനന്തൻ ശമ്പളം വാങ്ങാൻ ഊടുക്കമണ്ടിലേക്ക് (ഊട്ടി) യിലേക്ക് പോകും. അപ്പോൾ സാലിമും തെഹ്മിനയും അദ്ദേഹത്തോടൊപ്പം കൂടും. ഊട്ടിയിലെ ബൊട്ടാണിക്കൽ ഗാർഡനിൽ പക്ഷി നിരീക്ഷണം നടത്താൻ പറ്റിയ അവസരമായാണ് സാലിം അലി കണ്ടത്. അനന്തന്റെ പട്ടാളക്കഥകൾ സാലിമും തെഹ്മിനയും ശരിക്കും ആസ്വദിച്ചു. ഇതിനിടയിൽ നായാട്ടു വീരനായ ഒരു കാപ്പിത്തോട്ടക്കാരനെ സാലിമിന് കൂട്ടിനു കിട്ടി. റാൽഫ് മോറിസ്. ബോംബെ നാച്യുറൽ ഹിസ്റ്ററി സൊസൈറ്റിയുമായി ബന്ധമുള്ളയാളാണദ്ദേഹം. ബി എൻ എച്ച് എസ് ജേർണലിൽ റാൽഫ് മോറിസ് എഴുതാറുമുണ്ടായിരുന്നു. നായാട്ടു കമ്പക്കാരനായ റാൽഫ് മോറിസ് പതുക്കെ പ്രകൃതി സ്നേഹിയായി മാറിയിരുന്നു. റാൽഫ് മോറിസ് – കിൻലോബ് ദമ്പതിമാരുമായി സാലിം അലിയും

തെഹ്മിനയും കൂടുതൽ അടുത്തു. അവരുമൊന്നിച്ചു പക്ഷി നിരീക്ഷണം നടത്തുകയും ചെയ്തുപോന്നു. ഇതിനിടയിൽ ബോംബെയിൽനിന്നും സാലിമിന് കത്തു വന്നു. തിരു-കൊച്ചി പക്ഷി സർവ്വെക്കുള്ള അനുമതി ലഭിച്ചുവെന്നും എപ്പോൾ അവിടെയെത്താനാകുമെന്നറിയിക്കണ മെന്നുമായിരുന്നു കത്തിലുണ്ടായിരുന്നത്. ഇന്ത്യയുടെ തെക്കേ അറ്റ ത്തുള്ള തിരു-കൊച്ചി ഭാഗത്ത് മുമ്പ് സാലിം അലി വന്നിട്ടുണ്ടായിരുന്നില്ല. നീലഗിരിയിൽനിന്ന് മറയൂർ വഴി തിരു-കൊച്ചിയിലെത്താമെന്നൊക്കെ പറഞ്ഞു കൊടുത്തത് റാൽഫ് മോറിസാണ്. തിരു-കൊച്ചി ഭാഗത്ത് നല്ല പിടിപാടുള്ളയാളായിരുന്നു അദ്ദേഹം. തിരു-കൊച്ചി സർവ്വേക്ക് പുറപ്പെടും മുമ്പ്. തങ്ങളോടൊപ്പം വന്നു താമസിക്കാൻ മോറിസ് - കിൻലോബ് ദമ്പ തിമാർ സാലിമിനെയും തെഹ്മിനയേയും നിർബ്ബന്ധിച്ചു. അങ്ങനെ അവ രുടെ വീട്ടിൽ താമസിച്ചാണ് തിരു - കൊച്ചി സർവ്വേക്കുള്ള പദ്ധതികൾ സാലിം അലി തയ്യാറാക്കിയത്. (പക്ഷി സമ്പന്നമായ പ്രദേശങ്ങളിൽ വഴികളൊക്കെ തിട്ടമുണ്ടായിരുന്ന മോറിസിന്റെ സഹായം സാലിമിന് ഏറെ ഗുണം ചെയ്യുകയും ചെയ്തു.)

ലോക്‌വാൻതോ എന്ന ആത്മസുഹൃത്ത്

പക്ഷിപഠനയാത്രകളിൽ സാലിം അലിക്ക് ധാരാളം സുഹൃത്തുക്കൾ ഉണ്ടായിരുന്നുവെങ്കിലും ലോക്‌വാൻതോ (Loke wantho)യോടുള്ളത്ര ആത്മബന്ധം മറ്റാരുമായെങ്കിലും ഉണ്ടായിരുന്നുവോയെന്നു സംശയമുണ്ട്. സാലിം അലി തന്റെ ആത്മകഥയിൽ ഒരദ്ധ്യായം 'ലോക്‌വാൻതോ' ക്കായി നീക്കിവച്ചിട്ടുണ്ട്. സിംഗപ്പൂരിലെ വലിയ ബിസിനസ് കുടുംബാംഗമായിരുന്നു ലോക്‌വാൻതോ. രണ്ടാം ലോകമഹായുദ്ധത്തിൽ ജപ്പാൻ സിംഗപ്പൂർ പിടിച്ചതോടെ 1942 ൽ ലോക് വാൻതേയ്ക്കും കുടുംബത്തിനും ഇന്ത്യയിലേക്ക് രക്ഷപ്പെടേണ്ടിവന്നു. ആയിടയ്ക്ക് *വിക്ടറിമാഗസിനിൽ* (Victory) മനോഹരമായൊരു പക്ഷി ചിത്രവും ലേഖനവും ലോക് വാൻതോയുടേതായി പ്രസിദ്ധീകരിച്ചുവന്നു. ഡൂൺ സ്കൂളിലെ (Doon School) അദ്ധ്യാപകനായിരുന്ന ജെ ടി എം ഗിബ്സൺ (J T M Gibson) അന്ന് ബോംബെയിലുണ്ടായിരുന്നു. സ്വിറ്റ്സർലന്റിൽ വച്ച് താൻ പഠിപ്പിച്ച കുട്ടിതന്നെയാണോ ഈ ലോക് വാൻതോയ് എന്നൊരു സംശയം അദ്ദേഹത്തിനുണ്ടായി. മാഗസിൻ എഡിറ്ററുമായി ബന്ധപ്പെട്ട് രണ്ടും ഒരാളെന്ന് അദ്ദേഹം കണ്ടെത്തി. സാലിം അലിക്ക് ലോക്‌വാൻതോയെ പരിചയപ്പെടുത്തിക്കൊടുത്തത് ഗിബ്സൺ ആണ്. പ്രഗത്ഭനായ പക്ഷി ഫോട്ടോഗ്രാഫർ കൂടിയായി ലോക്‌വാൻതോയുമായി സാലിം അലി വേഗം അടുത്തു. സാലിം അലിയുമായി 30 വയസ്സിന്റെ ഇളപ്പമുണ്ടായിരുന്നു ലോക്‌വാൻതോക്ക്. എന്നാൽ അവരുടെ സൗഹൃദത്തെ ഇതൊന്നും ബാധിച്ചിരുന്നതേയില്ല. സാലിം അലി പ്രായവ്യത്യാസമില്ലാതെ എല്ലാവരുമായും ഒരുപോലെ ഇടപഴകുന്ന പ്രകൃതക്കാരനായിരുന്നു. ലോക്‌വാൻതോയുടെ പ്രകൃതം സാലിം അലിക്കു നന്നേ ബോധിച്ചു. പല പക്ഷി സർവ്വേകളിലും അവർ ഒന്നിച്ച് യാത്രചെയ്തു. സിംഗപ്പൂരിലെ തന്റെ വളരെ സമ്പന്നമായ ജീവിത സാഹ

ചര്യങ്ങളെക്കുറിച്ചൊരക്ഷരം പോലും ലോക്‌വാൻതോ സാലിം അലിയോട് മിണ്ടുകയുണ്ടായില്ല. വളരെ പരിമിതമായ സൗകര്യങ്ങളിൽ അദ്ദേഹം സാലിം അലിക്കൊപ്പം കഴിഞ്ഞു. ചിലപ്പോൾ പക്ഷികളെത്തേടിയുള്ള യാത്രകളിൽ പശുത്തൊഴുത്തിൽ പോലും അന്തിയുറങ്ങി. യുദ്ധമൊക്കെ അവസാനിച്ച് ലോക്‌വാൻതോയും കുടുംബവും സിംഗപ്പൂരിലേക്ക് മടങ്ങിയെങ്കിലും സാലിം അലിയുമായുള്ള ആത്മബന്ധം തുടർന്നു. സാലിം അലിക്ക് പക്ഷി സർവ്വേ നടത്താൻ സ്റ്റേഷൻ വാഗണും, ജീപ്പ് സ്റ്റേഷൻ വാഗണും (Jeep station wagon) ലോക്‌വാൻതോ സമ്മാനമായി നല്കിയിട്ടുണ്ട്. 1964 ൽ ഒരു വിമാനാപകടത്തിൽ വാൻതോ മരണപ്പെട്ടു. സാലിം അലിക്ക് ഇതൊരു വലിയ ആഘാതമായിരുന്നു. ബി എൻ എച്ച് എസിന്റെ പ്രവർത്തനങ്ങൾക്കും വാൻതോയുടെ സാമ്പത്തിക സഹായം നിർലോഭം ലഭിച്ചിരുന്നു. ഗവേഷണങ്ങൾക്ക് ഇദ്ദേഹത്തിന്റെ പേരിൽ ഏർപ്പെടുത്തിയ സ്കോളർഷിപ്പ് ഇപ്പോഴും വിദ്യാർത്ഥികൾക്ക് നല്കിവരുന്നുമുണ്ട്. ലോക്‌വാൻതോയുടെ മരണം സാലിം അലിയുടെ ജീവിതത്തിൽ ഏല്പിച്ച ആഘാതം വളരെ വലുതായിരുന്നു.

ബുദ്ധിപരമായ സത്യസന്ധതയെ എന്നും ബഹുമാനിച്ച ആളായിരുന്നു സാലിം അലി. തന്റെ ജീവിതത്തിലുടനീളം സത്യസന്ധതയ്ക്കാണദ്ദേഹം ഏറ്റവും മുന്തിയ പരിഗണന നല്കിയിരുന്നത്. ചിരപരിചിതനായ ഒരു പക്ഷിയെ കണ്ടാൽപ്പോലും താൻ കണ്ടത് ആ പക്ഷിയെത്തന്നെയാണോയെന്ന് സാലിം അലി ആവർത്തിച്ചുറപ്പാക്കുമായിരുന്നു. ഒരിക്കൽ ഭരത്പൂർ പക്ഷി സങ്കേതത്തിൽ സാലിം അലി പക്ഷിപഠനത്തിൽ ഏർപ്പെട്ടിരിക്കുകയാണ്. നീർപക്ഷികളെ പിടിച്ച് അടയാള മോതിരം അണിയിക്കുകയാണ് ശിഷ്യൻ വി എസ് വിജയൻ. കടൽക്കാക്കയെപ്പോലൊരു പക്ഷിയെ പിടിച്ച് വിജയൻ അളവെടുക്കുമ്പോൾ സാലിം അലി ചോദിച്ചു. ഏതുപക്ഷിയാണത്? വിഡ്കേഡ് ടേൺ വിജയൻ മറുപടി പറഞ്ഞു. അതാണെന്നുറപ്പാണോ? സാലിം അലി നെറ്റിചുളിച്ചുകൊണ്ടു ചോദിച്ചു 'അതെ' വിജയൻ പക്ഷിയെ സൂക്ഷിച്ചുനോക്കിക്കൊണ്ടു പറഞ്ഞു. സാലിമിന് അതുകൊണ്ട് സംശയം തീർന്നില്ല. നമ്മുടെ പുസ്തകം കൈയിലുണ്ടോ? സാലിം അലി ചോദിച്ചു. നമ്മുടെ പുസ്തകം എന്നത് സാലിം അലിയുടെ തന്നെ *ഇന്ത്യൻ ബേർഡ്സ്* ആണ്. വിജയൻ സഞ്ചിയിൽ പുസ്തകമെടുത്ത് സാലിം അലിക്ക് നേരെ നീട്ടി. അദ്ദേഹം പേജുകൾ മറിച്ച് വിഡ്കേഡ് ടേണിൽ കണ്ണുകൾ ഉടക്കി. എന്നിട്ട് തലയുയർത്തിച്ചു ചോദിച്ചു "ചിറകിന്റെ നീളം എത്രയാണെന്നാപറഞ്ഞത്?" "ഇരുന്നൂറ്റിപ്പതിനാല് മില്ലിമീറ്റർ" സാലിം അലി പുസ്തകത്തിലേക്ക് കണ്ണോടിച്ചുകൊണ്ടു പറഞ്ഞു. "അതു ശരിയാകുന്നില്ലല്ലോ?"

"വിജയന്റെ കൈയിലിരിക്കുന്നത് മറ്റേതോ പക്ഷിയാണെന്നാതോന്നുന്നേ? ഒരിക്കൽക്കൂടി പരിശോധിക്കൂ." എന്നിട്ട് ഒരു ചിരിയോടെ പറഞ്ഞു. "ങാ. അല്ലെങ്കിൽ പെൺകിളിയാവാം." ഇങ്ങനെ ആവർത്തിച്ചുറപ്പാക്കിയാണ് ഓരോ കാര്യവും സാലിം രേഖപ്പെടുത്തിയിരുന്നത്. കഠി

ലോക്വാൻതോ

നാദ്ധ്യാനവും ചിട്ടയോടെയുള്ള പ്രവർത്തനങ്ങളും അദ്ദേഹത്തിന്റെ മുഖ മുദ്രയായിരുന്നു. സമയനിഷ്ഠ കർക്കശമായി പാലിച്ചിരുന്നു. കൃത്യസമ യത്ത് ഭക്ഷണം കഴിക്കും. രാത്രി നേരത്തെയുറങ്ങും. കാലത്ത് നേരത്തെ ഉണരും. കൊച്ചുകുട്ടികളാകട്ടെ, ഭരണാധികാരികൾ ആകട്ടെ ആരുടെ കത്തിനും കൃത്യമായി മറുപടി എഴുതും. കുട്ടികളുടെ കൗതുകങ്ങളെ എപ്പോഴും അദ്ദേഹം പ്രോത്സാഹിപ്പിച്ചിരുന്നു. കുട്ടികൾക്ക് പ്രത്യേക പരി ഗണനയാണ് സാലിം നല്കിയിരുന്നത്. ഒരുയർന്ന ഉദ്യോഗസ്ഥനും ഒരു വിദ്യാർത്ഥിയും സാലിം അലിയെ കാണാൻ വന്നാൽ ആ വിദ്യാർത്ഥി ക്കൊപ്പമാണ് സാലിം അലി കൂടുതൽ സമയം ചിലവഴിക്കുക. പക്ഷി പഠ നത്തിനിടയിൽ ഏതെങ്കിലും കുട്ടികൾ അവിടെയെത്തിയാൽ അവർക്ക് പക്ഷികളെക്കുറിച്ചുള്ള കാര്യങ്ങളൊക്കെ പറഞ്ഞു മനസ്സിലാക്കിക്കൊടു ക്കാൻ അദ്ദേഹം പ്രത്യേക താല്പര്യം എടുത്തിരുന്നു. ഏതുകാര്യവും

സാലിം അലി

ചിട്ടയോടും ഭംഗിയോടും ചെയ്തു തീർക്കാൻ അദ്ദേഹം പരമാവധി ശ്രദ്ധിച്ചിരുന്നു. സാലിം അലിയുടെ പുസ്തകങ്ങളൊക്കെ ശാസ്ത്രീയമായ അതിന്റെ മേന്മ നിലനിർത്തുന്നതോടൊപ്പം മികച്ച നിലയിൽ തയ്യാറാക്കിയതും ആണെന്നു കാണാം. ഇതിനു പിന്നിൽ സാലിമിന്റെ കരങ്ങളുണ്ടായിരുന്നു. തന്റെ പുസ്തകത്തിന്റെ പ്രൂഫ് മുതൽ പ്രിന്റിങ് വരെയുള്ള

കാര്യങ്ങളൊക്കെ അദ്ദേഹം ശ്രദ്ധിച്ചിരുന്നു. പുസ്തകത്തിൽ ചേർക്കേണ്ട ചിത്രങ്ങളുടെ ഗുണനിലവാരം ഉറപ്പാക്കിയിരുന്നു. ആവശ്യമെങ്കിൽ സാലിം അലി തന്നെ ചിത്രങ്ങൾ വരച്ചു നല്കുകയും ചെയ്യും. കുട്ടികളുടെ സഹജമായ വാസനകളെ പരിപോഷിപ്പിക്കണമെന്ന ചിന്താഗതിക്കാരനായിരുന്നു സാലിം അലി. അവരുടെ ചോദ്യങ്ങൾക്കും കൗതുകങ്ങൾക്കും നേരെ അദ്ദേഹം ഒരിക്കലും കണ്ണടച്ചിരുന്നില്ല. ന്യൂറോസർജനും ഓർടി വിദ്യാപീഠം ഇൻസ്റ്റിറ്റ്യൂട്ട് ഓഫ് എൺവിറോൺമെന്റ് എഡ്യൂക്കേഷൻ ആന്റ് റിസർച്ച് ഡയക്ടറുമൊക്കെയായിരുന്ന എറാക് ഭറൂച്ച (Erach Bharucha) ഒരിക്കൽ സാലിം അലിക്കൊപ്പം തന്റെ കുട്ടിക്കാലത്ത് കാട്ടിൽ പോയ കഥ പറയുന്നുണ്ട്. ഭറൂച്ചയുടെ അച്ഛൻ പൂനയിലെ ഒരു ഡോക്ടറായിരുന്നു. ഗ്രാമപ്രദേശത്ത് പോയി ജനങ്ങൾക്ക് സൗജന്യ ചികിത്സ നല്കുന്നത് അദ്ദേഹത്തിന്റെ ഒരു ശീലമായിരുന്നു. സാലിം അലിയും ചിലപ്പോൾ അദ്ദേഹത്തിനൊപ്പം കൂടും. ഒരിക്കൽ കൊച്ചുകുട്ടിയായ ഭറൂച്ചയേയും കൂട്ടി സാലിം അലി കാട്ടിലേക്ക് പക്ഷിനിരീക്ഷണത്തിനു പോയി. ഭറൂച്ച അവിടെ കണ്ട പ്രാണികളെയൊക്കെ പിടിച്ച് ഒരു തീപ്പെട്ടി കൂട്ടിലാക്കി തിരികെ വന്നു. ഇതു കണ്ട് ഭറൂച്ചയുടെ അമ്മ അവനെ വഴക്ക് പറഞ്ഞു. "വേഗം പ്രാണികളെ തുറന്നു വിട്ടേരെ" അവർ ആക്രോശിച്ചു. സാലിം അലി പറഞ്ഞു വേണ്ട അവനതിനെ നിരീക്ഷിച്ചോട്ടെ. വളരുമ്പോൾ ഭറൂച്ചയൊരു വലിയ ശാസ്ത്രജ്ഞൻ (ഫീൽഡ് സയിന്റിസ്റ്റ്) ആകില്ലെന്നാരു കണ്ടു. സാലിം അലിയുടെ പ്രവചനം പോലെ ഭറൂച്ച ഒരു വലിയ ശാസ്ത്രജ്ഞനായി തീർന്നു. ഭരത്പൂർ പക്ഷികൾക്ക് അടയാള മോതിരവളയങ്ങൾ ഇട്ടു കൊണ്ടിരുന്ന വി എസ് വിജയനടുത്ത് രണ്ടാം ക്ലാസുകാരനായ മകൻ റോബിൻ അച്ഛന്റെ തോളിൽ പിടിച്ച് കുനിഞ്ഞു കിടന്നത് കാണുകയായിരുന്നു. വിജയന് അതൊരു ശല്യമായി തോന്നി. തന്റെ മകനോടദ്ദേഹം ദൂരെ മാറി നില്ക്കാൻ പറഞ്ഞു. അതു ശ്രദ്ധിച്ചു കൊണ്ട് സാലിം അലി തന്റെ ശിഷ്യനോട് പറഞ്ഞു. വേണ്ട ആ കുട്ടിയവിടെ നിന്ന് അത് നോക്കി പഠിക്കട്ടെ. ഈ റോബിൻ വളർന്ന് ഒരു പക്ഷി ഗവേഷകനാകുകയും പക്ഷിശാസ്ത്രത്തിൽ ഡോക്ടറേറ്റ് നേടുകയുമുണ്ടായി.

ഇങ്ങനെ കുട്ടികളുടെ സ്വതസിദ്ധമായ താല്പര്യങ്ങളെയും ജിജ്ഞാസയേയും വളർത്തിയെടുക്കുന്നതിൽ സാലിം അലിക്ക് ഒരു പ്രത്യേക കഴിവു തന്നെയുണ്ടെന്ന് കാണാം. പക്ഷിശാസ്ത്രത്തെ ഒരു ജനകീയ ശാസ്ത്രമായി വളർത്തിയതിൽ സാലിം അലിയുടെ പങ്ക് വളരെ വളരെ വലുതാണ്. പക്ഷി ഗവേഷണ രംഗത്തേക്ക് വിദ്യാർത്ഥികളെ ആകർഷിക്കാനും അദ്ദേഹത്തിന് പ്രത്യേക മിടുക്കുണ്ടായിരുന്നു. ഒരുപക്ഷേ, സാലിം അലിയെപ്പോലെയൊരാൾ ഉണ്ടായിരുന്നില്ലെങ്കിൽ ഇന്ത്യയിൽ ഇത്രയധികം പക്ഷിപ്രേമികൾ ഉണ്ടാകുമായിരുന്നില്ലെന്ന് ഉറപ്പിച്ചു പറയാൻ കഴിയും. താനുമായി ബന്ധപ്പെടുന്ന ആരെയും പ്രകൃതി സ്നേഹികളാക്കാനുള്ള ഒരു മാന്ത്രിക സിദ്ധിതന്നെ അദ്ദേഹത്തിന് ഉണ്ടായിരുന്നുവെന്നു കാണാം.

കൈലാസ് മാനസസരോവറിലേക്കൊരു പ്രകൃതി തീർത്ഥാടനം

ഹിമാലയം ഒരത്ഭുതമാണ്. കൈപ്പിടിയിലൊതുക്കാൻ ശ്രമിക്കും തോറും ചിറകു വീശി നമ്മെ ഭ്രമിപ്പിച്ചുകൊണ്ട് പതിയെ പറന്നകലുന്ന ഒരത്ഭുതം. സർവ്വമാന ജീവിവർഗ്ഗങ്ങളെയും ഹിമാലയം ആകർഷിക്കുന്നുണ്ടെന്നാണ് എന്റെയൊരു തോന്നൽ. ലോകത്തിലെ ഏറ്റവും ഉയരം കൂടിയ കൊടുമുടിയായ 'എവറസ്റ്റ്' അവിടെയാണുള്ളത്. എപ്പോഴും മഞ്ഞുമൂടി കിടക്കുന്ന 'ഹിമശൈലം' നമ്മുടെ പ്രിയങ്കര ഭൂമിയാണ്. ഇന്ത്യൻ ഭൂഖണ്ഡത്തിലെ കാലാവസ്ഥയേയും പ്രകൃതിയേയും എന്തിന് മനുഷ്യ ഭാവനയേയും സ്വാധീനിക്കുന്ന കേന്ദ്രസ്ഥാനമാണിവിടം. ആത്മീയതയുടെ ഔന്നത്യത്തോടെയാണ് ഈ ഗിരിശൃംഗങ്ങൾ തലയുയർത്തി നില്ക്കുന്നത്. വേദങ്ങളിലും ഇതിഹാസങ്ങളിലും പുരാണങ്ങളിലും കാവ്യങ്ങളിലുമൊക്കെ ഹിമവൽ സാന്നിദ്ധ്യം നമുക്കനുഭവിക്കാൻ കഴിയും. കാളിദാസൻ ഒരു ഹിമവൽ ഭക്തനാണെന്നുപോലും *കുമാരസംഭവം* വായിക്കുമ്പോൾ തോന്നിപ്പോകും. അത്രമാത്രം ഹിമാലയസാനുക്കളുടെ ഹൃദയതുടിപ്പുകൾ തൊട്ടറിഞ്ഞയാളാണദ്ദേഹം. ഭാവനയുടെ ഒരു ഹിമാലയം തന്നെ അദ്ദേഹം നമുക്ക് സമ്മാനിക്കുകയും ചെയ്തു. ഹിമാലയത്തിൽ ഒന്നു പോകാൻ കൊതിക്കാത്ത ആരെങ്കിലും ഇവിടെയുണ്ടാകുമെന്നും തോന്നുന്നില്ല. പ്രത്യേകിച്ചും കൈലാസവും മാനസസരോവരവും ഒക്കെ നമുക്കൊരു വികാരമാണ്. ഇതിന് ജാതിയോ, മതമോ, ഭാഷയോ ഒന്നും തടസ്സമാകുന്നില്ല. ഋഷി പാരമ്പര്യത്തിന്റെയും ബൗദ്ധ–സൂഫി പാരമ്പര്യത്തിന്റെയുമൊക്കെ പുണ്യ ഭൂമിയാണവിടം. ജ്വലിക്കുന്ന മനസ്സുകൾ ജീവിതത്തിൽ ഒരിക്കലെങ്കിലും ഹിമാലയത്തെ ഒന്നു സ്പർശിക്കുകയെങ്കിലും ചെയ്യണം. ആ സ്പർശനം നല്കുന്ന നവോന്മേഷം ജീവിതകാലം മുഴുവൻ നിലനിന്നേക്കും.

കൈലാസ പർവ്വതം

ഹിമാലയത്തിന്റെ അടിത്തട്ടിലൂടെ ഒന്നു ചുറ്റിക്കറങ്ങാൻ എനിക്കവസരം ലഭിച്ചപ്പോൾ തന്നെ ആ മാന്ത്രിക, മാസ്മരിക സ്പർശത്താൽ ഞാൻ തരളിതനായിപ്പോയി. അൽമോറയും, ഹരിദ്വാറും ഋഷികേശും കശ്മീരുമൊക്കെ കാഴ്ചയ്ക്ക് അപ്പുറത്തുള്ള ഒരനുഭവമാണ്. ഒരുപക്ഷേ, നമ്മുടെ മനസ്സിലുള്ളതാവാം നമ്മൾ അവിടെ കാണുന്നത്. ഓരോരുത്തർക്കും ആവശ്യമുള്ളത് ഹിമാലയം സമ്മാനിക്കുന്നു. സർഗ്ഗാത്മകത തുടിച്ചു നിന്നിരുന്ന വ്യക്തിത്വമായിരുന്നു സാലിം അലിയുടേത്. തന്റെ ജീവിത നിയോഗം സാക്ഷാൽക്കരിക്കാൻ ഹിമാലയം അദ്ദേഹത്തെ മാടി വിളിച്ചു കൊണ്ടിരുന്നു. ഒരുപക്ഷേ, ഹിമാലയത്തിന്റെ അടിത്തട്ടുകളിൽ വ്യാപകമായി സഞ്ചരിച്ച് അവിടെ പക്ഷികളെയും സസ്യജന്തുജാലങ്ങളെയും ആഴത്തിൽ പഠിച്ചു കൊണ്ടിരുന്ന സാലിം അലിയെ മുകളിലേക്ക് മുകളിലേക്ക് എന്ന് ആരോ മനസ്സിലിരുന്ന് നിർബ്ബന്ധിക്കുന്നതായി അദ്ദേഹത്തിനു തോന്നിയിരിക്കണം. ഇതുവരെ ആരും കാണാത്ത മായിക കാഴ്ചകൾക്കായി അദ്ദേഹത്തിന്റെ മനസ്സ് വെമ്പിക്കൊണ്ടിരുന്നു. അങ്ങനെയാണ് കൈലാസത്തിലേക്കും മാനസസരോവരത്തിലേക്കും സാലിം അലി യാത്ര ചെയ്യുന്നത്. പതിനായിരക്കണക്കിന് തലവരയൻ വാത്തകളുടെയും (Barheaded goose) കാട്ടുതാറാവുകളുടെയും പക്ഷിരാജന്റെയും (ബ്ലാക്ക് നെക്ക്സ് ക്രെയിൻ) കൂടൊരുക്കൽ കേന്ദ്രം കൂടിയാണവിടം. വാൽമീകി മഹർഷി *രാമായണം* എഴുതാൻ കാരണമായത് രണ്ടു ക്രൗഞ്ച മിഥുനങ്ങളെ ഒരു കാട്ടാളൻ അമ്പെയ്തു വീഴ്ത്തിയ സംഭവത്തെ തുടർന്നാണെന്ന് പറയപ്പെടുന്നുണ്ട്. ഈ ക്രൗഞ്ചപ്പക്ഷികളാണ് ക്രെയിനുകൾ. ഇതിനു മലയാളത്തിൽ പേരുകളില്ല. കാരണം ക്രെയിനുകളുടെ ഒരു ജാതിയേയും കേരള

ത്തിൽ ഇതുവരെ കണ്ടിട്ടില്ല. എന്നാൽ തമിഴ്നാട്ടിൽ ക്രെയിനുകളിൽപ്പെട്ട രമണിക്കൊക്ക് (ഡിമോയ്സെൽ ക്രെയിൻ) വിരുന്നിനെത്താറുണ്ട്. രാജ കലയുള്ള ക്രെയിനുകളെ 'പക്ഷി രാജൻ' എന്നു വിളിക്കാനാണ് എനി ക്കിഷ്ടം.

1945 ലാണ് സാലിം അലി കൈലാസ പർവ്വതത്തിലേക്കും മാനസ സരോവറിലേക്കും യാത്ര ചെയ്യുന്നത്. അക്കാലത്ത് അവിടെയെത്തിപ്പെ ടുകയെന്നത് വളരെ ദുഷ്കരമായിരുന്നു. പരമ്പരാഗത കാനന പാതക ളൊക്കെ വളരയധികം ദുർഘടം പിടിച്ചതായിരുന്നു. ഏതു നിമിഷവും കാലാവസ്ഥ മാറി മറിയാം. ഹിമക്കട്ടകൾ വീണു പാതകൾ മൂടാം. കാറ്റും മഴയും മൂലം പാതകൾ തന്നെ അപ്രത്യക്ഷമാകാം. കൈലാസത്തിലേക്കും മാനസസരോവറിലേക്കും ഇറങ്ങിപ്പുറപ്പെടുന്നവരിൽ മഹാഭൂരിപക്ഷവും ഭൗതിക ജീവിതം ഏതാണ്ട് വെടിഞ്ഞ് ആത്മീയതയിൽ ലയിക്കാൻ മോഹിക്കുന്നവരായിരുന്നു. ഇങ്ങനെ കൈലാസത്തിലേക്കും മാനസസ രോവറിലേക്കും പുറപ്പെടുന്നവരിൽ പലരും മോശമായി കാലാവസ്ഥ മൂലം മരണപ്പെട്ടു പോവുകയാണ് പതിവ്. ഒരു ശാസ്ത്ര മനസ്സുമായിട്ടായിരുന്നു സാലിം അലിയുടെ ഹിമാലയൻ യാത്ര. മുകളിലേക്ക് പോകുംതോറും സസ്യ – ജന്തു ജാലങ്ങളുടെ വൈവിദ്ധ്യം കുറഞ്ഞു കുറഞ്ഞു വരുന്നത് സാലിം അലി കണ്ടു. ഹിമാലയത്തിന്റെ അടിവാരമൊക്കെ ആയിര ക്കണക്കിന് വൈവിദ്ധ്യമാർന്ന പക്ഷിവർഗ്ഗങ്ങളെക്കൊണ്ട് സമൃദ്ധമാണ്. ഹിമാലയ പക്ഷികളൊക്കെ കാഴ്ചയിൽ അതിമനോഹരങ്ങളാണ് താനും. കോടമഞ്ഞും ഹിമക്കട്ടികളും നിറഞ്ഞ കൈലാസത്തിലേക്ക് പോകും തോറും പക്ഷിസാന്ദ്രത കുറഞ്ഞു വന്നു. നിമിഷം തോറും മാറി മറിയുന്ന ഹിമാലയ പ്രകൃതി അദ്ദേഹം സൂക്ഷ്മമായി മനസ്സിലേക്കാവാഹിച്ചാണ് ഓരോ കാൽവെപ്പും നടത്തിയത്. സാലിം അലിയും കൂട്ടരും കുന്നു കയറി ക്ഷീണിച്ച് ഒരിടത്തിരുന്നു. ഒരാപ്പിൾ ചെത്തി തിന്നാനായി സാലിം തന്റെ സന്തതസഹചാരിയായ പോക്കറ്റ് പിച്ചാത്തി തപ്പി നോക്കിയപ്പോൾ അത വിടെ കാണാനില്ല. വൈകാരികമായൊരടുപ്പം ആ മടക്ക് പിച്ചാത്തിയോട് അദ്ദേഹത്തിനുണ്ടായിരുന്നു. പിച്ചാത്തി കാണാതെ അദ്ദേഹം വിഷണ്ണ നായിരിപ്പായി. കൂടെയുള്ളവർ വന്ന വഴിയിൽ പരിശോധന നടത്തിയത് കണ്ടെത്തി കൊടുത്തപ്പോഴാണ് അദ്ദേഹത്തിന് ജീവൻ തിരിച്ചു കിട്ടിയത്. ജീവിതത്തിൽ മുമ്പൊരിക്കലും അനുഭവിച്ചിട്ടില്ലാത്ത അനിർവ്വചനീയമായ ഒരു അനുഭവമായിരുന്നു കൈലാസ–മാനസ സരോവര യാത്രയെന്ന് പിന്നീട് സാലിം അലി ഓർക്കുമായിരുന്നു. കെ എന്നും ലാസയെന്നും രണ്ടു വാക്കുകൾ ചേർന്ന് കൈലാസമായെന്നാണ് വിശ്വസിക്കപ്പെടുന്നത്. 'കെ' യെന്നാൽ സുഖരൂപിയായെന്നാണർത്ഥം. കാണാൻ കൊള്ളാവുന്നത് എന്നു വേണമെങ്കിൽ പറയാം. ലാസയെന്നാൽ ഉല്ലാസമെന്നാണർത്ഥം. മനസ്സിന് സുഖവും ഉല്ലാസവും പ്രദാനം ചെയ്യുന്ന സുന്ദരാനുഭവമെന്ന് കൈലാസത്തെ നമുക്ക് വിശേഷിപ്പിക്കാം. ഈ വാക്കിനെ അന്വർത്ഥമാ ക്കുന്ന കാഴ്ചാനുഭവമാണിവിടെയുള്ളത്. ഏതാണ്ട് 23000 അടി ഉയരത്തിൽ

മറ്റു പർവ്വതങ്ങളിൽ ചുറ്റപ്പെട്ടാണ് കൈലാസം സ്ഥിതി ചെയ്യുന്നത്. കൈലാസത്തിന്റെ ആദ്യ ദൃശ്യാനുഭവം തന്നെ അമ്പരപ്പിക്കും. ആകാശം മുട്ടെ വളർന്നു നില്ക്കുന്ന ഒരു വെള്ളാമ്പൽ പൂവാണിതെന്ന് ആർക്കും തോന്നാവുന്ന തരത്തിലാണതിന്റെ നില്പ്. മഹാകവി കാളിദാസൻ *മേഘദൂതിൽ* ഇക്കാര്യം വർണ്ണിച്ചിട്ടുണ്ട്. ചുറ്റും ഇതൾ വിരിഞ്ഞു നില്ക്കുന്ന മഞ്ഞുമലകൾക്കിടയിൽ പൂമൊട്ട് പോലെ കൈലാസപർവ്വതം ആകാശത്തെ തൊട്ടു നില്ക്കുന്നുവെന്ന് കവി ഭാവന.

അറുപത്തിയഞ്ചോളം കിലോമീറ്റർ ചുറ്റളവിൽ ഒരു പൂമൊട്ടു പോലെ പ്രകാശം ചെരിഞ്ഞു നില്ക്കുന്ന കൈലാസപർവ്വതത്തെ ഒരുനോക്കുകാണുകയെന്നത് അപൂർവ്വം മനുഷ്യർക്ക് മാത്രം ലഭിക്കുന്ന ഒരനുഗ്രഹമാണ്. വിശ്വാസികൾ കൈലാസത്തെ പ്രദക്ഷണം വെക്കാറുമുണ്ട്. നിമിഷം തോറും മാറിമറിയുന്ന പ്രകൃതിയുടെ മായക്കാഴ്ച ആരിലും അത്ഭുതം വിരിയിക്കും. ചില ജാതി പക്ഷികൾ നിമിഷം തോറും തൂവലുകളുടെ നിറം മാറ്റുന്നത് പോലെയാണ് കൈലാസം ഭാവവും നിറവും മാറ്റുന്നത്. ചിലപ്പോ സൂര്യകിരണങ്ങളേറ്റ് ഒരു സുവർണ്ണകുമ്പാരമായത് അനുഭവപ്പെടും. മറ്റു ചിലപ്പോൾ വെള്ളി പോലെ തിളങ്ങുന്ന ഒരു കുന്നായി മാറും. നോക്കി നില്ക്കെ കൺമുമ്പിൽ നിന്നത് കോടമഞ്ഞാൽ അപ്രത്യക്ഷമാകും. പ്രഭാത സൂര്യന്റെ കിരണങ്ങൾ ഒരു വർണ്ണരാജി തന്നെ കൈലാസത്തിനു ചുറ്റും ഒരുക്കും. മഴവിൽ നിറങ്ങളുടെ പ്രഭാപൂരം അന്തരീക്ഷമാകെ നിറയും. അന്തിച്ചുകപ്പിൽ തനിത്തങ്കമായി കൈലാസം മാറും. രാത്രി ചന്ദ്രപ്രകാശത്തിൽ വെള്ളി പുതയ്ക്കും. നക്ഷത്ര വെളിച്ചത്തിൽ കൈലാസമൊരു മാന്ത്രിക കൂടാരമായി തോന്നും. ഇങ്ങനെ വർണ്ണിക്കാനാവാത്ത ദൃശ്യവിരുന്നിന്റെ ആശ്ലേഷത്തിൽ സാലിം അലി തരളിത ഹൃദയനായി മാറി. ജീവിതത്തിൽ ഒരിക്കൽ മാത്രം ലഭിക്കുന്ന അപൂർവ്വമായ അനുഭവങ്ങൾക്കായി സാലിം അലി പഞ്ചേന്ദ്രിയങ്ങൾ തുറന്നു വച്ചു. ഒരു കാലത്ത് തിബറ്റിന്റെ ഭാഗമായിരുന്നു കൈലാസ പർവ്വതം. തിബറ്റുകാരതിനെ 'കാർറിം പോച്ചൊ' യെന്നാണ് വിളിക്കുന്നത്. ബുദ്ധമതക്കാർക്കും ഹിന്ദു മതവിശ്വാസികൾക്കും, ചൈനക്കാർക്കുമൊക്കെ ആത്മീയതയുടെ പ്രഭവകേന്ദ്രമാണിവിടം. ചൈന തിബറ്റ് പിടിച്ചതോടെ ചൈനയുടെ നിയന്ത്രണത്തിലായി. ചൈനയുടെ കൂടി അനുമതിപ്പത്രമുണ്ടെങ്കിലെ കൈലാസത്തേക്കും മാനസസരോവറിലേക്കും ഇന്ന് നമുക്കു പോകാനാവുകയുള്ളൂ. കരുണയാണ് ബുദ്ധമതത്തിന്റെ കാതൽ. മനുഷ്യരുടെ അജ്ഞതയും സത്യത്തെ തെറ്റിദ്ധരിക്കാനുള്ള സഹജവാസനയുംമൂലം ക്ലേശം, രോഗം, പുനർജ്ജന്മം മുതലായവയുടെ തുടർച്ചയായ ആവർത്തനമാണ് ജീവിതമെന്നാണ് ബുദ്ധമാർഗ്ഗം പറയുന്നത്. ബുദ്ധമത സ്വാധീനം ശക്തമായുള്ള പ്രദേശമാണ് കൈലാസവും മാനസസരോവരവും. ബുദ്ധമത ക്ഷേത്രങ്ങളവിടെയുണ്ട്. സാലിം അലി കൈലാസം മാനസസവോര യാത്രകൾ നടത്തുമ്പോൾ ചൈനയുടെ സമ്മതപത്രമൊന്നും ആവശ്യമുണ്ടായിരുന്നില്ല. മലയാളിയായ തപോവന സ്വാമികൾ 1925 ൽ ഹിമാലയ സന്ദർശനം നട

ത്തിയെഴുതിയ *ഹിമഗിരി വിഹാരം* എന്ന ഗ്രന്ഥമാണ് മലയാളഭാഷയിൽ പ്രസിദ്ധീകരിച്ച ആദ്യത്തെ ഹിമാലയ യാത്ര വിവരണം. ആയിരക്കണ ക്കിന് തലവരയൻ വാത്തകളെ ശൈത്യകാലത്ത് ഇന്ത്യയുടെ തെക്കൻ സംസ്ഥാനങ്ങളിൽ പോലും കാണാനാവും. തമിഴ്നാട്ടിൽ ഇവയുടെ വൻ കൂട്ടത്തെ അടുത്തു നിരീക്ഷിക്കാൻ എനിക്കവസരം ലഭിച്ചിട്ടുണ്ട്. സാലിം അലി തലവരയൻ വാത്തകളെയും കഴുത്തു കറമ്പൻ പക്ഷിരാജനെന്ന് വിളിക്കാവുന്ന ബ്ലാക്ക് നെക്ക്സ് ക്രെയിനുകളെയും നിരീക്ഷിച്ചിട്ടുണ്ടെ ങ്കിലും അവയുടെ പ്രജനന കേന്ദ്രങ്ങളെക്കുറിച്ച് കേട്ടറിവു മാത്രമേ അദ്ദേ ഹത്തിന് ഉണ്ടായിരുന്നുള്ളൂ. ഭൂമിയുടെ മുകൾത്തട്ടിലുള്ള മാനസസരോ വരത്തിലെത്തി അവയുടെ പ്രജനന പുണ്യഭൂമിയൊന്നു കാണുകയെന്നത് അദ്ദേഹത്തിന്റെ എക്കാലത്തെയും വലിയ മോഹമായിരുന്നു. ഒരു വിനോദ

കൈലാസ പർവ്വതം

യാത്രയുടെ ലാഘവത്തോടെയല്ല സാലിം അലി ഹിമാലയത്തിനു മുകൾ ത്തട്ടിലേക്ക് വലിഞ്ഞു കയറിയത്. വിശ്വാസത്തിന്റെ അതിഭാവുകത്വവും അദ്ദേഹത്തിനുണ്ടായിരുന്നില്ല. മനുഷ്യരാശിക്ക് പ്രകൃതിയെക്കുറിച്ചും പക്ഷികളെക്കുറിച്ചും ഇതുവരെ ലഭ്യമാകാത്ത അറിവുകൾ കണ്ടെത്തി സമ്മാനിക്കാൻ വേണ്ടിയായിരുന്നു സാലിം അലിയുടെ യാത്രകൾ. ഒരു ഋഷി മനസ്സുണ്ടായിരുന്ന അദ്ദേഹം ഹിമാലയ യാത്ര വളരെയധികം ആസ്വദിക്കുകയും ചെയ്തു. നമ്മുടെ ഉപഭൂഖണ്ഡത്തെയാകെ നീരണി യിക്കുന്ന നാലു മഹാനദികൾ പിറവി കൊള്ളുന്നത് കൈലാസത്തിൽ നിന്നാണ്. സിന്ധു, ബ്രഹ്മപുത്ര, കർണാലിയ, സത്‌ലജ് എന്നിവ. ആകാ ശത്തുനിന്നാണ് ഈ നദികളൊക്കെ പിറവിയെടുക്കുന്നതെന്നത് ഒരു മിത്തല്ല സത്യമാണെന്ന് അദ്ദേഹത്തിന് ബോദ്ധ്യപ്പെട്ടു. ആകാശത്തിൽ ഘനീഭവിച്ച മഞ്ഞുറവകളിൽനിന്നാണ് ഈ നദികളുടെ ഉത്ഭവം. മഴ നദി

പോലെയത് ഭൂമിയിലേക്ക് ഒഴുകുകയാണ്. മഞ്ഞുതുള്ളികൾ ഒന്നായി നീർച്ചാലായി പുഴയായി താഴേക്ക് കുതിക്കുകയാണ്. സിന്ധുവിന്റെ കരയിൽ ജീവിച്ചിരുന്ന മനുഷ്യരെ അറബികൾ ഹിന്ദുക്കളെന്നുവിളിച്ചു. ഹൈന്ദവ സംസ്കാരത്തിന്റെ തിരുശേഷിപ്പുകൾ ഇന്ന് പാകിസ്ഥാനിലാണുള്ളത്. ലോകത്തെവിടെയുള്ള മതങ്ങളെയും നമുക്ക് ഇന്ത്യ ഉപഭൂഖണ്ഡത്തിൽ കാണാം. എന്നാൽ അതിനൊക്കെ ഹൈന്ദവ സംസ്കാരത്തിന്റെ പ്രഭാവത്തിൽനിന്ന് ഒഴിഞ്ഞു നില്ക്കാനാവില്ല. മതത്തിന് അതീതമാണ് ഈ സംസ്കാരത്തിന്റെ സ്വാധീനമെന്ന് വ്യക്തമാണ്. മഞ്ഞു കണങ്ങൾ പാറിപ്പറക്കുന്ന കൈലാസത്തിലും മാനസസരോവറിലും ലക്ഷക്കണക്കിന് പക്ഷികളെത്തി പ്രജനനം നിർവ്വഹിക്കുന്നുവെന്നത് അത്ഭുതപ്രതിഭാസമാണ്. പ്രാണവായു പോലും കുറഞ്ഞ പ്രദേശമാണിവിടം. എന്തിനാണിവ ഇത്രയും ക്ലേശങ്ങൾ സഹിച്ച് ആകാശം മുട്ടെ വളർന്നു നില്ക്കുന്ന പർവ്വത ശിഖരങ്ങളിലെ പുണ്യതീർത്ഥമായ മാനസസരോവരത്തിലെത്തി മുട്ടയിട്ട് കുഞ്ഞുങ്ങളെ വളർത്തുന്നത്? മാലിന്യ മുക്തമായ ഈ ജലാശയത്തിൽ മറ്റാരുടെയും ശല്യമില്ലാതെ പവിത്രമായ സൃഷ്ടി കർമ്മം നടത്താനാണോ? പിറവി കൊണ്ടു തന്നെ മറ്റൊരു പക്ഷിക്കും അവകാശപ്പെടാനാവാത്ത ജീവിത വിശുദ്ധിയുള്ള ജന്മങ്ങളാണിവിടുത്തെ പക്ഷികളെന്ന് ചിലപ്പോ തോന്നിപ്പോകും. താറാവ്, വാത്ത, അരയന്നം എന്നീ പക്ഷികൾ അടുത്ത ബന്ധുക്കളാണ്. ഇന്ത്യയിൽ ഇരുപതോളം ജാതി വാത്തകളെ കാണാൻ കഴിയും. ഇതിൽ അഞ്ചാറിനം മാത്രമേ ഇവിടെ കൂടൊരുക്കി കാണാറുള്ളൂ. മറ്റുള്ളവയൊക്കെ ദേശാടകരായി എത്തുന്നവരാണ്. വാത്തകൾ പൊതുവെ മനുഷ്യരോട് അടുത്തിടപഴകുന്ന ശീലക്കാരല്ല. എന്നാൽ ഹിമാലയത്തിൽ കൂടൊരുക്കാനെത്തുന്ന വാത്തകൾ അവിടുത്തെ മനുഷ്യരുമായി ഭയപ്പാടൊന്നുമില്ലാതെ ഇടപഴകി കാണാറുണ്ട്. സസ്യാഹാരികളും അഹിംസാവ്രതക്കാരുമായ ഇവിടുത്തെ മനുഷ്യർ വാത്തകൾക്ക് ഒരു ശല്യവും ചെയ്യാത്തതാവാം ഇതിനു കാരണം. അപ്സരസുകൾ നീരാടാൻ വരുന്ന പുണ്യതീർത്ഥമാണ് മാനസസരോവരമെന്നാണ് സങ്കല്പം. ഒരുപക്ഷേ, തലവരയൻ വാത്തകളും കഴുത്തുകറുമ്പൻ പക്ഷിരാജനുമൊക്കെയാവാം ആകാശത്തുനിന്ന് പറന്നിറങ്ങി. മാനസസരോവരത്തിൽ നീരാടുന്ന അപ്സരസുകൾ എന്ന് എനിക്ക് തോന്നുന്നു. തങ്ക നിലാവുള്ള രാത്രികളിൽ മാനസസരോവരത്തിൽ കൊച്ചു വർത്തമാനം പറഞ്ഞുല്ലസിക്കുന്ന പതിനായിരക്കണക്കിന് പക്ഷികളുടെ ഇക്കിളിപ്പെടുത്തുന്ന ശബ്ദം കേട്ടിട്ടാവാം പലരും അപ്സരസുകളുടെ ശബ്ദമായി കരുതിയത്. എന്നാൽ തപോവനസ്വാമികൾ ഇതിനെ മറ്റൊരു തരത്തിലാണ് നോക്കി കാണുന്നത്. കൈലാസത്തിലും മാനസസരോവരത്തീരത്തും കഴിഞ്ഞിരുന്ന മംഗ്ലോയിഡ് വംശജരായ മനുഷ്യർ ഇന്ത്യക്കാരെപ്പോലെ പാപബോധമില്ലാതെ കഴിഞ്ഞിരുന്നവരാണ്. കാഴ്ചയിൽ ഇന്ത്യക്കാരിൽനിന്ന് ഏറെ വ്യത്യസ്തരുമാണവർ. ജീവിതത്തെ ആഘോഷമാക്കിയവർ. മംഗ്ലോയിഡ് വംശജകളായ സ്ത്രീകൾ നീരാടാനെത്തുന്ന മാനസസരോവരം ഒരത്ഭുതമായി

ഇന്ത്യക്കാർക്ക് തോന്നിയിരിക്കാം. ആടിയും പാടിയും ആരുമായും രമിച്ചും കഴിയുന്ന സ്ത്രീകളാണവർ. ആയിരക്കണക്കിന് പക്ഷികൾക്കൊപ്പം നീന്തി തുടിക്കുന്ന ഈ സ്ത്രീകൾ ആകാശത്തുനിന്ന് പറന്നു വരുന്നവരും പറന്ന് പോകുന്നവരുമാണെന്ന് കരുതിയതിൽ തെറ്റില്ല. ഈ സ്ത്രീകളെയാവാം അപ്സര സ്ത്രീകളായി വിശേഷിപ്പിച്ചതെന്നാണ് തപോവന സ്വാമികളുടെ അഭിപ്രായം. ആകാശത്തിനിവിടെ അഭൗമമായ സൗന്ദര്യമാണ്. രാത്രികൾ ഉജ്ജ്വലമാണ്. വജ്രഖചിതമായ ആകാശം വർണ്ണനാതീതമാണ്. ഒരായിരം കണ്ണുകൾ ഭൂമിയിലേക്ക് തുറന്നു വച്ചിരിക്കുകയാണെന്നേ തോന്നൂ. വെളിച്ചത്തിനു എന്തൊരു വെളിച്ചം എന്ന വൈക്കം മുഹമ്മദ് ബഷീറിന്റെ വാക്കുകളെ അന്വർത്ഥമാക്കുന്ന വെളിച്ച വിസ്മയമാണിവിടെയുള്ളത്. ഇങ്ങനെയൊക്കെയുള്ള കൈലാസത്തിലും മാനസസരോവരത്തിലുമൊക്കെ ചില

സാലിം അലി

ഇടയ വർഗ്ഗക്കാർ കഴിയുന്നുണ്ട്. ഹിമാലയൻ ആടുകളെയും യാക്കുകളുമായവർ അലഞ്ഞു തിരിയാറുണ്ട്. ഈ ഗോത്രവർഗ്ഗക്കാർക്ക് മാത്രമേ ഇവിടെ അതിജീവനശക്തിയുള്ളൂ. ലക്ഷക്കണക്കിന് തലവരയൻ വാത്തകളും മറ്റും മുട്ടയിടാനെത്തുന്ന ഈ പ്രദേശങ്ങളിൽനിന്ന് മുട്ടപെറുക്കി വില്ക്കുന്നത് ഇക്കൂട്ടരുടെ പതിവാണ്. ഒരാൾക്ക് ഒരു ദിവസം ആയിരം മുട്ടവരെ ലഭിക്കാറുണ്ടത്രെ! നോക്കണേ മനുഷ്യരുടെ ശല്യത്തിൽനിന്ന് കൂടി രക്ഷപ്പെടുവാനാവണം ഈ പക്ഷികൾ പർവ്വത ശിഖരങ്ങളൊക്കെ താണ്ടി മാനസസരോവരതീരത്തു എത്തുന്നത്. എന്നിട്ടും മനുഷ്യർ അവിടെയെത്തി അവയുടെ മുട്ടകൾ തട്ടിയെടുക്കുന്നു. പ്രകൃതിയുടെ ഇനിയും വെളിപ്പെടാത്ത മഹാസൃഷ്ടി രഹസ്യങ്ങളിലൊന്നായി വേണം ഈ പ്രതി

ഭാസത്തെ കാണാൻ. കൈലാസം വെള്ളാമ്പൽ പൂമൊട്ടാണെങ്കിൽ മാനസസരോവരം പ്രകൃതിയുടെ നീലക്കണ്ണുകളാണെന്ന് തോന്നും. ജപ്പാൻകാരനായ മസാറുഇമോട്ട ജലത്തിനും ബോധമുണ്ടെന്നു തെളിയിക്കാൻ ശ്രമിച്ചു കൊണ്ടിരിക്കുകയാണ്. *ദി സീക്രട്ട് മെസേജ് ഇൻ വാട്ടർ* എന്ന അദ്ദേഹത്തിന്റെ ഗ്രന്ഥം അതിലേക്കാണ് വിരൽ ചൂണ്ടുന്നത്. ഭാരതത്തിൽ ഈ ചിന്ത വളരെ മുമ്പേയുണ്ടായിരുന്നതാണ്. ജലത്തിന്റെ ദേവനായി വരുണനെയാണല്ലോ സങ്കല്പിച്ചിരിക്കുന്നത്. ഒരുപക്ഷേ, മാനസസരോവർ പോലെ മായികമായൊരു തടാകം ലോകത്ത് മറ്റെവിടെയെങ്കിലും ഉണ്ടാകുമെന്ന് തോന്നുന്നില്ല. ഇവിടുത്തെ ജലവും ഏറെ പ്രത്യേകത നിറഞ്ഞതാവണം. ഇങ്ങനെയൊക്കെയുള്ള കൈലാസവും മാനസസരോവരവും സന്ദർശിച്ചത് സാലിം അലിയുടെ ജീവിതത്തിലെ നാഴികകല്ലുകളിലൊന്നായി വിലയിരുത്താം. കൈലാസ സന്ദർശനം നടത്തുന്നവർ അവിടെ നിന്നൊരു കല്ലെടുത്തു വീട്ടിൽ സൂക്ഷിക്കുക പതിവാണ്. അതിന് ഓരോത്തർക്കും ഓരോ കാരണം ഉണ്ടാകും. ചിലർക്കതൊരു വിശ്വാസമാണ് മറ്റുചിലർക്കത് ഓർമ്മകളുടെ താക്കോലാണ്. മറ്റ് ചിലർക്കത് ഒരു പുരാരേഖയാണ്. സാലിം അലി മനസ്സ് നിറയെ പുത്തൻ അറിവുകളും മാസ്മരിക അനുഭൂതിയും നിറച്ചാണ് പർവ്വതം ഇറങ്ങിയത്. കാശ്മീർ, ഹിമാചൽപ്രദേശ്, ഗഡ്വാൾ, കൗമോൺ തുടങ്ങിയ ധാരാളം ഹിമാലയൻ പ്രദേശങ്ങളിൽ പക്ഷിപഠനം നടത്തിയിട്ടുള്ള സാലിം അലിക്ക് കൈലാസം, മാനസസരോവർ യാത്ര എന്തുകൊണ്ടും വേറിട്ട ഒരനുഭവമായിരുന്നു.

രാജഹംസങ്ങളുടെ കൂട്ടുകാരൻ

ഹംസവർഗ്ഗത്തിലെ മനോഹര പക്ഷികളിലൊന്നാണ് രാജഹംസം (Flamingo). വലുപ്പംകൊണ്ടും പ്രകൃതംകൊണ്ടും ആരുടെയും ശ്രദ്ധയാകർഷിക്കുന്ന പക്ഷിയാണിത്. സാധാരണ ആയിരക്കണക്കിന് രാജഹംസങ്ങൾ കൂട്ടം ചേർന്നാണ് ജീവിക്കുന്നത്. അതുകൊണ്ടുതന്നെ രാജഹംസങ്ങൾ കാഴ്ചയുടെ ഒരു ഉത്സവം തന്നെയാണ്. രാജഹംസങ്ങളുടെ ജീവിതത്തെക്കുറിച്ച് കാര്യമായ പഠനങ്ങളൊന്നും ഇന്ത്യയിൽ നടന്നിരുന്നില്ല. തണുപ്പു കാലത്ത് പതിനായിരക്കണക്കിന് രാജഹംസങ്ങൾ യൂറോപ്പിൽനിന്നും മറ്റുമായി ഇന്ത്യയിലേക്ക് വിരുന്നു വരാറുള്ളതാണ്. ഹംസങ്ങളുടെ ഇന്ത്യയിലെ ഏറ്റവും വലിയ കൂടൊരുക്കൽ കേന്ദ്രമാണ് ഗുജറാത്തിന്റെ പടിഞ്ഞാറൻ തീരത്തുള്ള റാൻ ഓഫ് കച്ച്. ബനാറസ് എന്ന നദി റാനിലേക്ക് ഒഴുകിയെത്തുന്ന ഈ പ്രദേശം വിവിധ ജാതി പക്ഷികളുടെ ഒരു പറുദീസയാണെന്ന് പറയാം. ലക്ഷക്കണക്കിന് പക്ഷികളുടെ ആവാസകേന്ദ്രം. ദേശാടനപ്പക്ഷികളുടെ ഒരു സമുദ്രം തന്നെ നമുക്കിവിടെ കാണാനാവും. സാലിം അലി രാജഹംസങ്ങളെക്കുറിച്ച് കൂടുതൽ പഠിക്കാൻ ആഗ്രഹിച്ചു. പ്രത്യേകിച്ച് 1896 മുതൽ തന്നെ പക്ഷി പ്രേമികളുടെ ഇടയിൽ അറിയപ്പെടുന്ന റാൻ ഓഫ് കച്ചിലെ രാജഹംസ നഗരം കാണാനായിരുന്നു അദ്ദേഹത്തിന് ഏറ്റവും അധികം മോഹം. കച്ചിലെ മഹാരാജാവ് മഹാറാവ് വിജയരാജി ഒരു പ്രകൃതി സ്നേഹിയും പക്ഷിനിരീക്ഷണ പ്രിയനുമായിരുന്നു. 1942 ൽ കച്ചിലെ രാജാവിന്റെ ഒരു ക്ഷണം സാലിം അലിയെ തേടിയെത്തി. കച്ചിലെ പക്ഷികളെക്കുറിച്ച് ഒരു സർവ്വേ നടത്താനായിരുന്നു ക്ഷണം. സാലിം അലി വളരെ മോഹിച്ചിരുന്ന ക്ഷണമായിരുന്നത്.

ക്ഷണം സ്വീകരിച്ച് സാലിം അലി റാൻ ഓഫ് കച്ചിലേക്ക് പോയി.

രാജഹംസങ്ങൾ

അവിടെ ദുർഘടമായ വഴികളിലൂടെയുള്ള യാത്രകൾ വിമ്മിട്ടപ്പെടുത്തുന്നതായിരുന്നു. ഒട്ടകത്തിന്റെ പുറത്തും കോവർ കഴുതപ്പുറത്തും സഞ്ചരിച്ചാണ് പക്ഷി ദേശത്ത് എത്തിയത്. ലിറ്റിൽ റാൻ ഓഫ് കച്ച് എന്ന പ്രദേശത്ത് ഒരു തനത് കഴുതവർഗ്ഗം തന്നെയുണ്ട്. വന്യ കഴുതകൾ (wilde Ass) സർവ്വേക്കായി ഉപ്പു വെള്ളത്തിലൂടെയും ചെളിയിലൂടെയും സാലിം അലിയും സംഘവും ദീർഘദൂരം നടക്കേണ്ടതായി വന്നു. ഇങ്ങനെയൊക്കെയാണെങ്കിലും കച്ചിലെ സർവ്വേ അവിസ്മരണീയമായിരുന്നു. ഈ യാതനകളൊന്നും സാലിം അലിക്ക് ഒരു ബുദ്ധിമുട്ടായി തോന്നിയതേയില്ല. അനുഗ്രഹ വർഷമായാണദ്ദേഹത്തിന് ഈ കഷ്ടപ്പാടുകളൊക്കെ അനുഭവപ്പെട്ടത്. സാലിം അലിയുടെ നേതൃത്വത്തിലുള്ള പഠനസംഘം രാജഹംസ നഗരത്തിൽ 1,04758 രാജഹംസങ്ങളുടെ കൂടുകൾ എണ്ണുകയുണ്ടായി. രാജഹംസനഗരമെന്നു പറയുന്നത് ഒന്നു കാണണ്ടേ പ്രതിഭാസം തന്നെയാണ്. നിലത്ത് വട്ടത്തിൽ മണ്ണ് ഒരുക്കി കൂട്ടിയാണ് രാജഹംസങ്ങൾ കൂടൊരുക്കുന്നത്. അടുത്തടുത്തായി ലക്ഷക്കണക്കിന് കൂടുകൾ ഉണ്ടാകും. സെപ്റ്റംബർ മുതൽ ഏപ്രിൽ വരയുള്ള കാലത്താണിവ മുട്ടയിടുക. ഒരു കൂട്ടിൽ ഒന്നോ രണ്ടോ മുട്ടകളുണ്ടാകും. പൂവനും പിടയും ചേർന്നാണ് മുട്ടയ്ക്കടയിരിക്കുന്നതും കുഞ്ഞുങ്ങൾക്ക് തീറ്റ കൊടുക്കുന്നതും. നിലത്ത് ലക്ഷക്കണക്കിന് രാജഹംസങ്ങൾ ഒന്നടയിരിക്കുന്നത് സങ്കല്പിച്ചു നോക്കുക. മൺകൂനകളിൽ കുഞ്ഞും തള്ളയും നിരനിരയായിരിക്കുന്ന കാഴ്ച എത്രമാത്രം അത്ഭുതകരമാണ്. ആകാശം മുഴുവൻ പാറിപ്പറക്കുന്ന രാജഹംസങ്ങളാവും. ഇതിനെ രാജഹംസ നഗരമെന്നല്ലാതെ മറ്റെന്താണ് നമുക്ക് വിശേഷിപ്പിക്കാനാവുക. സാലിം അലിയും സംഘവും ഏതാണ്ട് അഞ്ചു ലക്ഷത്തോളം രാജഹംസങ്ങൾ ആ രാജഹംസ നഗരത്തിലുണ്ടെന്ന് കണ്ടെത്തുകയുണ്ടായി. ഒരിക്കൽ രാജഹംസ നഗരത്തിൽ എത്തപ്പെട്ട ഒരാൾ ഒരു തീർത്ഥയാത്ര പോലെ അവിടേക്ക് തുടർച്ചയായി പൊയ്ക്കൊണ്ടിരിക്കുമെന്നതിൽ സംശയമില്ല. അലൗകികമായൊരു അനുഭൂതിയാണ് പക്ഷിപ്രേമികളിൽ രാജഹംസനഗരം സൃഷ്ടിക്കുക. സാലിം അലിയും രാജഹംസ നഗരത്തിന്റെ ഒരു കടുത്ത ആരാധകനായിരുന്നു. പലതവണ അദ്ദേഹം അവിടേക്ക് തീർത്ഥയാത്ര നടത്തിയിട്ടുണ്ട്. ലോകത്തിലെ തന്നെ ഏറ്റവും വലിയ രാജഹംസ നഗരി

യായ റാൻ ഓഫ് കച്ചിൽ വലിയ രാജഹംസങ്ങളാണ് (Larger Flamingo) കൂടൊരുക്കുന്നത്. ചെറിയ രാജഹംസങ്ങൾ (Lesser Flamingo) എന്ന മറ്റൊരിനം കൂടിയുണ്ട്. തമിഴ്നാട്ടിലെ പെരുംകുളത്ത് ആയിരക്കണക്കിന് വലിയ രാജഹംസങ്ങളെ നിരീക്ഷിക്കാനും അവയെക്കുറിച്ച് ഒരു ഡോക്യുമെന്ററി നിർമ്മിക്കാനും എനിക്കവസരം ലഭിച്ചിട്ടുണ്ട്. തമിഴ്നാട്ടിലെ ചില തണ്ണീർത്തടങ്ങളെ ചുറ്റിപ്പറ്റി വലിയ രാജഹംസങ്ങൾ കൂടൊരുക്കാൻ ശ്രമങ്ങൾ നടത്തിയതും അന്നെന്റെ ശ്രദ്ധയിൽപ്പെട്ടു. നിലത്ത് പൂർത്തിയാകാത്ത നിരനിരയായുള്ള മൺകൂനകൾ കണ്ടു. ഒരു പക്ഷേ, മുട്ടയിടാനാവില്ല അവയ്ക്ക് സുഖകരമായി നിലത്തിരിക്കുന്നതിനു വേണ്ടിയാവാം ഇത്തരം മൺകൂനകൾ ഒരുക്കിയത്. ദക്ഷിണേന്ത്യയിൽ ഇവ കൂടൊരുക്കി കണ്ടിട്ടില്ല.

ഇന്ത്യയുടെ തെക്കൻ ദേശത്ത് വലിയ രാജഹംസങ്ങളാണ് സാധാരണ വിരുന്നെത്താറുള്ളത്. മറ്റൊരിക്കൽ സാലിം അലിക്ക് റാൻ ഓഫ് കച്ചിൽ പക്ഷിപഠനം നടത്തിയപ്പോഴാണ് റോസിപെലിക്ക (Rosy Pelican) ന്റെ വലിയൊരു സങ്കേതം കണ്ടെത്തിയത്. റോസി പെലിക്കനെ വെള്ളനിറ പെലിക്കൻ (White Pelican) എന്നു വിളിക്കാറുണ്ട്. ഉത്തരേന്ത്യയിലാണ് ഈ ഇനത്തെ കൂടുതലായി കാണാനാവുക. ചാരനിറ പെലിക്കൻ (Gray Pelican) നെ തമിഴ്നാട്ടിലും അപൂർവ്വമായി കേരളത്തിലും കാണാം. സ്പോട്ട്ബിൽഡ് പെലിക്കൻ (Spot billed Pelican) എന്നും ഇവ അറിയപ്പെടുന്നു. തമിഴ്നാട്ടിലെ തിരുനെൽവേലി ജില്ലയിലെ കൂന്തംകുളം പക്ഷി സങ്കേതത്തിൽ ചാരനിറ പെലിക്കനുകൾ കൂടൊരുക്കാറുണ്ട്. എന്റെ കൂന്തംകുളം യാത്രകളിൽ എന്നെ ഏറെ ആകർഷിച്ചതും ചാരനിറ പെലിക്കനുകളാണ്. പെലിക്കനുകൾ വലിയ പക്ഷികളാണ്. കാഴ്ചയിൽ കൂറ്റൻ പക്ഷിയാണെങ്കിലും ഇവയ്ക്ക് കാഴ്ചയ്ക്കുള്ളത്ര ഭാരമുണ്ടാവില്ല. പെലിക്കനുകളുടെ അസ്ഥികൾ ഭാരം കുറഞ്ഞവയാണ്. തടിച്ച കീഴ്ചുണ്ടിന് കീഴെ ഒരു സഞ്ചിപോലെ ചർമ്മം തൂങ്ങിക്കിടപ്പുണ്ടാകും. തെക്കൻ റാൺ ഓഫ് കച്ചിൽ രാജഹംസങ്ങളെ സാലിം അലി നീരിക്ഷിച്ചു കൊണ്ടിരിക്കുമ്പോൾ അവയ്ക്കടുത്തായി മറ്റൊരു ജാതിപ്പക്ഷി കൂടൊരുക്കിയിരിക്കുന്നത് കണ്ടു. സൂക്ഷ്മമായി ശ്രദ്ധിച്ചപ്പോഴാണ് അത് അവോസെറ്റ്സ് (Avocets) എന്ന പക്ഷിയാണെന്ന് മനസ്സിലായത്. (റെക്കർവിനോസ്റ്റ അവോസെറ്റ) ഈ ഇനത്തിൽപ്പെട്ട പക്ഷിയെ മുമ്പാരും ഇവിടെ കണ്ടെത്തിയിരുന്നില്ല. സാലിം അലിയാണവയെ ആദ്യമായി കണ്ടെത്തിയത്.

സാലിം അലിയുടെ പക്ഷി സർവ്വെകളിലൊക്കെ അദ്ദേഹത്തിന് താങ്ങും തണലുമായി നിന്നിരുന്നത് ഭാര്യ തെഹ്മിനയായിരുന്നു. തെഹ്മിനയുടെ കണക്കുബുക്കായിരുന്നു സാലിം അലിയുടെ ചാലകശക്തി. പക്ഷികളെയും പ്രകൃതിയേയും ഏറെ ഇഷ്ടപ്പെട്ടിരുന്ന തന്റെ പ്രിയപ്പെട്ട ഭാര്യ തെഹ്മിന കൂടെ കച്ചിലെ ഈ അത്ഭുത രാജഹംസ നഗര സർവ്വേയ്ക്കുണ്ടായിരുന്നെങ്കിലെന്ന് സാലിം അലി ഒരു നീറ്റലോടെ ഓർത്തു. ലക്ഷക്കണ

ക്കിന് രാജഹംസങ്ങൾ കൂടൊരുക്കുന്ന റാൻ ഓഫ് കച്ച് തെഹ്മിനയെ കൂടുതൽ ആഹ്ലാദവതിയാക്കുമായിരുന്നു. തെഹ്മിനയുടെ അകാല മരണം സാലിം അലിയെ കുത്തി നോവിച്ചുകൊണ്ടേയിരുന്നു. എങ്കിലും തന്റെ വേദനകളൊക്കെ പക്ഷിപഠനത്തിലൂടെ മറക്കാനാണ് മഹാനായ ആ പക്ഷി നിരീക്ഷകൻ ശ്രമിച്ചത്. പക്ഷിപഠനത്തിൽ താൻ കൂടുതൽ മുഴുകുന്നത് ഒരു പക്ഷേ, മറ്റാരേക്കാളും തന്റെ പ്രിയപ്പെട്ട തെഹ്മിനയുടെ ആത്മാവാകും ഏറ്റവും അധികം സന്തോഷിക്കുകയെന്നു സാലിം അലിക്ക് തോന്നിയിരിക്കാം.

കേരളത്തിൽ വളരെ അപൂർവ്വമായി വിരുന്നിനെത്തുന്ന ഒരു പക്ഷിയാണ് രാജഹംസം. കേരളീയർക്കിവയെ അത്രയ്ക്ക് പരിചയമുണ്ടാവണമെന്നില്ല. നമ്മുടെ തണ്ണീർത്തടങ്ങളിൽ മഞ്ഞുകാലത്ത് വിരലിലെണ്ണാവുന്നവ എത്താറുണ്ട്. എന്നാൽ ഇതല്ല മറ്റു സംസ്ഥാനങ്ങളിലെ സ്ഥിതി. നമ്മുടെ അയൽ സംസ്ഥാനങ്ങളിൽ പോലും ആയിരക്കണക്കിന് രാജഹംസങ്ങൾ വിരുന്നിനെത്താറുണ്ട്. രാജഹംസങ്ങളെ മറ്റു പക്ഷികളിൽനിന്ന് വേർതിരിച്ചു നിർത്തുന്ന ഒരു കാര്യം തുമ്പിക്കൈ പോലെയുള്ള ഇവയുടെ കൊക്കുകളാണ്. താഴോട്ട് ഒടിഞ്ഞ് തൂങ്ങുന്ന ചുവന്ന കൊക്കുകൾ ചെറു പ്രാണികളെയും ജീവിവർഗ്ഗങ്ങളെയും പിടിച്ചെടുക്കാൻ ഏറ്റവും അനുയോജ്യമാണ്. ചെളിയിൽ കൊക്കുകൾ പൂഴ്ത്തി ഏതു ജലജീവികളേയും നിഷ്പ്രയാസമത് പിടിച്ചെടുക്കും.

ആരെയും ആകർഷിക്കാൻ ശേഷിയുള്ള മനോഹര പക്ഷികളാണ് രാജഹംസങ്ങൾ. ശരീരത്തിലെ വെള്ള തൂവലുകളിലാകെ ആരോ ചെന്തൂരം വാരിത്തേച്ചതുപോലെ തോന്നും ഇവയെ കണ്ടാൽ. കാലുകളും ചിറകിന്റെ കീഴ്ഭാഗവും ചുവന്ന് തുടുത്തിരിക്കും. ചുവന്ന ജലജീവികളെ തിന്നുന്നതു കൊണ്ടാണ് ഈ ചുവപ്പ് നിറം ഇവയ്ക്ക് ലഭിക്കുന്നത്. വലിയ രാജഹംസങ്ങൾ മിക്കപ്പോഴും ഒറ്റക്കാലിൽ തപസ്സ് അനുഷ്ഠിക്കുന്നതു കാണാം. ഒരു കാൽ മടക്കി ചിറകിനടിയിൽ വച്ചിരിക്കും. ശരീരത്തിലെ ചൂട് നിയന്ത്രിക്കാനാണിങ്ങനെ ചെയ്യുന്നത്. ചില പ്രകൃതി ശാസ്ത്രജ്ഞർ ഇതേക്കുറിച്ച് അഭിപ്രായപ്പെട്ടിട്ടുണ്ട്. അതല്ല പാതിമയക്കത്തിന് വേണ്ടിയാണിതെന്ന് മറ്റു ചിലർ. ഇങ്ങനെ ഒറ്റക്കാലിൽ നില്ക്കുമ്പോൾ മസ്തിഷ്കത്തിന്റെ പാതിഭാഗം മാത്രമേ ഉറങ്ങുകയുള്ളൂ. മറുപാതി ജാഗ്രതയോടെയിരിക്കും. ഉറങ്ങി വെള്ളത്തിൽ വീഴാതിരിക്കാനും ശത്രുക്കളെ ശ്രദ്ധിക്കാനും അർദ്ധമയക്കം ഇവരെ സഹായിക്കുന്നുണ്ടത്രെ. 1991 നു മുമ്പ് രാജഹംസങ്ങളെ കേരളത്തിൽ കണ്ടതായി ആരും രേഖപ്പെടുത്തിയിട്ടില്ല. അതു കൊണ്ടുതന്നെ ഡോ. സാലിം അലിയുടെ *ബേർഡ് ഓഫ് കേരള*യിലും ഇന്ദുചൂഡന്റെ *കേരളത്തിലെ പക്ഷി*കളിലും ഇതേക്കുറിച്ച് പരാമർശമില്ല. രാജഹംസങ്ങളെ പൂനാരയെന്നും വിളിക്കാറുണ്ട്. ഭാരതപ്പുഴയുടെ അഴിമുഖത്താണ് രാജഹംസങ്ങളെ കാണാറുള്ളത്. കാട്ടാമ്പള്ളി, പൂരത്തൂരും ഇവയെ കാണുകയുണ്ടായി. രാജഹംസങ്ങൾ ഒരു സ്വിച്ചിട്ടതു പോലെ കൂട്ടമായി കാലുകൾ നിവർത്തി പിടിച്ച് വാനിലുയർന്നു

രാജഹംസങ്ങൾ

പറക്കുന്നതു കാണാൻ എന്തുരസമാണെന്നോ. വെള്ളക്കെട്ടിലേക്ക് പറന്നിറങ്ങുന്നതിനുമുണ്ട് ഏറെ പ്രത്യേകതകൾ. ആകാശത്തുനിന്ന് നീണ്ട കാലുകൾ വെള്ളത്തിലേക്ക് ഇറക്കി ചിറകുകൾ ഉലച്ചുലച്ചാണ് ഇറങ്ങുക. ഇവയുടെ നൃത്തമാണ് ഏറെ രസകരം. ഒരു മാന്ത്രികനെപ്പോലെ ശരീരത്തിന്റെ വിവിധ ഭാഗങ്ങളിൽ ഒളിപ്പിച്ചു വച്ചിരിക്കുന്ന ചെന്തൂരം പുരട്ടിയ തൂവലുകൾ പുറത്തെടുത്തു വീശുന്നതു പോലെത്തെയൊരനുഭവമാണിവയുടെ നൃത്തം നമുക്ക് നല്കുക. രണ്ടു നീർന്നായകൾ ഒരുപോലെ മുഖാമുഖം വന്നുനിന്നു കാണിക്കുന്ന നൃത്തവേലത്തരങ്ങൾ ഒന്നു കാണേണ്ടതുതന്നെ. അവ ഏതോ നൃത്ത മത്സരത്തിൽ പങ്കെടുക്കുകയാണെന്ന് നമുക്ക് തോന്നിപ്പോകും. രണ്ടു പക്ഷികളും ഒരു പോലെ ചിറകുകൾ വിരിച്ച് ഉള്ളിൽ ഒളിപ്പിച്ചു വച്ചിരിക്കുന്ന തുടുത്ത നിറം പുറത്തേക്കു കാട്ടും. അടുത്ത നിമിഷം നീണ്ടകഴുത്തും കൊക്കും വശങ്ങളിലേക്ക് പിരിക്കും. ചിറകുകൾ ഒന്നിച്ചു പൂട്ടും. കഴുത്ത് മുകളിലേക്ക് ഉയർത്തി കൊക്കുകൾ നേരേ ആകാശത്തേക്ക് തിരിയും. വീണ്ടും ചിറകുകൾ വിരിയും, വിറപ്പിക്കും. ഇതൊക്കെ വളരെ ചിട്ടയോടെയാണവ അവതരിപ്പിക്കുക. പക്ഷിരാജനെന്ന് വിളിക്കുന്ന ക്രേയിൻ പക്ഷികളും വലിയ രാജഹംസങ്ങളെ പോലെ വലിയ നൃത്തക്കാരാണ്. സാലിം അലി രാജഹംസങ്ങളുടെ ഒരു കടുത്ത ആരാധകനായിരുന്നു. ലോകത്തെവിടെ പോയാലും രാജഹംസങ്ങളെ കാണാനുള്ള ഒരവസരവും അദ്ദേഹം ഒഴിവാക്കിയിരുന്നില്ല.

റിപ്ലി, ഹാൾഡേൻ, ബർട്ടൺ പിന്നെ സാലിം അലിയും

സാലിം അലിയുടെ പേരിനോട് ചേർത്തു വയ്ക്കാവുന്ന പേരാണ് അമേരിക്കൻ പക്ഷിശാസ്ത്രജ്ഞനായ സിഡ്നി ദില്ലൻ റിപ്ലിയുടേത്. ഇരുവരും തമ്മിലുള്ള കൂട്ടുകെട്ട് ഇന്ത്യൻ പക്ഷി ഗവേഷണ രംഗത്തിനു നല്കിയ സംഭാവനകൾ സമാനതയില്ലാത്തതാണ്.

ഹാർവാർഡ് സർവ്വകലാശാലയിൽ ജന്തു ശാസ്ത്രത്തിൽ പി എച്ച് ഡി കഴിഞ്ഞിറങ്ങിയ കാലത്താണ് റിപ്ലി സാലിം അലിയെ പരിചയപ്പെട്ടത്. തൂക്കണാം കുരുവികളെക്കുറിച്ച് സാലിം അലിയുടെ പഠനം റിപ്ലി വായിച്ചിട്ടുണ്ടായിരുന്നു. അതോടെ സാലിം അലിയുടെ ഒരാരാധകനായി അദ്ദേഹം മാറി. പഠിച്ചുകൊണ്ടിരിക്കുമ്പോൾ തന്നെ റിപ്ലിക്ക് അമേരിക്കൻ പട്ടാളത്തിൽ ജോലി കിട്ടി. സിലോണിൽ ഒരു ഇന്റലിജൻസ് ഓഫീസറായിട്ടായിരുന്നു നിയമനം. തന്റെ ജീവിത നിയോഗം പക്ഷികളെക്കുറിച്ചുള്ള പഠനമാണെന്ന് റിപ്ലി തിരിച്ചറിഞ്ഞിരുന്നു. രണ്ടാം ലോകമഹായുദ്ധം കൊടുമ്പിരിക്കൊണ്ടിരുന്ന കാലമായതിനാൽ റിപ്ലിക്ക് ജോലിത്തിരക്ക് ഏറെയായിരുന്നു. അമേരിക്കൻ പട്ടാളത്തിന്റെ ജോയിന്റ് കമാന്റ് ഹെഡ്ക്വാർട്ടേഴ്സ് ഡൽഹിയിലാണ് പ്രവർത്തിച്ചിരുന്നത്. അതുകൊണ്ട് കൂടെക്കൂടെ ഇന്ത്യയിലേക്ക് വരേണ്ടതുണ്ടായിരുന്നു. ലോകത്തെമ്പാടുമുള്ള പക്ഷി പ്രേമികളുടെ ഇടയിൽ ഇതിനോടകം തന്നെ പ്രസിദ്ധനായി തീർന്ന സാലിം അലിയെ ഒന്നുപരിചയപ്പെടണമെന്ന് റിപ്ലി മോഹിച്ചു. സാലിം അലി എഴുതിയ *ദി ബുക്ക് ഓഫ് ഇന്ത്യൻ ബേർഡ്സ്* റിപ്ലി വായിച്ചതോടെ സാലിം അലിയെ കാണണമെന്ന മോഹം കലശലായി. അങ്ങനെയാണ് ഒരു ദിവസം റിപ്ലി മുംബൈയിൽ എത്തിയത്. എന്നാൽ സാലിം അലി പക്ഷി പഠനവുമായി ബന്ധപ്പെട്ട് വളരെ ദൂരത്തായതിനാൽ അദ്ദേഹത്തെ കണ്ടുമുട്ടാനായില്ല. എങ്കിലും കത്തിലൂടെ ഇരുവരും ബന്ധപ്പെട്ടു. പിന്നീടൊരു

ഇന്ത്യൻ പ്രസിഡന്റിൽ നിന്ന് പത്മവിഭൂഷൻ ബഹുമതി സ്വീകരിക്കുന്നു

യാത്രയിലാണ് സാലിം അലിയെ റിപ്ലി കണ്ടുമുട്ടുന്നത്. സാലിം അലിയുമായുള്ള ആദ്യ കൂടിക്കാഴ്ച വൈദ്യുതാലിംഗനത്തിന്റേതായിരുന്നുവെന്ന് പിന്നീട് റിപ്ലി എഴുതിയിട്ടുണ്ട്. ആരെയും ആകർഷിക്കുന്ന വ്യക്തിത്വത്തിനുടമയായ സാലിം അലി റിപ്ലിയുടെ മനസ്സിനെ വല്ലാതെ ആകർഷിച്ച ഊർജ്ജസ്വലനും കളിതമാശകൾ പറയാൻ ഇഷ്ടപ്പെടുന്നയാളുമായിരുന്നു. അന്നൊക്കെ ക്ലീൻഷേവായിരുന്നു. പിന്നീടാണദ്ദേഹം താടി കത്രിച്ചു നിർത്തി തുടങ്ങിയത്. ചിരകാല സുഹൃത്തിനോടെന്ന പോലെയായിരുന്നു ആദ്യ കൂടിക്കാഴ്ചയിൽ തന്നെ സാലിം അലി റിപ്ലിയോട് പെരുമാറിയത്. സാലിം അലിയുടെ ഈ പ്രകൃതം റിപ്ലിക്ക് ഏറെ ഇഷ്ട

മായി. 1943 ൽ ബോംബെയിൽ സാലിം അലിയെ കാണാൻ വന്ന റിപ്ലി അദ്ദേഹത്തിന്റെ ജീവിതാവസാനം വരെ ഊഷ്മള ബന്ധം തുടർന്നു. 1973 ൽ സാലിം അലിയെക്കുറിച്ച് കേന്ദ്രസർക്കാർ ഒരു ഡോക്യുമെന്ററി നിർമ്മിച്ചപ്പോൾ റിപ്ലി കൂടി അതിലുണ്ടാകണമെന്ന് അദ്ദേഹം ആഗ്രഹിച്ചെങ്കിൽ അവർ തമ്മിലുള്ള ആത്മബന്ധം ഊഹിക്കാവുന്നതേയുള്ളൂ. റിപ്ലി തനിക്ക് പറ്റിയ കൂട്ടാണെന്ന് സാലിം അലി തിരിച്ചറിഞ്ഞു. ഇതോടെ ഇരുവരും ചേർന്നായി പഠനം. പക്ഷികളുടെ വർഗ്ഗീകരണശാസ്ത്രത്തിൽ അഗാധ ജ്ഞാനമുള്ളയാളായിരുന്നു റിപ്ലി. സാലിം അലി പക്ഷികളുടെ പെരുമാറ്റത്തെക്കുറിച്ചും അവയുടെ പരിസ്ഥിതി ശാസ്ത്രത്തെ കുറിച്ചുമാണ് ആഴത്തിൽ പഠിച്ചത്. പക്ഷിപഠനത്തിൽ ഒരാൾ മറ്റൊരാൾക്ക് തണ്ടായി നില്ക്കാനാകുമെന്ന് അനുഭവത്തിലൂടെ ഇരുവരും മനസ്സിലാക്കി. അതുവരെ ആരും പക്ഷിപഠനത്തിനു തെരഞ്ഞെടുക്കാതിരുന്ന ആസമിലെ മിഷ്മി ഹിൽസ് സബ്ബിലാണ് ഇരുവരും ആദ്യമായി പക്ഷി നിരീക്ഷണത്തിനു പോയത്. പിന്നീട് ഇന്ത്യയുടെ പല ഭാഗങ്ങളിലും അവരൊന്നിച്ച് പക്ഷിപഠനം നടത്തി. *ഫോണ ഓഫ് ബ്രിട്ടീഷ് ഇന്ത്യ* എന്ന പുസ്തകത്തിൽ പക്ഷികളെക്കുറിച്ചുള്ള ഭാഗം മാറ്റിയെഴുതുകയെന്നതായിരുന്നു ഇരുവരുടെയും ലക്ഷ്യം. എന്നാൽ ആ കൂട്ടായ്മ അതിനൊക്കെ അപ്പുറത്തേക്ക് വളർന്നു. റിപ്ലി സാലിം അലിയെ പരിചയപ്പെടുമ്പോൾ അദ്ദേഹം ബി എൻ എച്ച് എസിന്റെ തലപ്പത്ത് എത്തിയിരുന്നില്ല. 1947 ൽ ഇന്ത്യക്ക് സ്വാതന്ത്ര്യം ലഭിച്ചതോടെ ബ്രിട്ടീഷുകാരൊക്കെ ബോംബെ നാച്ച്വുറൽ ഹിസ്റ്ററി സൊസൈറ്റി ഉപേക്ഷിച്ചു പോയി. അതിനുശേഷമാണ് സാലിം അലി അതിന്റെ നേതൃത്വം ഏറ്റെടുക്കുന്നത്. വാഷിങ്ടൺ ഡിസിയിലെ സ്മിത് സോനിയൻ ഇൻസ്റ്റിറ്റ്യൂട്ട് (Smiths-onian Institution) ലോകത്തിലെ തന്നെ പ്രസിദ്ധമായ പ്രകൃതി ഗവേഷണ കേന്ദ്രമാണ്. 1946 ൽ ദില്ലൻ റിപ്ലി അതിന്റെ ഡയറക്ടറായി ചുമതലയേറ്റു. ഇന്ത്യയിലെ പ്രകൃതി പഠനത്തിന്റെ സ്ഥാനത്ത് സാലിം അലിയും അമേരിക്കയിൽ റിപ്ലിയും. ഈ കൂട്ടുകെട്ട് ഇന്ത്യൻ പക്ഷിപഠനത്തിന് നല്കിയ ഏറ്റവും മഹത്തായ സംഭാവനയാണ് *ദി ഹാൻഡ് ബുക്ക് ഓഫ് ദി ബേർഡ് ഓഫ് ഇന്ത്യ ആന്റ് പാകിസ്ഥാൻ*. പത്തു വാല്യമായി എഴുതപ്പെട്ട ഈ ബൃഹദ് ഗ്രന്ഥം ഓക്സ് ഫോർഡ് യൂണിവേഴ്സിറ്റി പ്രസാണ് പ്രസിദ്ധീകരിച്ചത്. 1964 ൽ ആണ് ഒന്നാം വാല്യത്തിന്റെ രചന ആരംഭിച്ചത്. ഇതിനിടയിൽ കെനിയയിലെ പക്ഷികളെക്കുറിച്ചു പഠിക്കാൻ റിപ്ലിക്ക് ക്ഷണം വന്നു. എന്നാൽ സാലിം അലിയുമായി ചേർന്ന് ഇന്ത്യൻ ഉപഭൂഖണ്ഡത്തിലെ പക്ഷികളെക്കുറിച്ച് ബൃഹത്തായൊരു പുസ്തകം എഴുതിത്തീർക്കേണ്ടതിനാൽ ആ ക്ഷണം അദ്ദേഹം നിരസിച്ചു. ഇതറിഞ്ഞ സാലിം അലി അതിയായി സന്തോഷിച്ചു. റിപ്ലിയുടെ തീരുമാനം വളരെ നന്നായെന്നും ഇന്ത്യൻ പക്ഷികളിൽനിന്ന് ശ്രദ്ധ മാറാത്തതിൽ അദ്ദേഹത്തെ അഭിനന്ദിക്കുകയും ചെയ്തു. നാലുവർഷത്തെ കഠിന പരിശ്രമങ്ങൾക്കൊടുവിലാണ് 1968 ൽ ആദ്യ പുസ്തകം പുറത്തുവന്നത്. വിവര ശേഖരണത്തിനായി ആറുമാ

സക്കാലം സാലിം അലി അമേരിക്കയിലെ യേൽ യൂണിവേഴ്സിറ്റിയിൽ ചെലവഴിക്കുകയും ചെയ്തു. ആദ്യവാല്യം പുറത്തു വന്നതോടെ റിപ്ലി സ്മിത് സോനിയൻ ഇന്റസ്റ്റിറ്റ്യൂഷന്റെയും യേൽ യൂണിവേഴ്സിറ്റിയിലെ അസോസിയേറ്റ് പ്രൊഫസർ എന്ന നിലയിലും തിരക്കുകളിൽപ്പെട്ടു പോകുമോയെന്നു ആശങ്ക സാലിം അലിക്കുണ്ടായി. ഒരു കാര്യം തീരുമാനിച്ചാൽ അതു നടപ്പാക്കുന്നതുവരെ ഉറക്കമില്ലാത്ത പ്രകൃതമാണ് സാലിം അലിയുടേത്. സാലിം അലി വികാരഭരിതമായൊരു കത്ത് റിപ്ലിക്കയച്ചു. വരുന്ന നവംബറിൽ തനിക്ക് 73 വയസ്സ് തികയുമെന്നും ഇനിയെത്ര കാലം കൂടി ജീവിച്ചിരിക്കുമെന്ന് ഒരു തിട്ടവുമില്ലെന്നുമായിരുന്നു കത്തിലെ രത്നച്ചുരുക്കം. അതുകൊണ്ട് സമയവും ശ്രദ്ധയും മറ്റ് പഠനങ്ങളിലേക്ക് തിരിയാതെ ഇന്ത്യൻ പക്ഷികളുടെ പഠനത്തിൽ തന്നെ ശ്രദ്ധ കേന്ദ്രീകരിക്കണമെന്നും അറിയിച്ചു. സാലിം അലിയുടെ കത്ത് ഫലം കണ്ടു. രാപകലില്ലാതെ ഇരുവരും അദ്ധ്വാനിച്ചു. അടുത്ത ആറു വർഷം കൊണ്ട് ബാക്കിയുള്ള ഒൻപത് വാല്യവും പ്രസിദ്ധീകരിക്കാനായി. ഇന്ത്യൻ ഉപഭൂഖണ്ഡത്തിലെ പക്ഷികളെ സംബന്ധിച്ച് സമഗ്രവും കൃത്യതയുള്ളതുമായ പഠനം അങ്ങനെ വെളിച്ചം കണ്ടു.

ഒരുപക്ഷേ, ഒരു പുരുഷായുസ്സുകൊണ്ട് ചെയ്തു തീർക്കാനാവാത്ത കാര്യങ്ങളാണ് ഇരുവരും ചേർന്ന് എഴുതിയുണ്ടാക്കിയത്. ഇരുവരുടെയും ജീവിത നിയോഗം തന്നെ ഈ ഗ്രന്ഥ രചനയ്ക്കു വേണ്ടിയായിരുന്നുവെന്ന് കരുതുന്നതിൽ പോലും തെറ്റില്ല. *ദി ഹാൻഡ് ബുക്ക് ഓഫ് ദി ബേർഡ്സ് ഓഫ് ഇന്ത്യ ആന്റ് പാകിസ്ഥാ*ന്റെ പത്താം വാല്യം അന്ന് പ്രധാനമന്ത്രിയായിരുന്ന ഇന്ദിരാഗാന്ധിയാണ് 1974 നവംബർ 16 ന് പ്രകാശനം ചെയ്തത്. സാലിം അലി പേടിച്ചതുപോലെയൊന്നും സംഭവിച്ചില്ല. പിന്നീട് 13 വർഷം കൂടി അദ്ദേഹം ജീവിച്ചു. 1987 ൽ പ്രൊസ്റ്റേറ്റ് ക്യാൻസർ വന്ന് അദ്ദേഹം മരിക്കുന്നതിന് തൊട്ടുമുമ്പ് റിപ്ലിക്ക് സാലിം അലിയുടേതായി ഒരു കത്തുവന്നു. പുസ്തകങ്ങളുടെ ഏഴു മുതൽ പത്തു വരെയുള്ള വാല്യങ്ങൾ പുതുക്കി എഴുതണമെന്ന് നിർദ്ദേശിച്ചു കൊണ്ടുള്ളതായിരുന്നു കത്ത്. 1987 മാർച്ച് 25 ന് റിപ്ലിക്ക് കത്തെഴുതിയ സാലിം അലി ജൂൺ 20 ന് വിടവാങ്ങി. ചെയ്തുവച്ച പുസ്തകം കാലാനുസൃതമായി പുതുക്കണമെന്ന ചിന്തയായിരുന്നു അദ്ദേഹത്തിനുണ്ടായിരുന്നത്. ജീവിതം തന്നെ വിജ്ഞാന സമ്പാദനത്തിനായി സമ്പൂർണ്ണമായി സമർപ്പിച്ച ഒരു വ്യക്തിക്കു മാത്രമേ ഇത്തരത്തിൽ ചിന്തിക്കാനാവുകയുള്ളൂ. കാലം അദ്ദേഹത്തിന് നീട്ടി ലഭിച്ചിരുന്നുവെങ്കിൽ തന്റെ ലക്ഷ്യം പൂർത്തീകരിച്ചു മാത്രമേ അദ്ദേഹം വിടവാങ്ങുമായിരുന്നുള്ളൂ.

റിപ്ലിയെപ്പോലെതന്നെ സാലിം അലിയുടെ മറ്റൊരു ആത്മസുഹൃത്തായിരുന്നു ജോൺ ബർഡൻ ഡാന്റേഴ്സൺ ഹാൾഡേൻ (JBS Haldne). അസാധാരണ പ്രതിഭാശാലിയായിരുന്നു ഹാൾഡേൻ. ഫിസിക്സ്, കെമിസ്ട്രി, ബയോളജി, ബയോമെട്രി, ജനിറ്റിക്സ് ഇങ്ങനെ ഏതു വിഷയമെടുത്താലും അതിലൊക്കെ അഗാധമായ അറിവുള്ളയാളായിരുന്നു. ഫിലോ

സഫി, എത്തനോളജി, ആന്ത്രപ്പോളജി എന്നിവയിലും വലിയ ജ്ഞാനമുള്ളയാൾ. സാലിം അലിയും റിപ്ലിയും ചേർന്നെഴുതിയ *ഹാൻഡ് ബുക്ക് ഓഫ് ദി ബേർഡ്സ് ഓഫ് ഇന്ത്യ ആന്റ് പാകിസ്ഥാൻ* അദ്ദേഹം വായിച്ചിട്ടുണ്ടായിരുന്നു. ഇരുവരെക്കുറിച്ചും അദ്ദേഹത്തിന് നല്ല മതിപ്പുണ്ടായിരുന്നു. തന്റെ പല പ്രഭാഷണങ്ങളിലും ഹാൻഡേൻ ഈ ഗ്രന്ഥത്തെ പുകഴ്ത്തി സംസാരിക്കുകയും ചെയ്യാറുണ്ടായിരുന്നു. എന്നാൽ സാലിം അലിയെ അദ്ദേഹം കണ്ടിട്ടുണ്ടായിരുന്നില്ല. സാലിം അലിയും റിപ്ലിയും ചേർന്നെഴുതിയ പുസ്തകം വായിച്ച് ഹാൾഡേൻ സാലിം അലിക്ക് അനുമോദന കത്തെഴുതുകയുണ്ടായി. ഇന്ത്യയോട് വലിയ ആദരവുള്ളയാളായിരുന്നു ഹാൾഡേൻ. ഏതാണ്ട് എല്ലാവിഷയങ്ങളിലും വലിയ പണ്ഡിതനായിരുന്ന ഹാൾഡേന് ഭാരതീയ തത്ത്വചിന്തകളോട് ഒരു പ്രത്യേക മമത തന്നെയുണ്ടായിരുന്നു. നമ്മുടെ വേദങ്ങളിലും ഇതിഹാസങ്ങളിലും ഉപനിഷത്തുകളിലുമൊക്കെ ആഗാധമായ പാണ്ഡിത്യം അദ്ദേഹത്തിനുണ്ടായിരുന്നു. ഉപനിഷത്തുകളോടും വേദങ്ങളോടുമൊക്കെയുള്ള അടക്കാനാവാത്ത ഈ പ്രണയമാണ് ജീവിതത്തിന്റെ അവസാന കാലത്ത് ഇന്ത്യയിൽ വന്ന് താമസിക്കാൻ അദ്ദേഹത്തെ പ്രേരിപ്പിച്ചത്. ജ്യോതിശാസ്ത്രത്തിലുള്ള ഇന്ത്യക്കാരുടെ പുരാതനമായ അറിവുകളെ വലിയ മതിപ്പോടെയാണ് ഹാൾഡേൻ നോക്കി കണ്ടത്. ഇങ്ങനെയുള്ള ഹാൾഡേനുമായി സാലിം അലി വേഗത്തിൽ അടുത്തു. ഇരുവരും പ്രകൃതിയെക്കുറിച്ചും പ്രപഞ്ചത്തെക്കുറിച്ചും സംസാരിച്ചു. ഒരേ വഴിത്താരയിലാണ് തങ്ങളെന്ന് ഇരുവർക്കും ബോദ്ധ്യപ്പെട്ടു.

ഹാൾഡേന്റെ അപാരമായ വിജ്ഞാനത്തെ അത്ഭുത ആദരവോടെയാണ് സാലിം അലി നോക്കിക്കണ്ടത്. മനുഷ്യരെ സാധാരണ മൂന്നു തരക്കാരായാണ് കാണപ്പെടുന്നത്. ചിലർ തമ്മിൽ കണ്ടാൽ മറ്റ് വ്യക്തികളെക്കുറിച്ച് സംസാരിക്കും. മറ്റ് ചിലർ തമ്മിൽ കണ്ടാൽ ഏതെങ്കിലും സംഭവങ്ങളെക്കുറിച്ചാവും സംസാരിക്കാനുണ്ടാവുക. എന്നാൽ മൂന്നാമതൊരു കൂട്ടരുണ്ട്. അവർ തമ്മിൽ കണ്ടാൽ ആശയങ്ങൾ മാത്രമാകും അവരുടെ ലോകത്തുണ്ടാവുക. ഹാൾഡേനും സാലിം അലിയും അത്തരത്തിൽപ്പെട്ട ഉന്നത മനുഷ്യ ജന്മങ്ങളായിരുന്നു. പരസ്പരം ഇരുവരും ബഹുമാനിച്ചിരുന്നു. ഇന്ത്യൻ സ്റ്റാറ്റിസ്റ്റിക്സ് ഇൻസ്റ്റിറ്റ്യൂട്ടിൽ പ്രൊഫസറായിരുന്ന ഹാൾഡേൻ ഒന്നാന്തരം ശാസ്ത്രജ്ഞരെ ഇവിടെ വളർത്തിയെടുക്കാൻ നേതൃത്വം നല്കുകയും ചെയ്തിരുന്നു. 1961 ൽ രണ്ടാം എലിസബത്ത് രാജ്ഞി ഇന്ത്യ സന്ദർശിക്കാൻ ഒരുങ്ങിയപ്പോൾ ഇവിടെ ഏതൊക്കെ വിശിഷ്ട ദേശങ്ങളാണ് രാജ്ഞിയെ കാണിക്കേണ്ടതെന്ന് കേന്ദ്രസർക്കാർ ഹാൾഡേനോടാണ് ചോദിച്ചത്. അപ്പോൾ അദ്ദേഹത്തിന്റെ ഉത്തരം ഇങ്ങനെയായിരുന്നു. രാജ്ഞി തന്നെ അവരുടെ സന്ദർശന പരിപാടികൾ നിശ്ചയിക്കട്ടെ. എന്നാൽ അതിന് മുമ്പ് നമ്മുടെ മഹാനായ പ്രകൃതി ശാസ്ത്രജ്ഞൻ സാലിം അലിയോട് ആലോചിച്ച് ഒറീസയിലെ ചിൽക്കാ തടാകവും അസാമിലെ കാസിരംഗ വന്യമൃഗസങ്കേതവും കാണി

ക്കാം. രാജ്ഞിയുടെ സന്ദർശനവുമായി ബന്ധപ്പെട്ട് മൃഗങ്ങളെയൊന്നും കൊല്ലരുത് അങ്ങനെയാണെങ്കിൽ രാജ്ഞിയെ ലക്ഷക്കണക്കിന് ഇന്ത്യ ക്കാരും ജന്തുസ്നേഹികളും പ്രശംസിക്കും. ഹാൾഡേന് സാലിം അലി യോടുണ്ടായിരുന്ന മതിപ്പ് ഈ വാക്കുകളിൽ നിന്നുതന്നെ വളരെ വ്യക്ത മാണ്. സാലിം അലിയുമായി ചേർന്ന് ഇന്ത്യൻ ബോർഡ് ഫോർ വൈൽഡ് ലൈഫ് (Indian Board for Wild life) രൂപീകരിക്കുന്നതിന് മുൻകൈയെ ടുത്ത ആർ ഡബ്ല്യു ബർട്ടനെയും അദ്ദേഹത്തിന് വലിയ ഇഷ്ടമായിരു ന്നു. സാലിം അലി BNHS സെക്രട്ടറിയായിരുന്ന കാലത്താണ് ഇരുവരും കൂടുതൽ അടുത്തത്. വന്യജീവി സംരക്ഷണ ബോധവല്ക്കരണ രംഗത്ത് ബർട്ടൺ നല്കിയ സംഭാവനകളാണ് അദ്ദേഹത്തോട് സാലിം അലിക്ക് വലിയ മതിപ്പിന് കാരണം. ലഫ്റ്റനന്റ് കേണലായി പട്ടാളത്തിൽ ജോലി നോക്കിയിരുന്നയാളായിരുന്നു ബർട്ടൺ. ബർട്ടന്റെ അച്ഛൻ 1891 ൽ തന്നെ BNHS അംഗമായിരുന്നയാളാണ്. ഇതാണ് ബർട്ടനെയും പ്രകൃതി പഠ നത്തിലേക്കും പ്രകൃതി സംരക്ഷണത്തിലേക്കും ആനയിച്ചത്. പട്ടാളത്തിൽ നിന്ന് വിരമിച്ചശേഷം ബർട്ടൺ ബാംഗ്ലൂരിൽ സ്ഥിര താമസമാക്കുകയായി രുന്നു. ഹാൾഡേന്റെയും ബർട്ടന്റെയും ഇന്ത്യയോടുള്ള സമീപനമാണ് സാലിം അലിയെ അവരോട് കൂടുതൽ അടുപ്പിച്ച ഒരു ഘടകം. പ്രകൃതി സംരക്ഷണത്തിലെ ഈ ഒരുമ മൂവരിലും കാണാനാവും.

തിരു - കൊച്ചി പക്ഷി സർവ്വേ

തന്റെ ജീവതത്തിലെ ഏറ്റവും ഉല്പാദനക്ഷമമായ കാലഘട്ടം 1930 മുതൽ 50 വരെ ഇന്ത്യൻ ഉപഭൂഖണ്ഡത്തിന്റെ വിവിധഭാഗങ്ങളിൽ നടത്തിയ പക്ഷിസർവ്വേയായിരുന്നുവെന്ന് സാലിം അലി പറഞ്ഞിട്ടുണ്ട്. തന്റെ പക്ഷിസർവ്വേകളിൽ ഏറ്റവും ഗുണകരമായത് തിരു - കൊച്ചി സംസ്ഥാനങ്ങളിൽ നടത്തിയ സർവ്വേയാണെന്നും അദ്ദേഹം വിശ്വസിച്ചിരുന്നു. പതിനെട്ടാം നൂറ്റാണ്ടു മുതൽ തന്നെ ഇന്ത്യയുടെ പലഭാഗങ്ങളിലും പക്ഷിപഠനങ്ങൾ ബ്രിട്ടീഷുകാർ നടത്തിത്തുടങ്ങിയിരുന്നു. എ ഒ ഹ്യൂം ഇതിൽ വളരെ പ്രധാനിയാണ്. എന്നാൽ ഇന്ത്യയിലെ പക്ഷികളെ സംബന്ധിച്ച് സമഗ്രമായ ഒരു പഠനം സാലിം അലിയാണ് നടത്തിയത്. പക്ഷി പഠനങ്ങളൊന്നും നടക്കാതിരുന്ന പ്രദേശങ്ങളിൽ സർവ്വേ നടത്തി. പക്ഷി പഠനകാര്യത്തിൽ ഇന്ത്യയെ ഏകീകരിച്ചത് സാലിം അലിയായിരുന്നു. അതുകൊണ്ട് സാലിം അലിയെ ഇന്ത്യൻ പക്ഷി നിരീക്ഷണ ശാസ്ത്രത്തിന്റെ പിതാവെന്ന് വിളിക്കാം. എന്നാൽ പലരും എ ഒ ഹ്യൂമിനാണ് ഈ ബഹുമതി നല്കിക്കാണുന്നത്. കാര്യങ്ങൾ സൂക്ഷ്മമായി വിലയിരുത്തുമ്പോൾ സാലിം അലി തന്നെയാണ് ഈ പദവിക്ക് എന്തുകൊണ്ടും അനുഗുണനെന്ന് ബോദ്ധ്യമാകും.

1933 ൽ തിരു-കൊച്ചി സർവ്വേ ആരംഭിച്ചു. സാലിം അലി കേരളത്തിൽ എത്തുന്ന കാലത്ത് ഇവിടം മൂന്ന് കഷണങ്ങളായി കിടക്കുകയായിരുന്നു. തിരുവിതാംകൂർ, കൊച്ചി, മലബാർ, ഇതിൽ മലബാർ മദ്രാസ് പ്രസിഡൻസിയുടെ ഭാഗമായിരുന്നു. മറ്റ് രണ്ടു ഭാഗവും നാട്ടുരാജാക്കന്മാരുടെ ഭരണമായിരുന്നു. ബ്രിട്ടീഷുകാരുടെ ഭരണത്തിലിരിക്കുന്ന മലബാറിൽ പക്ഷിപഠനം കുറെ മുന്നോട്ടുപോയിരുന്നു. ഇന്ത്യൻ പക്ഷികളെക്കുറിച്ചുള്ള ആദ്യ പുസ്തകമായ *ദി ബേർഡ് ഓഫ് ഇന്ത്യ* എഴുതിയ

ഡോ. സാലിം അലി

ടി സി ജെർഡൻ 1847 മുതൽ 1851 വരെ കണ്ണൂരിലെ തലശ്ശേരിയിൽ താമസിച്ചിരുന്നു. അക്കാലത്ത് അദ്ദേഹം അവിടെ പക്ഷിപഠനം നടത്തുകയുണ്ടായി. ലെഫ്. കേണൽ എച്ച് ആർ ബേക്കർ, ലെഫ്. കേണൽ ഫിസിഷിയൻ ആദംസ് (Physician Adams), ഡേവിസൻ (Davison), മോർഗൺ (Morgan) എന്നിവരൊക്കെ പഠനങ്ങൾ നടത്തിയവരാണ്. എന്നാൽ തിരുവിതാംകൂറിലും കൊച്ചിയിലും കാര്യമായ പഠനങ്ങൾ നടന്നിരുന്നില്ല. തിരുവിതാംകൂറിലെ മ്യൂസിയം ഡയറക്ടർ ആയിരുന്ന എച്ച് എസ് ഫെർഗ്ഗസൺ (Fergson) മുംബൈ നാച്ചുറൽ ഹിസ്റ്ററി സൊസൈറ്റിയുടെ ജേർണലിൽ *ദി ബേർഡ് ഓഫ് ട്രാവൻകൂർ വിത്ത് നോട്ട്സ് ഓൺ ദയർ നോട്ടിഫി*

ക്കേഷൻ (The Birds of Travancore with notes on their notification) എന്ന പേരിൽ 1903–04 കാലത്ത് എഴുതിയിരുന്നു. എന്നാൽ അതൊന്നും മതിയായ പഠനങ്ങളാക്കി വിലയിരുത്താനാവുമായിരുന്നില്ല. സാലിം അലി ഭാര്യ തെഹ്മിനയ്ക്കൊപ്പം തിരുവിതാംകൂറിലെ 14–ഓളം സ്ഥലങ്ങൾ കേന്ദ്രീകരിച്ച് പഠനങ്ങൾ നടത്തി. സർവ്വേയിൽ തെഹ്മിന സാലിം അലിയുടെ സെക്രട്ടറിയായി പ്രവർത്തിച്ചു. വരവുചിലവു കണക്കൊക്കെ അവരാണ് നോക്കിയിരുന്നത്. തിരുവിതാംകൂർ സർവ്വേക്ക് 2000 രൂപയും കൊച്ചി സർവ്വേക്ക് 1200 രൂപയുമാണ് സർക്കാർ അനുവദിച്ചിരുന്നത്. 1933 ജനുവരിയിൽ മറയൂരിൽനിന്നാണ് സർവ്വേ ആരംഭിച്ചത്. തിരുവിതാംകൂർ മ്യൂസിയം ഡയറക്ടറായിരുന്ന എൻ ജി പിള്ള കൂടി സാലിമിനൊപ്പം ചേർന്നിരുന്നു. മദ്രാസ് യൂണിവേഴ്സിറ്റിയിൽനിന്ന് സുവോളജിയിൽ ബിരുദധാരിയായ എൻ ജി പിള്ള വളരെ വേഗം സർവ്വേയുടെ ഭാഗമാകുകയും സാലിം അലിയുടെ പ്രിയപ്പെട്ടവനായിത്തീരുകയും ചെയ്തു. മറയൂർ, മൂന്നാർ, ശാന്തൻപാറ, തട്ടേക്കാട്, കോട്ടയം, പീരുമേട്, കുമളി, ദേരമല, രാജമ്പാറ, തെൻമല, തിരുവനന്തപുരം, കേപ് കോമറിൻ, അരമ്പോളി, ബാലമൂർ എസ്റ്റേറ്റ് എന്നിങ്ങനെ 14 (പതിനാല്) കേന്ദ്രങ്ങളെ ചുറ്റിപ്പറ്റിയായിരുന്നു തിരുവിതാംകൂർ സർവ്വേ നടത്തിയത്. ഇതിൽ ചില പ്രദേശങ്ങൾ ഇപ്പോൾ തമിഴ്നാട്ടിലാണ്. പിന്നീട് കൊച്ചി നാട്ടുരാജ്യത്തിലേക്ക് തിരിച്ചു. ഇവിടെയും എൻ ജി പിള്ളയുടെ സേവനം വിട്ടുതരണമെന്ന് സാലിം അലി തിരുവിതാംകൂർ സർക്കാരിനോട് അഭ്യർത്ഥിച്ചെങ്കിലും അതുണ്ടായില്ല. വൈസ്രോയിയുടെ തിരുവിതാംകൂർ സന്ദർശനവുമായി ബന്ധപ്പെട്ട തിരക്കുള്ളതിനാൽ എൻ ജി പിള്ളയെ വിട്ടുതരാൻ ബുദ്ധിമുട്ടുണ്ടെന്ന് സാലിം അലിയെ അറിയിക്കുകയായിരുന്നു. എങ്കിലും അനൗദ്യോഗികമായി ചിലയിടങ്ങളിൽ എൻ ജി പിള്ള സർവ്വേ സംഘത്തോടൊപ്പം ചേരുകയുണ്ടായി. പിന്നീട് മീനർട്ട് ഷാജനെന്ന പക്ഷിഗവേഷകനൊപ്പം അഫ്ഗാനിസ്ഥാനിൽ പക്ഷിസർവ്വേക്ക് സാലിം അലി പോയപ്പോൾ എൻ ജി പിള്ളയെ കൂടെ കൂട്ടാൻ അദ്ദേഹം മറന്നിരുന്നില്ല. തന്റെ അത്മകഥയായ *കുരുവിയുടെ പതന*ത്തിന് എൻ ജി പിള്ളയെക്കുറിച്ച് പലതവണ അദ്ദേഹം പരാമർശിക്കുന്നുണ്ട്. ഒരുപക്ഷേ, *കുരുവിയുടെ പതന*ത്തിന് ഊഷ്മളമായി അവതരിപ്പിക്കപ്പെട്ട എൻ ജി പിള്ളയെപ്പോലെ മറ്റൊരു മലയാളിയുമില്ലെന്ന് പറയാം. ജീവിതാവസാനം വരെ ഇരുവരും തമ്മിലുള്ള ഊഷ്മളമായ ബന്ധം നിലനിന്നിരുന്നു. സാലിം അലി കേരളത്തിൽ വരുമ്പോൾ എൻ ജി പിള്ളയുടെ എറണാകുളത്തുള്ള വീട്ടിൽ പോകുക പതിവായിരുന്നു. വികാരനിർഭരമായിരുന്നു അവരുടെ കൂടിക്കാഴ്ചകൾ. കൊച്ചിയിൽ നെല്ലിയാമ്പതിക്കുന്നുകളിൽ എ എം കിൻലോവും (A M Kinloch) മകൻ അനുഗസ്കിൻലോയും (AnugsKinloah) ചില പക്ഷി പഠനങ്ങൾ നടത്തിയ പാരമ്പര്യം മാത്രമേ ആ സംസ്ഥാനത്തിനുണ്ടായിരുന്നുള്ളൂ. സാലിം അലിയും സംഘവും കുരിയാർക്കുട്ടി, വടക്കാംഞ്ചേരി, നെന്മാറ, പാടഗിരി, കരുവടന എന്നിവിടങ്ങൾ കേന്ദ്രീകരിച്ചു വിശദമായ പഠനങ്ങൾ നടത്തി.

തിരുവിതാംകൂർ കൊച്ചി സർവ്വേ പൂർത്തിയായപ്പോൾ തെഹ്മിനയുടെ കണക്ക് ബുക്കിൽ 2458 രൂപയാണ് ചിലവ് വന്നത്. സാമ്പത്തികനേട്ടം ഒട്ടുമേ പ്രതീക്ഷിക്കാതെയായിരുന്നു സാലിം അലി പക്ഷിസർവ്വേയൊക്കെ നടത്തിയിരുന്നത്. തിരുവിതാംകൂറിലും കൊച്ചിയിലുമായി 19 സ്ഥലങ്ങൾ കേന്ദ്രീകരിച്ചാണ് സർവ്വേ പൂർത്തിയാക്കിയത്. കേരളവനംവകുപ്പ് 2009 ൽ സാലിം അലി പക്ഷിനിരീക്ഷണം നടത്തിയ അതേ ദിവസം അതേ പ്രദേശങ്ങൾ കേന്ദ്രീകരിച്ച് പക്ഷിസർവ്വേ നടത്തുകയുണ്ടായി. പക്ഷിനിരീക്ഷകനും പരിസ്ഥിതി പ്രവർത്തകരുമായ സി ശശികുമാർ, സി കെ വിഷ്ണുദാസ്, എസ് വാളു, എസ് കണ്ണൻ, പി എ വിനയൻ എന്നിവരാണ് സർവ്വേ നടത്തിയത്. *എലോങ്ങ് ദി ട്രയൽ ഓഫ് സാലിം അലി* (Along the trail of Salimali Travancore, Cochin Ornithological survey - 2009)എന്ന പേരിൽ ഇതു വനംവകുപ്പ് പ്രസിദ്ധീകരിക്കുകയുണ്ടായിട്ടുണ്ട്. സാലിം അലി പക്ഷിസർവ്വേ നടത്തിയ മുപ്പതുകളിലെ പക്ഷിസാന്ദ്രതയും വൈവിദ്ധ്യവും 2009 ൽ എങ്ങനെയുണ്ടെന്ന് മനസ്സിലാക്കാൻ ഈ സർവ്വേ വളരെ സഹായിച്ചു. അക്കാലത്തെ പ്രകൃതിയും ഇക്കാലത്തെ പ്രകൃതിയും തമ്മിലുള്ള അന്തരവും തിരിച്ചറിയാനായി. തിരുവിതാംകൂർ പക്ഷിസർവ്വേക്കിടയിൽ ഒരപൂർവ്വപക്ഷി സാലിം അലിയുടെ കൈകളിലെത്തി. ചാലക്കുടിയിലെ കൊച്ചിൻ ഫോറസ്റ്റ് ട്രാംവെയുടെ പറമ്പിക്കുളം ടെർമിനലിനടുത്ത് സാലിമും കൂട്ടരും പക്ഷിനിരീക്ഷണം നടത്തുകയായിരുന്നു. അവിടെയുണ്ടായിരുന്ന ഒരു എയർമാൻ ഒരപൂർവ്വജാതി പരുന്തിനെ സാലിമിന് സമ്മാനിച്ചു. പക്ഷികളെ വെടിവെച്ചിട്ടു ശേഖരിക്കുന്ന സാലിമിനും കൂട്ടർക്കും താൻ അടിച്ചുകൊന്ന ഈ പരുന്ത് ഏതെങ്കിലും തരത്തിൽ ഗുണകരമാകുമല്ലോയെന്ന ചിന്തയിലാണത് കൊണ്ടു കൊടുത്തത്. ഇത് ഏതിനം പരുന്താണെന്ന് ആർക്കും മനസ്സിലായില്ല. എങ്ങനെയാണിതിനെ കിട്ടിയതെന്ന് ഫയർമാനോട് വിശദമായി ചോദിച്ചപ്പോൾ അയാളുടെ കോഴിക്കുഞ്ഞുങ്ങളെ റാഞ്ചാൻ വന്നതാണെന്നും കൈയിലുണ്ടായിരുന്ന ചുള്ളിക്കെട്ടുകൊണ്ടതിനെ അടിച്ചുകൊല്ലുകയായിരുന്നുവെന്നും അയാൾ അറിയിച്ചു. ഫയർമാൻ കൊണ്ടുവന്ന പരുന്ത് പ്രാപരുന്ത് (ജെർഡോണ്സ് ബോസ) (Jerdon's Baza) ആണെന്നാണ് വിസ്‌ലർ (Whisler) ഉൾപ്പടെയുള്ളവർ വിചാരിച്ചത്. തലയിൽ കുടുമയുള്ള പക്ഷിയാണിത്. പിന്നീട് ബ്രിട്ടീഷ് മ്യൂസിയത്തിൽ എത്തിച്ചതിനെ വിശദമായി പരിശോധിക്കുകയുണ്ടായി. അപ്പോഴാണ് കാൽവിരലിൽ തൂവലുള്ള കിന്നരിപ്പരുന്ത് (ഹാക്ക് - ഈഗിൾ) (Feather toed Hawk eagle) ആണെന്ന് വ്യക്തമായത്. ഇവയ്ക്കും തലയിൽ ശിഖയുണ്ട്. ലോകത്തിലുള്ള പക്ഷിശേഖരങ്ങളിൽ ഏറ്റവും അപൂർവ്വമായ പക്ഷികളിലൊന്നാണിതെന്ന് വിസ്‌ലർ വ്യക്തമാക്കുകയുണ്ടായി, സാലിം അലിയെ സംബന്ധിച്ച് ഇതൊരു അത്ഭുതമായിരുന്നു. അപൂർവ്വ ജാതിയിൽപ്പെട്ട ഒരു ഇരപിടിയൻപക്ഷി യാദൃച്ഛികമായി കൈയിലെത്തിയത് തിരു-കൊച്ചി പക്ഷിസർവ്വേയിലെ നാഴികക്കല്ലുകളിലൊന്നായി മാറുകയും ചെയ്തു. അക്കാ

തിരു കൊച്ചി പക്ഷി സർവ്വേ

ലത്തെ പക്ഷി സർവ്വേകളിലും പഠനങ്ങളിലും പക്ഷികളെ വെടിവെച്ചിട്ട് തൂകൽ സൂക്ഷിക്കുകയെന്ന സമ്പ്രദായത്തിനാണ് മുൻതൂക്കം നല്കിയിരുന്നത്. അതുകൊണ്ട് പക്ഷിപഠനവുമായി ബന്ധപ്പെട്ടുതന്നെ ധാരാളം പക്ഷികൾ കൊല്ലപ്പെട്ടിരുന്നു. ഹാക്ക്–ഈഗിളിനെപ്പോലെ അപൂർവ്വമായി കാണുന്നപക്ഷികളെയും ഇത്തരത്തിൽ കൊന്നിരുന്നുവെന്നത് അക്കാലത്തെ പക്ഷിപഠനത്തിന്റെ വലിയൊരു പോരായ്മയായിരുന്നു. പക്ഷി പഠന പ്രസിദ്ധീകരണത്തിൽ ഒരു പക്ഷിയെ കണ്ടുവെന്ന് രേഖപ്പെടുത്തണമെങ്കിൽ തന്നെ അവയുടെ തുകൽ അവിടെ എത്തിക്കേണ്ടതുണ്ടായിരുന്നു. എന്നാൽ ടെലിക്യാമറയുടെയും മറ്റ് ആധുനിക സാങ്കേതിക വിദ്യകളും പ്രചാരത്തിലുള്ള ഇക്കാലത്ത് പക്ഷികളെ കൊല്ലേണ്ടതായിവരുന്നില്ലെന്നത് വലിയ നേട്ടമാണ്. പക്ഷിസമ്പന്നതയുടെ കാര്യത്തിൽ കേരളം വളരെ മുമ്പിലാണ്. അറുന്നൂറിനു താഴെ മാത്രം കിലോമീറ്റർ നീളമുള്ള പരമാവധി 120 കി മീറ്റർ മാത്രം വീതിയുണ്ട്. ഈ സംസ്ഥാനത്ത് ഏതാണ്ട് 519 ജാതി പക്ഷികൾ ജീവിക്കുന്നുണ്ട്. സാലിം അലിയുടെ *ബേർഡ് ഓഫ് കേരള*യിൽ 289 ജാതി പക്ഷികളാണ് ഉള്ളത്. ഇന്ദുചൂഡന്റെ *കേരളത്തിലെ പക്ഷി*കളുടെ അഞ്ചാം പതിപ്പിൽ 512 ജാതി പക്ഷികൾ ഉണ്ടെന്ന് വ്യക്തമാക്കുന്നു. അതിനുശേഷം ചില പക്ഷികളെ പുതുതായി കണ്ടെത്തി. ഇതെഴുതുന്ന സമയത്ത് തൃശൂരിലെ ഇരിഞ്ഞൂർകാവിൽനിന്ന് പൂരികപുള്ള് (Eyebrowed thrush) കണ്ടെത്തിയതോടെയാണ് കേരളത്തിലെ പക്ഷികളുടെ എണ്ണം 519 ആയി ഉയർന്നത്. തീർച്ചയായും നമ്മുടെ കണ്ണിൽപ്പെടാതെ ഇനിയും ധാരാളം ജാതി പക്ഷികൾ കേരളത്തിൽ കഴിയുന്നുണ്ട്. കാലാവസ്ഥ വ്യതിയാനത്തിന്റെയും മറ്റും ഫലമായി മുമ്പിവിടെ കാണാ

തിരുന്ന പലജാതി പക്ഷികളേയും ഇപ്പോൾ കേരളത്തിൽ കണ്ടുവരുന്ന തായാണ് എന്റെ വിചാരം. ചൂടുകൂടിയ കാലാവസ്ഥയിൽ കഴിയുന്ന പക്ഷി കളാണ് വേനൽക്കാലത്ത് കേരളത്തിലേക്ക് വന്നുകൊണ്ടിരിക്കുന്നത്. പ്രകൃതിസംരക്ഷണാവബോധം കൂടിയതുകൊണ്ട് പക്ഷിവേട്ടയിൽ വന്ന കുറവ് കൂടുതൽ ജാതി പക്ഷികളെ കണ്ടെത്താൻ സഹായിക്കുന്നു ണ്ടാകാം. പക്ഷി നിരീക്ഷകരുടെ എണ്ണം ഇവിടെ പതിൻമടങ്ങ് വർദ്ധി ച്ചതും പുതിയ ഇനം പക്ഷികളെ കണ്ടെത്തുന്നതിന് സഹായിക്കുന്ന ഘട കമാണ്. 1935–37 കാലത്ത് മുംബൈ നാച്ചുറൽ ഹിസ്റ്ററി സൊസൈറ്റി യുടെ ജേർണലിൽ സാലിം അലി തിരു-കൊച്ചി സർവ്വേ സംബന്ധിച്ച് വിശദമായി എഴുതുകയുണ്ടായി. ഓർണിത്തോളജി ഓഫ് ട്രാവൻകൂർ ആന്റ് കൊച്ചിൻ (Ornithology of Tavancore and Cochin) എന്ന പേരിൽ 246 പേജുകളിലായാണ് റിപ്പോർട്ട് പ്രസിദ്ധീകരിച്ചത്. ലോകമെമ്പാടുമുള്ള പക്ഷിപ്രേമികളുടെ പ്രശംസ ഇതിന്റെ പേരിൽ സാലിം അലിക്ക് ലഭിക്കു കയുണ്ടായി. അന്നത്തെ തിരുവിതാംകൂർ ദിവാനും തിരുവിതാംകൂർ സർവ്വ കലാശാലയുടെ ചാൻസലറുമായിരുന്ന സർ സി പി രാമസ്വാമി അയ്യർ സാലിം അലിയുടെ പക്ഷി സർവ്വേ റിപ്പോർട്ട് കാണാനിടയാവുകയും അതു പുസ്തകരൂപത്തിൽ പ്രസിദ്ധീകരിക്കാൻ മുൻകൈയെടുക്കുകയും ചെയ്തു. 1953 ൽ *ബേർഡ്സ് ഓഫ് ട്രാവൻകൂർ ആന്റ് കൊച്ചിൻ* എന്ന പേരിൽ സാലിം അലിയുടെ തിരുവിതാംകൂർ കൊച്ചി പക്ഷി സർവ്വേ പുസ് തകമായി. ആദ്യപതിപ്പ് വേഗത്തിൽ വിറ്റഴിച്ചു. കെ കെ നീലകണ്ഠനെ

ഡോ. സാലിം അലി

(ഇന്ദുചൂഡൻ) *കേരളത്തിലെ പക്ഷികൾ* എന്ന പേരിൽ ഒരു മലയാളപുസ്തകം എഴുതുന്നതിന് സാലിം അലിയുടെ ഈ പുസ്തകം വളരെയധികം സഹായിച്ചതായി എഴുതിയിട്ടുണ്ട്. 1958 കേരള സാഹിത്യ അക്കാദമിയാണ് *കേരളത്തിലെ പക്ഷികൾ* പ്രസിദ്ധീകരിച്ചത്. 1969 ൽ സാലിം അലിയുടെ ബേർഡ് ഓഫ് ട്രാവൻകൂർ ആന്റ് കൊച്ചിൻ എന്ന പുസ്തകം *ബേർഡ്സ് ഓഫ് കേരള* എന്ന പേരിൽ രണ്ടാം പതിപ്പ് പ്രസിദ്ധീകരിച്ചു. 1985 ൽ ഇതിന്റെ മൂന്നാം പതിപ്പും പുറത്തുവന്നു. പച്ചപ്പ് പൊതിഞ്ഞ കേരളത്തെ സാലിം അലി ഏറെ സ്നേഹിച്ചിരുന്നു. അവസരം കിട്ടുമ്പോഴൊക്കെ കേരളത്തിൽ പക്ഷിനിരീക്ഷണം നടത്താൻ അദ്ദേഹം ശ്രമിച്ചിരുന്നു. 1947 ൽ തിരുവനന്തപുരം, പൊൻമുടി, മെർക്കിസ്റ്റൻ, കെപ്കോമിറിൻ, ബാലമൂർ മുതുകുഴി, തെന്മല, കോട്ടയം, മുണ്ടക്കയം, പീരുമേട്, സൗണ്ട്ടൺ എസ്റ്റേറ്റ്, വണ്ടിപ്പെരിയാർ, തേക്കടി, തട്ടേക്കാട്, മൂന്നാർ, ആനമുടി, ദേവികുളം, ചാലക്കുടി, കാവാലം ഫോറസ്റ്റ് ട്രാംവേ, പറമ്പിക്കുളം എന്നിവിടങ്ങൾ കേന്ദ്രീകരിച്ച് പക്ഷിപഠനം നടത്തുകയുണ്ടായി.

1962–63 കാലത്ത് കൊച്ചിൻ ഏടനാട്, കണിനാടി, കുട്ടനാട്, പൊള്ളാച്ചി, പറമ്പിക്കുളം, മലമ്പുഴ, വാളയാർ ഡാം, അമരമ്പലം, ആർ എഫ് മാനന്തവാടി, വയനാട്, കണ്ണൂർ, വടകര, പഴനി, തൃശൂർ, കൊട്ടിയം വഴി തട്ടേക്കാട് എന്നിവിടങ്ങളിലൊക്കെ പഠനം നടത്തി. പാതിരാമണലിലും, പെരിയാർ തടാകത്തിലും, നെയ്യാർ ഡാമിലും സൗണ്ട്ടൺ എസ്റ്റേറ്റും, ഏടനാട്ടിലും സാലിം അലി നിരീക്ഷണം നടത്തുകയുണ്ടായി. 1977 ൽ അദ്ദേഹം സൈലന്റ് വാലി സന്ദർശിച്ചു. ഇങ്ങനെ നോക്കുമ്പോൾ കേരളത്തിലെ ഏറ്റവും വലിയ പക്ഷിനിരീക്ഷകനോ, പ്രകൃതിസ്നേഹിയോ സാലിം അലിയോളം കേരളം കണ്ടിട്ടുണ്ടാവുമെന്ന് തോന്നുന്നില്ല. സാലിം അലിയുടെ കാല്പാടുകൾ പതിയാത്ത പ്രദേശങ്ങൾ ഇന്ത്യ ഉപഭൂഖണ്ഡത്തിൽ തന്നെ വിരളമാണെന്ന് കാണാം.

എറണാകുളം ജില്ലയിലെ കോതമംഗലം താലൂക്കിൽപ്പെട്ട തട്ടേക്കാട്ടിലെ പക്ഷിമഹത്വം ലോകശ്രദ്ധയിൽ കൊണ്ടുവന്നത് സാലിം അലിയാണ്, 1970 ൽ 170 ഓളം പക്ഷികൾ ഇവിടെ ഇട്ടാവട്ടത്തുള്ളതായി അദ്ദേഹം കണ്ടു. ഇന്ത്യയിൽ തന്നെ ഏറ്റവും പക്ഷി വൈവിദ്ധ്യമുള്ള പ്രദേശമാണ് തട്ടേക്കാടെന്നാണ് സാലിം അലിയുടെ അഭിപ്രായം. തട്ടേക്കാടിനെ ഒരു പക്ഷിസങ്കേതമായി പ്രഖ്യാപിക്കണമെന്നത് സാലിം അലിയുടെ നിർദ്ദേശമായിരുന്നു. 1983 ആഗസ്തിൽ കേരളത്തിലെ ആദ്യത്തെ പക്ഷിസങ്കേതമായി കേരളസർക്കാർ തട്ടേക്കാടിനെ പ്രഖ്യാപിച്ചു. സാലിം അലിയുടെ പേരിൽത്തന്നെയാണ് ഈ പക്ഷിസങ്കേതം അറിയപ്പെടുന്നത്. അങ്ങനെ സാലിം അലിക്കുള്ള കേരളത്തിലെ നിത്യസ്മാരകമായത് മാറി.

സാലിയും അലിയും സൈലന്റ് വാലിയും

സൈലന്റ്‌വാലി മഴക്കാടുകളെ പശ്ചിമഘട്ട മലനിരകളുടെ ചങ്കെന്ന് വിശേഷിപ്പിക്കാം. പാലക്കാട് ജില്ലയിൽ നീലഗിരിക്കുന്നുകളുടെ തെക്കുപടിഞ്ഞാറു ഭാഗത്ത് സ്ഥിതി ചെയ്യുന്ന പീഠഭൂമിയാണിത്. സമുദ്രനിരപ്പിൽനിന്ന് 3000 മുതൽ 4000 അടി വരെ ഉയരത്തിലാണ് സൈലന്റ് വാലി സ്ഥിതി ചെയ്യുന്നത്. സൈലന്റ്‌വാലിയെന്നു പേര് വീഴാൻ കാരണം ഇവിടെ 'ചീവിടുകൾ' ഇല്ലാത്തതുകൊണ്ടാണെന്ന് പറയപ്പെടുന്നു. ഇവിടെ മനുഷ്യവാസമില്ലാത്തതു കൊണ്ടാണ് ഈ പേര് വീഴാനിടയായതെന്നും പറയുന്നുണ്ട്. ചീവിടുകൾ ഇപ്പോൾ സൈലന്റ് വാലിയിൽ കാണപ്പെടുന്നുണ്ട്. എണ്ണിയാലൊടുങ്ങാത്ത സസ്യജന്തുജാലങ്ങളുടെ ആവാസ ഭൂമിയാണിത്. മനുഷ്യവാസം പോലും അസാദ്ധ്യമായ കൊടും കാടാണിത്. ഭാരതപ്പുഴയുടെ പോഷകനദിയായ കുന്തിപ്പുഴ ഏതാണ്ട് ഇരുപത്തിയഞ്ചു കിലോമീറ്റർ ദൂരം സൈലന്റ് വാലി കാടുകളിലൂടെ മനുഷ്യസ്പർശം ഏല്ക്കാതെയാണ് ഒഴുകുന്നത്. അപൂർവ്വങ്ങളായ മത്സ്യസമ്പത്തിന്റെയും മറ്റ് അപൂർവ്വ ജലജീവികളുടെയും ആവാസ കേന്ദ്രമാണിവിടം. കാട്ടിൽ വിലമതിക്കാനാവാത്ത ഔഷധസസ്യശേഖരങ്ങളുണ്ട്. അമ്പതു ദശലക്ഷം വർഷംകൊണ്ട് രൂപപ്പെട്ടതാണ് സൈലന്റ്‌വാലി കാടുകളെന്നാണ് ഒരേകദേശ കണക്ക്. ഇവിടെ 89.54 ചതുരശ്ര കിലോമീറ്റർ കന്യാവനങ്ങളാണ്. ഇതിൽ എഴുപതുചതുരശ്ര കിലോമീറ്ററും മഴക്കാടുകളാണ്. കൊടും വേനലിലും മഴ കിട്ടുന്നയിടം. 2000 ത്തിലധികം സസ്യജാതികളെ ഇതിനോടകം ഇവിടെനിന്ന് കണ്ടെത്തിയിട്ടുണ്ട്. 200 ജാതി പക്ഷികളുണ്ട്. ഇതിൽ 14 ജാതി പക്ഷികൾ അവിടെ മാത്രം കണ്ടുവരുന്നവയാണ്. 25 ജാതി തവളകളെ സൈലന്റ് വാലിയിൽ കാണാം. ഇതിൽ നാലു ജാതികൾ സൈലന്റ്‌വാലിക്ക് മാത്രം സ്വന്തമാണ്. 225 ജാതി വണ്ടുകളും. നൂറി

ലധികം ജാതി ചിത്രശലഭങ്ങളും ഈ കാട്ടിൽ ജീവിക്കുന്നു. 55 ജാതി പാമ്പുകളിവിടെ ജീവിക്കുന്നു. 315 ഇനം ജീവികൾ ഇവിടെയുണ്ട്. അവയിൽ 34 ഇനം സസ്തനികളാണ്. നീരാൽ (തണ്ണീർമരം) സൈലന്റ് വാലിയിൽ മാത്രമാണ് കണ്ടുവരുന്നത്. കടുവ, വരയാട്, കരിങ്കുരങ്ങ്, സിംഹവാലൻ കുരങ്ങ്, മലയണ്ണാൻ, വിവിധ ജാതി പാമ്പുകൾ തുടങ്ങിയ അപൂർവ്വ ജീവികളുടെ ആവാസകേന്ദ്രമാണിവിടം.

അമേരിക്കൻ ജന്തുശാസ്ത്രജ്ഞനായിരുന്ന സ്റ്റീവൻ ഗ്രീൻ (Steven Green) 1971 - 72 കാലത്ത് സൈലന്റ്വാലി കാടുകളിൽ ജീവിക്കുന്ന സിംഹവാലൻ കുരങ്ങുകളെക്കുറിച്ചു പഠനങ്ങൾ നടത്തിയിരുന്നു. സൈലന്റ്വാലി ഉൾപ്പെടുന്ന അപൂർവ്വം ചില പശ്ചിമഘട്ട മലനിരകളിൽ മാത്രം അധിവസിക്കുന്ന കുരങ്ങാണിത്. വംശനാശഭീഷണി നേരിടുന്ന ഈ കുരങ്ങ് വർഗ്ഗം മറ്റ് കുരങ്ങുകളിൽനിന്ന് വ്യത്യസ്തരാണ്. കറുത്ത നിറവും മുഖത്തിനു ചുറ്റും സിംഹത്തിന്റേതുപോലുള്ള സടയും ഇതിന്റെ പ്രത്യേകതയാണ്. കുറുകിയ വാലിന്റ അറ്റത്ത് ഒരു രോമക്കെട്ടും കാണാം. മനുഷ്യവാസമില്ലാത്ത സൈലന്റ് വാലി പോലുള്ള നിത്യഹരിത വനങ്ങളിൽ മാത്രമാണിവ ജീവിക്കുന്നത്. ഒരു മരത്തിൽ നിന്നിറങ്ങിയാണ് ഇവ മറ്റ് മരത്തിൽ കയറുക. കരിങ്കുരങ്ങുകളെപ്പോലെ ഒരു മരത്തിൽനിന്ന് മറ്റൊരു മരത്തിലേക്ക് കുതിച്ചു ചാടുന്ന ശീലമില്ല. പൂക്കളും ഇലകളും പഴങ്ങളുമാണ് ആഹാരം. കൂട്ടമായും ഒറ്റയായും കാണാറുണ്ട്. സൈലന്റ് വാലി സംരക്ഷണ സമരത്തിന്റെ ഒരു പ്രതീകമായി സിംഹവാലൻ കുരങ്ങുകളെ ഉയർത്തി കാണിക്കപ്പെട്ടിരുന്നു. അമേരിക്കയിൽനിന്നും പാമ്പുകളെക്കുറിച്ച് ഗവേഷണം നടത്തുന്ന ശാസ്ത്രജ്ഞൻ റോമുലസ് വിറ്റാക്കർ (Romulus Whitaker) സൈലന്റ് വാലി കാടുകളിൽ കഴിയുന്ന രാജവെമ്പാലകൾ ഉൾപ്പെടെയുള്ള പാമ്പുകളെക്കുറിച്ച് പഠനം നടത്തുകയുണ്ടായി. സൈലന്റ് വാലി കാടുകളുടെ ജൈവ പ്രാധാന്യം ഉയർത്തിക്കാട്ടി. ബോംബെ നാച്ച്യുറൽ ഹിസ്റ്ററി സൊസൈറ്റി ജേർണലിൽ അദ്ദേഹം ലേഖനം പ്രസിദ്ധീകരിക്കുകയും ഉണ്ടായി.

എങ്കിലും സൈലന്റ് വാലിക്കാടുകൾ ഏറ്റവും കുറച്ചു മാത്രം പഠിക്കപ്പെട്ട നിത്യഹരിത വനമാണെന്നായിരുന്നു സാലിം അലിയുടെ എക്കാലത്തെയും നിലപാട്. സൈലന്റ് വാലിയെന്ന മഹാസാഗരത്തിന്റെ തീരത്തുനിന്ന് ചില ചിപ്പികൾ മാത്രമേ പെറുക്കിയെടുക്കാൻ മനുഷ്യർക്ക് കഴിഞ്ഞിട്ടുള്ളൂവെന്നും അദ്ദേഹം വിശ്വസിച്ചു. സൈലന്റ് വാലിയെ വെറുമൊരു നിത്യഹരിത വനമായി മാത്രം കാണാനാവില്ലെന്നും പുരാതനമായൊരു ജൈവ വ്യൂഹമാണതെന്നും മനുഷ്യനന്മയ്ക്കായും പ്രകൃതിസംരക്ഷണത്തിനായും സുസ്ഥിരമായ അതിന്റെ നിലനില്പ് അനിവാര്യമാണെന്നും സാലിം അലി വിശ്വസിച്ചിരുന്നു. 1930 കളിൽ തന്നെ തിരുവിതാംകൂറിലും കൊച്ചിയിലും പക്ഷി സർവ്വേ നടത്തിയ സാലിം അലിക്ക് കേരളത്തിലെ കാടുകളെക്കുറിച്ചും ഇവിടുത്തെ ജീവജാലങ്ങളെക്കുറിച്ചും നല്ല തിട്ടമുണ്ടായിരുന്നു. പരിസ്ഥിതി ശാസ്ത്രത്തിൽ നല്ല അവഗാഹമു

ജവഹർലാൽ നെഹ്റുവിനൊപ്പം

ണ്ടായിരുന്ന സാലിം അലി ഇവിടുത്തെ വനങ്ങൾ സംരക്ഷിക്കപ്പെടണമെന്ന് അതിയായി ആഗ്രഹിക്കുകയും ചെയ്തിരുന്നയാളാണ്. സൈലന്റ് വാലി സംരക്ഷണ പ്രശ്നം ഉയർന്നു വന്നപ്പോൾത്തന്നെ കണ്ണുമടച്ച് അതിന് പൂർണ്ണപിന്തുണ പ്രഖ്യാപിക്കാൻ അദ്ദേഹത്തെ പ്രേരിപ്പിച്ചതും ഈ അനുഭവജ്ഞാനം കൊണ്ടാണ്.

സൈലന്റ് വാലിയിലൂടെ ഒഴുകുന്ന കുന്തിപ്പുഴയ്ക്ക് കുറുകെ അണകെട്ടി വൈദ്യുതി ഉല്പാദിപ്പിക്കാമെന്ന ആശയം 1921 മുതൽ തന്നെയുള്ളതാണ്. 1970 കളിൽ അതിന് ചിറക് മുളച്ചു. പദ്ധതി വരുന്നതോടെ ഏഴു ചതുരശ്ര കിലോമീറ്റർ മഴക്കാടുകൾ വെള്ളത്തിലാകും. സംസ്ഥാന വൈദ്യുതി ബോർഡ് കേന്ദ്രവൈദ്യുതി അതോറിറ്റിയിൽനിന്ന് 1973 ൽ ജലവൈദ്യുത പദ്ധതി സ്ഥാപിക്കുന്നതിനുള്ള അനുവാദം വാങ്ങിയെടുത്തു. ആസൂത്രണക്കമ്മീഷനും അംഗീകാരം നല്കി. 24.88 കോടി രൂപയാണ് അണക്കെട്ടിന് ചിലവ് പ്രതീക്ഷിച്ചത്. 60 മെഗാവാട്ട് വൈദ്യുതി ഉല്പാദിപ്പിക്കാം.

സംസ്ഥാന സർക്കാരിന്റെ കൈയിൽ വേണ്ടത്ര പണമില്ലാത്തതിനാൽ പദ്ധതി നീണ്ടുപോയി. 1976 ൽ നാഷണൽ കമ്മിറ്റി ഓൺ എൺവിറോൺമെന്റ് പ്ലാനിങ് ആന്റ് ഗാർഡിനേഷൻ സഫർ ഫത്തേഹള്ളിയുടെ (WWF) നേതൃത്വത്തിൽ ഒരു ടാസ്ക് ഫോഴ്സിനെ പശ്ചിമഘട്ടത്തിലെ പരിസ്ഥിതി പ്രശ്നങ്ങൾ പഠിക്കാൻ നിയോഗിച്ചു ഈ സഫർ ഫത്തേഹള്ളി സാലിം അലിയുടെ കുടുംബക്കാരനുമാണ്. ഈ കമ്മിറ്റി സൈലന്റ് വാലിയിൽ

പഠനം നടത്തിയ ശേഷം ജലവൈദ്യുത പദ്ധതി ഉപേക്ഷിക്കാനും സൈലന്റ് വാലി കാടുകൾ ജൈവസംരക്ഷണകേന്ദ്രമായി പ്രഖ്യാപിക്കാനും നിർദ്ദേശിച്ചു. ഇതോടെ സൈലന്റ് വാലി പദ്ധതിക്കായി രാഷ്ട്രീയപ്പാർട്ടികൾ സടകുടഞ്ഞെണീറ്റു. കേരളനിയമസഭ രാഷ്ട്രീയഭേദമില്ലാതെ ഒറ്റക്കെട്ടായി സൈലന്റ് വാലി ജലപദ്ധതിക്കായി നിലകൊണ്ടു. സർവ്വകക്ഷി സംഘം അന്നത്തെ പ്രധാനമന്ത്രി മൊറാർജി ദേശായിയെ കണ്ട് പദ്ധതി നടപ്പാക്കുന്നതിന് ഉറപ്പുവാങ്ങി. ഇടതു-വലതു പക്ഷ കക്ഷികൾ പദ്ധതിക്കായി ഒരുമിച്ച് കൈകോർത്തതോടെ ഒരു ശക്തിക്കും പദ്ധതിയെ തടയാനാവില്ലെന്ന സ്ഥിതി വന്നു. സൈലന്റ് വാലികളുടെ സംരക്ഷണത്തിനായി മുന്നിട്ടിറങ്ങിയവർ രാഷ്ട്രീയ സ്വാധീന ശക്തിയില്ലാത്ത എഴുത്തുകാരും ശാസ്ത്രജ്ഞരുമൊക്കെ ആയിരുന്നു. പ്രമുഖമാധ്യമങ്ങളുടെ പിന്തുണ തുടക്കത്തിൽ ഇക്കൂട്ടർക്കുണ്ടായിരുന്നില്ല. മലബാർ മേഖലയിൽ വൈദ്യുതി എത്തിക്കാനുള്ള ഒരു സുവർണ്ണാവസരമായാണ് സൈലന്റ് വാലി പദ്ധതിയെ പലരും കണ്ടത്. എന്നാൽ മറ്റ് സംസ്ഥാനങ്ങൾക്ക് വൈദ്യുതി വിറ്റിരുന്ന വൈദ്യുത ബോർഡിന് മലബാറിൽ വൈദ്യുതി എത്തിക്കാൻ മറ്റു തടസ്സങ്ങളൊന്നും ഉണ്ടായിരുന്നില്ലതാനും. എന്തായാലും പദ്ധതിയെ അനുകൂലിച്ചും പ്രതികൂലിച്ചും കേരളത്തിൽ പ്രചാരണവേലകൾ നടന്നു. പദ്ധതിക്കെതിരെ സമരം നടത്തിയവർപോലും പദ്ധതി ഉപേക്ഷിക്കപ്പെടുമെന്ന് വിശ്വസിക്കാൻ തക്ക ഒരു കച്ചിത്തുരുമ്പും കണ്ടതുമില്ല.

ഈ സാഹചര്യത്തിലാണ് ലോകപ്രശസ്ത പ്രകൃതിശാസ്ത്രജ്ഞനായ സാലിം അലിയുടെ ശക്തമായ ഇടപെടൽ സൈലന്റ്‌വാലി സംരക്ഷണത്തിനായി ഉണ്ടായത്. നീലഗിരി ബയോസ്ഫിയർ കോർ ഏരിയായിൽ ഉൾപ്പെട്ട ഈ വനസ്ഥലി സംരക്ഷിക്കേണ്ടതിന്റെ പ്രാധാന്യം മറ്റാരെക്കാളും സാലിം അലിക്കു നന്നായി അറിയാമായിരുന്നു. ഇവിടൊരു ജലവൈദ്യുത പദ്ധതി സ്ഥാപിച്ച് സൈലന്റ് വാലിയെ മുക്കി കൊല്ലാനുള്ള നടപടികൾ പുരോഗമിക്കുന്നതിനിടയിൽ തലനാരിഴയ്ക്ക് രക്ഷപ്പെട്ടതിനു സാലിം അലിയോട് നമ്മൾ കടപ്പെട്ടിരിക്കുന്നു. സാലിം അലിയുടെ നേതൃത്വത്തിലുള്ള സൈലന്റ്‌വാലി സംരക്ഷണസമരങ്ങൾ ദേശീയതലത്തിലും അന്തർദ്ദേശീയ തലത്തിലും ശ്രദ്ധനേടിയിരുന്നു. സർവ്വകക്ഷി സംഘം പദ്ധതി നടത്തിപ്പിനായി കേന്ദ്രസർക്കാരിൽ സമ്മർദ്ദം ചെലുത്തിക്കൊണ്ടിരുന്നു. സൈലന്റ്‌വാലി സംരക്ഷിക്കാനുള്ള തോല്ക്കുന്ന സമരത്തിൽ എന്നെക്കൂടി അണിചേർക്കുകയെന്ന് വിഖ്യാത എഴുത്തുകാരൻ വൈക്കം മുഹമ്മദ് ബഷീർ ആവശ്യപ്പെട്ടതു പോലെ ആരും പദ്ധതി ഉപേക്ഷിക്കപ്പെടുമെന്ന് വിശ്വസിച്ചിരുന്നില്ല. എന്നാൽ എല്ലാവരെയും അത്ഭുതപ്പെടുത്തിക്കൊണ്ട് അന്നത്തെ പ്രധാനമന്ത്രിയായിരുന്ന ഇന്ദിരാഗാന്ധി പദ്ധതി ഉപേക്ഷിക്കാൻ തീരുമാനിച്ചു. ഇന്ത്യ ചരിത്രത്തിൽ ഇങ്ങനെയൊരു സംഭവം മുമ്പുണ്ടായിട്ടേയില്ല. ഇന്ദിരാഗാന്ധിയുടെ മേൽ ശക്തമായ സ്വാധീനം ചെലുത്താൻ കഴിവുണ്ടായിരുന്ന സാലിം അലിയുടെ നിർബ്ബന്ധ

മായിരുന്നു പദ്ധതി ഉപേക്ഷിക്കാൻ അവരെ പ്രേരിപ്പിച്ച പ്രധാനഘടകം.

പരിസ്ഥിതിവാദികളും വികസനവാദികളും തമ്മിലുള്ള ഒരു ഏറ്റുമുട്ടലായി ഇതിനോടകം സൈലന്റ് വാലി പ്രശ്നം മാറിയിരുന്നു. അന്തർദ്ദേശീയതലത്തിൽ പോലും ഇതൊരു ചൂടുള്ള ചർച്ചാ വിഷയമായി. ഈ സാഹചര്യത്തിൽ പദ്ധതി ഉപേക്ഷിക്കുകയെന്നത് രാഷ്ട്രീയമായി ഇന്ദിരാ ഗാന്ധിക്ക് ഗുണം ചെയ്യുന്ന കാര്യമായിരുന്നില്ല. പ്രത്യേകിച്ച് അടിയന്തരാവസ്ഥ പ്രഖ്യാപിച്ചതിന്റെ പേരിൽ ഇന്ത്യൻ ജനത ഇന്ദിരാഗാന്ധിയേയും കോൺഗ്രസ് പാർട്ടിയേയും ശിക്ഷിച്ചു മൂലയ്ക്കിരുത്തിയ അനുഭവത്തിന്റെ പശ്ചാത്തലത്തിൽ. ജവഹർലാൽ നെഹ്റുവിനെപ്പോലെ ഇന്ദിരാഗാന്ധിക്കും സാലിം അലിയോട് ഒരു പ്രത്യേക സ്നേഹമുണ്ടായിരുന്നു. രാജ്യത്തിന്റെ പൊതുവായ നന്മ ലക്ഷ്യം വെച്ചല്ലാതെ അദ്ദേഹം പ്രവർത്തിക്കില്ലെന്നവർക്ക് ഉറപ്പായിരുന്നു. അതുകൊണ്ട് പദ്ധതി ഉപേക്ഷിക്കണമെന്ന സാലിം അലിയുടെ ആവശ്യം അവർക്ക് നിരസിക്കാനാകുമായിരുന്നില്ല. താല്ക്കാലിക രാഷ്ട്രീയനേട്ടത്തേക്കാൾ രാജ്യത്തിന്റെ സുസ്ഥിരമായ നിലനില്പിനാണ് സാലിം അലിയെപ്പോലുള്ളവർ പ്രവർത്തിക്കുന്നതെന്നും ഇന്ദിരാഗാന്ധിക്കുറപ്പുണ്ടായിരുന്നു. എന്നാൽ തന്റെ നിലപാട് കടുപ്പിച്ച് തന്റെ സുഹൃത്തായ ഇന്ദിരാഗാന്ധിയെ വിഷമവൃത്തത്തിൽപ്പെടുത്താൻ സാലിം അലി ആഗ്രഹിച്ചിരുന്നില്ല. പദ്ധതി ഉപേക്ഷിക്കണമെന്ന് സാലിം അലിയുടെ ആവശ്യം തള്ളാനും വയ്യ, കൊള്ളാനും വയ്യ എന്ന അവസ്ഥയിലേക്ക് ഇന്ദിര എത്തുമോയെന്നും അദ്ദേഹം ആശങ്കപ്പെട്ടിരുന്നു. എന്നാൽ താനിത് ചെയ്തില്ലെങ്കിൽ പുരാതനമായൊരു ജൈവവ്യൂഹം ഒന്നാകെ വെള്ളത്തിലാണ്ടു പോകുകയാവും ഫലം. ഈ പ്രതിസന്ധി ഘട്ടത്തിൽ സാലിം അലിയിൽ ഒരു സമ്മർദ്ദശക്തയായി നിലകൊണ്ടത് വി എൻ എച്ച് എസിന്റെ ഉപാദ്ധ്യക്ഷയായിരുന്ന ദിൽ നവാസാണ്. സാലിം അലിയുടെ നേതൃത്വത്തിൽ ഒരു സൈലന്റ് വാലി സംരക്ഷണ സമിതിയുണ്ടാക്കി ദേശീയതലത്തിലും അന്തർദ്ദേശീയതലത്തിലും പ്രകൃതി സംരക്ഷണ പ്രചാരകയായി നിന്നിരുന്നത് സാലിം അലിയുടെ ശിഷ്യയായിരുന്ന ദിൽനവാസ് ആയിരുന്നു.

സൈലന്റ് വാലി സംരക്ഷിക്കേണ്ടതിന്റെ ആവശ്യകത ചൂണ്ടിക്കാട്ടി സാലിം അലി ഇന്ദിരാഗാന്ധിക്ക് ഒരു കത്തയച്ചിരുന്നു. പദ്ധതി ഏതാണ്ട് നടപ്പാക്കുമെന്ന് ഉറപ്പായ സാഹചര്യത്തിൽ ഒരു കത്ത് കൂടി അയക്കാൻ ദിൽ നവാസ് സാലിം അലിയോട് ആവശ്യപ്പെട്ടു. അപ്പോൾ അദ്ദേഹത്തിന്റെ പ്രതികരണം ഇങ്ങനെയായിരുന്നു. "പ്രോജക്ട് വേണ്ടെന്നു വയ്ക്കാൻ വൈകിപ്പോയി. ഇന്നത്തെ സാഹചര്യത്തിൽ അതു അസാദ്ധ്യമാണ്. പാറയിൽ തലതല്ലുന്ന ഈ ശ്രമത്തിൽനിന്ന് പിന്തിരിഞ്ഞുകൂടേ," എന്നാൽ ദിൽ നവാസ് വിട്ടുകൊടുത്തില്ല. "നമ്മളിനി പദ്ധതി ഉപേക്ഷിക്കാൻ പറയുന്നത് സൈലന്റ് വാലിക്കാടുകൾ പൂർണ്ണമായും വെള്ളത്തിൽ മുങ്ങിയതിനു ശേഷമാകും അല്ലേ?" വേദനയോടെ അവർ ചോദിച്ചു. സാലിം അലി ഒരു നിമിഷം ആലോചിച്ചു. ഇന്ദിരാഗാന്ധി വിഷമിച്ചാലും

വേണ്ടില്ല. പദ്ധതി ഉപേക്ഷിക്കാൻ ശക്തമായി ആവശ്യപ്പെടുക തന്നെ. അദ്ദേഹം ഒന്നു ദീർഘമായി നിശ്വസിച്ചു. അതൊരു ശുഭലക്ഷണമായി ദിൽ നവാസിന് തോന്നി. എന്നിട്ട് പദ്ധതി ഉപേക്ഷിക്കണമെന്നാവശ്യപ്പെടുന്ന കത്തിൽ സാലിം അലി ഒപ്പു ചാർത്തി. സൈലന്റ് വാലിയുടെ സംരക്ഷണത്തെക്കുറിച്ച് കോൺഗ്രസുകാരെ പറഞ്ഞ് ബോദ്ധ്യപ്പെടുത്തണമെന്ന് സാലിം അലി അയച്ച കത്തിൽ ഇന്ദിരയോട് ആവശ്യപ്പെട്ടിരുന്നു. കേരളത്തിൽനിന്നുള്ള കോൺഗ്രസ് നേതാക്കൾ പദ്ധതി നടപ്പിലാക്കാനായി ഇന്ദിരാഗാന്ധിയിൽ ശക്തമായി സമ്മർദ്ദം ചെലുത്തി വരുകയായിരുന്നു. ഇക്കാര്യം സാലിം അലിയും മനസ്സിലാക്കിയിരുന്നു. കത്തു കിട്ടിയ ഉടൻ ഇന്ദിരാഗാന്ധി സാലിം അലിയെ ഡൽഹിക്കു വിളിപ്പിച്ചു. പദ്ധതി ഉപേക്ഷിക്കാൻ കേരളത്തിലെ കോൺഗ്രസ് നേതാക്കളോട് പറയാൻ രാഷ്ട്രീയ കാരണങ്ങളാൽ ഇന്ദിരയ്ക്ക് കഴിയുമായിരുന്നില്ല. കാര്യങ്ങൾ അത്ര കണ്ട് മുന്നോട്ടു പോയിരുന്നു എങ്കിലും ശ്രമിക്കാമെന്ന് അവർ സാലിം അലിക്ക് വാക്കുകൊടുത്തു.

കേരളത്തിൽ ഇന്ദുചൂഡന്റെ നേതൃത്വത്തിൽ കേരള നാച്യുറൽ ഹിസ്റ്ററി സൊസൈറ്റി, സുഗതകുമാരിയുടെ പ്രകൃതി സംരക്ഷണസമിതി, പ്രൊഫ. എം കെ പ്രസാദിന്റെ കേരള ശാസ്ത്രസാഹിത്യ പരിഷത്ത് തുടങ്ങിയ സംഘടനകൾ പദ്ധതിക്കെതിരെ വ്യാപകമായ പ്രചാരണങ്ങൾ നടത്തി വരുകയായിരുന്നു. പ്രകൃതിസ്നേഹികളെ പലരും ആക്ഷേപിക്കുന്നുണ്ടായിരുന്നു. സൈലന്റ്‌വാലി കാടുകളിൽ കാണപ്പെടുന്ന സിംഹവാലൻ കുരങ്ങുകൾക്ക് വേണ്ടി വികസനം അട്ടിമറിക്കുന്നവരാണെന്നായിരുന്നു കുറ്റപ്പെടുത്തൽ. പദ്ധതി വിരുദ്ധർ രാജ്യദ്രോഹികൾ ആണെന്നും ചാരന്മാരാണെന്നുപോലും കടുത്ത ഭാഷയിൽ സൈലന്റ് വാലി സംരക്ഷകർക്ക് നേരെ ആരോപണം ഉയർന്നു. അക്കാലത്തെ ഭൂരിപക്ഷം മാധ്യമങ്ങളും പദ്ധതിക്ക് അനുകൂലമായ നിലപാടാണ് സ്വീകരിച്ചിരുന്നത്. ചില ദേശീയ പത്രങ്ങളും അപൂർവ്വം ചില പ്രാദേശിക പത്രങ്ങളും പരിസ്ഥിതി പ്രവർത്തകരുടെ ആകുലതകൾക്ക് പിന്തുണ നല്കുകയുണ്ടായി. എങ്കിലും കാര്യങ്ങൾ മൊത്തത്തിൽ പദ്ധതിക്കനുകൂലമായാണ് നീങ്ങിയിരുന്നത്. ഒരിക്കൽ കേരള സർക്കാർ സാലിം അലിയെ സൈലന്റ് വാലിയിലേക്ക് ക്ഷണിച്ചു കൊണ്ടുവന്ന് അവിടെ സംരക്ഷിക്കേണ്ടതായി യാതൊന്നുമില്ലെന്ന് കാട്ടിക്കൊടുക്കാൻ ശ്രമിച്ചു. എന്നാൽ സൈലന്റ് വാലി സന്ദർശിച്ച സാലിം അലിക്ക് അതിന്റെ സംരക്ഷണ പ്രാധാന്യം കൂടുതൽ ബോദ്ധ്യപ്പെടുകയാണുണ്ടായത്. ഈ കന്യാവനങ്ങൾ സംരക്ഷിക്കാനായില്ലെങ്കിൽ പോയി തൂങ്ങിച്ചാവുകയാണ് നല്ലതെന്ന് അദ്ദേഹം തന്നോടൊപ്പമുണ്ടായിരുന്ന പ്രകൃതി സ്നേഹികളോട് പറഞ്ഞതായും പറയപ്പെടുന്നുണ്ട്. സാലിം അലിയുടെ സന്ദർശനംകൊണ്ട് വിപരീതഫലമാണുണ്ടായതെന്ന് ബോദ്ധ്യപ്പെട്ട സംസ്ഥാന വൈദ്യുതി ബോർഡും കേരളസർക്കാരും കൂടുതൽ വൈരാഗ്യ ബുദ്ധിയോടെയാണ് പിന്നീട് പ്രവർത്തിച്ചത്. സൈലന്റ് വാലി സംരക്ഷണത്തിന്റെ ഭാഗമായി 1979 ഒക്ടോബർ 21 ന് വി ജെ ടി

ഡോ. സാലിം അലി ഇന്ദിരാഗാന്ധിക്കൊപ്പം

ഹാളിൽ വിളിച്ചു ചേർത്ത ഒരു യോഗത്തിൽ സാലിം അലി പങ്കെടുക്കേണ്ടതായിരുന്നു. എന്നാൽ വൈദ്യുതി ബോർഡ് തിരുവനന്തപുരം മുൻസിഫ് കോടതിയെ സമീപിച്ച് സാലിം അലി യോഗത്തിൽ പങ്കെടുക്കുന്നത് വിലക്കിക്കൊണ്ട് ഉത്തരവു വാങ്ങി. ഇത് പ്രകൃതിസംരക്ഷകരെ കൂടുതൽ പ്രകോപിപ്പിക്കുന്ന നടപടിയായി മാറി. സാലിം അലിയെപ്പോലെ ലോകപ്രശസ്തനായൊരു പക്ഷിനിരീക്ഷകനെ യോഗത്തിൽ പങ്കെടുപ്പിക്കില്ലെന്ന് വൈദ്യുതി ബോർഡും അന്നത്തെ കേരള സർക്കാരും തീരുമാ

നിച്ചത് പദ്ധതിയെ സംബന്ധിച്ച് ജനങ്ങളിലും സംശയത്തിനിടയാക്കി. പ്രൊഫ. എം എസ് സ്വാമിനാഥന്റെയും പ്രൊഫ. എം ജി കെ മേനോന്റെയും നേതൃത്വത്തിൽ സൈലന്റ്‌വാലി വനത്തിൽ നടത്തിയ പഠനങ്ങളും അതിന്റെ സംരക്ഷണം ഊന്നിപ്പറയുന്നവയായിരുന്നു. എങ്കിലും പദ്ധതി ഉപേക്ഷിക്കുന്നത് സംബന്ധിച്ച തീരുമാനം പ്രധാനമന്ത്രി തലത്തിൽ തന്നെ വരേണ്ടതുണ്ടായിരുന്നു. സൈലന്റ് വാലി പ്രശ്നങ്ങളുടെ നാനാവശങ്ങൾ പരിശോധിച്ച് പദ്ധതി ഉപേക്ഷിക്കുന്നതാണ് രാജ്യതാല്പര്യത്തിന് നല്ല തെന്ന് മനസ്സിലാക്കി പ്രധാനമന്ത്രി ഇന്ദിരാഗാന്ധി 1983 നവംബറിൽ സൈലന്റ് വാലി ജലവൈദ്യുത പദ്ധതി ഉപേക്ഷിക്കാൻ സംസ്ഥാന സർക്കാരിന് നിർദ്ദേശം നല്കി. പ്രധാനമന്ത്രിയുടെ മനസ്സ് അറിഞ്ഞ അന്നത്തെ കേരളമുഖ്യമന്ത്രി കെ കരുണാകരൻ തീരുമാനത്തോട് സഹ കരിച്ചു. ഇതോടെ ഇന്ത്യയുടെ പരിസ്ഥിതി സംരക്ഷണ സമരചരിത്രത്തിൽ പുതിയൊരു അദ്ധ്യായം തുറക്കപ്പെട്ടു. പ്രകൃതി സംരക്ഷണത്തിനായി പണി തുടങ്ങിവച്ച ഒരു അണക്കെട്ട് ആദ്യമായി ഉപേക്ഷിച്ചു. 1984 ഒക്ടോബർ 31 ന് പ്രധാനമന്ത്രിയായിരുന്ന ഇന്ദിരാഗാന്ധി തന്റെ അംഗ രക്ഷകരാൽ വധിക്കപ്പെട്ടു. 1984 നവംബർ 23ന് സൈലന്റ് വാലിയെ ദേശീയ ജൈവ ഉദ്യാനമായി പ്രഖ്യാപിച്ചു. 1985 സെപ്തംബർ 7 ന് സൈലന്റ് വാലിയെ ഒരു ദേശിയോദ്യാനമായി അന്നത്തെ പ്രധാനമന്ത്രി രാജീവ്ഗാന്ധി രാഷ്ട്രത്തിന് സമർപ്പിച്ചു.

തൂക്കണാം കുരുവിയുടെ ജീവിതരഹസ്യം

നെൽപ്പാടങ്ങൾക്കരുകിലുള്ള തെങ്ങുകളിലും മരങ്ങളിലും തൂക്കണാം കുരുവികൾ കൂട്ടമായി കൂടൊരുക്കുക പതിവാണ്. നെൽകൃഷി വ്യാപകമായുണ്ടായിരുന്ന പഴയകാലത്ത് കേരളക്കരയിൽ ഇതൊരു സാധാരണ കാഴ്ചയായിരുന്നു. തെങ്ങോലകൾ നിറയെ അറയും ഇടനാഴികയുമൊക്കെയുള്ള തൂക്കണാം കുരുവിക്കൂടുകൾ നൂറുകണക്കിനുണ്ടാകും. ആറ്റക്കുരുവി, കുരിയാറ്റ എന്നീപേരുകളിലും ഇതറിപ്പെടാറുണ്ട്. ബയാ സ്പാരോയെന്നാണ് (Baya Sparrow) ഇതിന്റെ ഇംഗ്ലീഷ് പേര്. തൂക്കണാം കുരുവികളുടെ ജീവിത രഹസ്യങ്ങളൊക്കെ പുറത്തുകൊണ്ടുവന്നത് സാലിം അലിയാണ്. 1930 കാലത്ത് കാര്യമായ ജോലിയൊന്നുമില്ലാതെ സാലിം അലി സഹോദരി കാമുവിന്റെ മുംബൈയ്ക്കടുത്തുള്ള കടൽത്തീരത്തുള്ള കോട്ടേജിൽ കഴിയുകയാണ്. ഭാര്യ തെഹ്മിനയും സാലിം അലിക്കൊപ്പമുണ്ടായിരുന്നു. വിസ്തൃതമായ മുറ്റവും നിറയെ മരങ്ങളുള്ള പറമ്പും ഒക്കെയുള്ള ഒരു ഇരുനില മാളിക വീട്ടിലായിരുന്നു. 'ലത്തിഫിയ' ധാരാളം ജാതി മരങ്ങൾ നിറഞ്ഞു നിന്നിരുന്ന ആ വീട്ടിൽ ഇഷ്ടംപോലെ കിളികൾ എത്തുമായിരുന്നു. മറ്റ് പണികളൊന്നുമില്ലാത്തതിനാൽ പക്ഷിനിരീക്ഷണത്തിൽ മുഴുവൻ സമയവും മുഴുകുകയായിരുന്നു അദ്ദേഹത്തിന്റെ ശീലം. അവിടെ തൂക്കണാംകുരുവികൾ കൂടുകൂട്ടിയിരുന്നയിടത്ത് ഒരു ഒളിസങ്കേതമുണ്ടാക്കി സാലിം അലി അവിടെയായി ഇരുപ്പ്. സമീപത്തുനിന്ന് നാരുകൾ കീറിയെടുത്ത് ആൺകുരുവികൾ കൂട്ടനെയ്യുന്നത് സാലിം തുടക്കം മുതൽ നിരീക്ഷിച്ചുവന്നു. മനുഷ്യർക്ക് നെയ്യാൻ കഴിയാത്തത്ര കരവിരുതോടെയാണ് തന്റെ ചെറുചുണ്ടുകൾ കൊണ്ട് തൂക്കണാം കുരുവികൾ കൂട് വെക്കുന്നത്. ഇവരിൽ തലയിൽ തിളക്കമുള്ള മഞ്ഞനിറമുള്ള പക്ഷികളാണ് പൂവൻ. മാറിടം മഞ്ഞയായിരിക്കും.

തൂക്കണാം കുരുവി

ചെവിത്തടത്തിലും തൊണ്ടയിലും ഇരുണ്ട കാപ്പിപ്പൊടി നിറമായിരിക്കും. പൂവനുമായി താരതമ്യം ചെയ്താൽ നിറസൗകുമാര്യം കുറഞ്ഞവയാണ് പിടപ്പക്ഷികൾ. സങ്കീർണ്ണമായ കൂട് നിർമ്മിതിയുടെ പൂർണ്ണ ഉത്തരവാദിത്വം പൂവനാണ്. കൂട് ഏതാണ്ട് പകുതി പൂർത്തിയാകുന്ന നേരത്ത് പിടപക്ഷികൾ അവിടേക്ക് പറന്നെത്തും. ഒരു മരത്തിൽ തന്നെ നിരവധി പൂവൻകിളികൾ കൂടുകൾ നെയ്യുന്നുണ്ടാകും. പിടപ്പക്ഷികൾ വന്ന് കൂട്ടിനുള്ളിൽ കയറി അതിന്റെ ഉറപ്പും സ്ഥലസൗകര്യവും ഭംഗിയുമൊക്കെ പരിശോധിക്കും. തങ്ങൾക്കിഷ്ടപ്പെട്ട കൂടിന്റെ ഉടമസ്ഥക്കിളിയെ അവ വരിക്കും. പെൺകിളികൾ കൂട്ടപരിശോധനയ്ക്കെത്തുമ്പോൾ ചിറക് വിറപ്പിച്ചും ഉച്ചത്തിൽ പാടിയുമാണ് ആൺകിളികൾ അവരെ വരവേല്ക്കുന്നത്. ഇഷ്ടപ്പെട്ട പൂവൻകിളിയെ പെൺകിളി സ്വയം വരിക്കുകയാണെന്ന് പറയാം. പഴയ കാലത്ത് മനുഷ്യരുടെയിടയിൽ നിലനിന്നിരുന്ന സ്വയംവരം തന്നെ! അറയും ഇടനാഴിയും പടിപ്പുരയുമൊക്കെയുള്ള മനോഹരമായ കൂട് പൂർത്തിയാവുന്നതോടെ പെൺപക്ഷി അറയ്ക്കുള്ളിൽ കയറി മുട്ടയിടുന്നു. കുഞ്ഞിനെ തീറ്റിപ്പോറ്റുന്ന പണിയൊക്കെ പെൺകിളിയുടെ ചുമലിലാണ്. കൂട്ടിൽ പെൺകിളി അടയിരുന്നാൽ പൂവൻ അടുത്ത കൂടിന്റെ പണി ആരംഭിക്കുകയായി. അവിടെയും മറ്റൊരു പെൺകിളിയെ കുടിയിരുത്തും. ഇങ്ങനെ ഒരു കൂടൊരുക്കൽ കാലത്ത് നാലും അഞ്ചും കൂടുകൾ പൂവൻ നിർമ്മിക്കാറുണ്ട്. തൂക്കണാം കുരുവി കോളനിയിൽ പൂർത്തിയാക്കാത്ത കൂടുകളും കാണാൻ കഴിയും. പിടപ്പക്ഷി കൂടുകാണാനെത്താ

ത്തതാവാം പാതിവഴിക്ക് കൂടിന്റെ നിർമ്മിതി ഉപേക്ഷിക്കാൻ കാരണം. അല്ലെങ്കിൽ പ്രണയ ചോദന നഷ്ടമായതാവാം കാരണം. എന്നാൽ പിട കൾക്കൊക്കെ കൂടുകൾ പണിതുനല്കിയശേഷം ആൺകിളിക്ക് തന്റെ കുടുംബങ്ങളെ പരിപാലിക്കാനായാണ് ഇങ്ങനെയൊരു 'ആൺകൂട്' പണി യുന്നതെന്നും ചിലർ വിശ്വസിക്കുന്നുണ്ട്. വളരെ സങ്കീർണ്ണതയോടെ നെയ്തെടുക്കുന്ന തൂക്കണാം കുരുവി കൂട്ടിനുള്ളിൽ ആൺകിളി കുറച്ചു ചെളികൊണ്ടുവന്ന് ഒട്ടിച്ചു വച്ചിരിക്കുന്നത് കാണാൻ കഴിയും. പിടയ്ക്കും കുഞ്ഞുങ്ങൾക്കും രാത്രി വെളിച്ചം കിട്ടാൻ മിന്നാമിനുങ്ങുകളെ കൊണ്ട് വന്ന് അതിൽ ഒട്ടിച്ചു വയ്ക്കാനാണെന്ന് ചിലർ ഭാവനചെയ്യാറുണ്ട്. എന്നാൽ ഇതിന് ശാസ്ത്രീയമായ തെളിവൊന്നുമില്ല. പഴയകാലത്ത് ചെളി യിൽ കൂടൊരുക്കിയിരുന്ന കുരുവികൾ അതിന്റെ ഓർമ്മയ്ക്കായാണ് 'കുറച്ച് ചെളി' ഇപ്പോഴും കൂട്ടിൽ ഒട്ടിച്ചു വയ്ക്കുന്നതെന്ന് കരുതുന്നവരു മുണ്ട്. കുട്ടനാട്ടിൽ തൂക്കണാം കുരുവികളുടെ കൂട് തുടർച്ചയായി നിരീ ക്ഷിക്കാനും ക്യാമറയിൽ പകർത്താനും എനിക്കവസരം ലഭിച്ചിട്ടുണ്ട്. കൂട്ടി നുള്ളിൽ കുഞ്ഞുങ്ങൾക്കാവശ്യമായ തീറ്റശേഖരിച്ചു വയ്ക്കുന്നതിനാവാം ഈ ചെളികൊണ്ട് വച്ചിരിക്കുന്നതെന്നാണ് എന്റെയൊരുവിചാരം. മണ്ണിൽ നിന്ന് ചില പോഷകങ്ങൾ തള്ളയ്ക്കും കുഞ്ഞിനും ആവശ്യമായും വരു ന്നുണ്ടാകാം. എന്നാൽ ഇക്കാര്യത്തിൽ കൂടുതൽ പഠനങ്ങൾ ആവശ്യ മാണ്. സാലിം അലിയുടെ തൂക്കണാം കുരുവികളെക്കുറിച്ചുള്ള പഠനം ലോകശ്രദ്ധയാകർഷിക്കുകയുണ്ടായി. തൂക്കണാം കുരുവികൾക്കിടയിലെ ബഹുഭാര്യത്വ സമ്പ്രദായമൊക്കെ പുറത്തു കൊണ്ടുവന്നത് സാലിം അലിയാണ്. പക്ഷികളുടെ ജീവിത രീതികളെക്കുറിച്ചും അവരുടെ ജീവിത പരിസരങ്ങളെക്കുറിച്ചും പഠിക്കുന്നതിനായിരുന്നു സാലിം അലിക്ക് ഏറെ ഇഷ്ടം. പക്ഷിപഠനത്തിനിറങ്ങി പുറപ്പെടാൻ വ്യക്തിപരമായ ബുദ്ധി മുട്ടുകളോ, ആരോഗ്യപ്രശ്നങ്ങളോ ഒന്നും അദ്ദേഹം കണക്കിലെടു ത്തിരുന്നില്ല. ഒരിക്കൽ ഭരത്പൂർ പക്ഷി സങ്കേതത്തിനോടു ചേർന്നൊ രിടത്ത് തൂക്കണാം കുരുവികളുടെ ഗ്രാമത്തിൽ (Baya Lolong) സാലിം അലിയും സംഘവും അവയുടെ കൂടൊരുക്കൽ ഫിലിമിൽ ചിത്രീകരി ക്കുകയായിരുന്നു. സാലിം അലിക്ക് 85 വയസ്സെങ്കിലും പ്രായമുണ്ടാവും. പൊരിവെയിലത്തുനിന്ന് മണിക്കൂറോളം ഷൂട്ടു ചെയ്തപ്പോൾ അദ്ദേഹം ബോധരഹിതനായി കുഴഞ്ഞു വീണു. ഉടൻ എല്ലാവരും കൂടി അദ്ദേഹത്തെ പക്ഷി സങ്കേതത്തിലെ ഗസ്റ്റ് ഹൗസിലേക്ക് മാറ്റി. അടുത്ത ദിവസം രാവിലെ അദ്ദേഹം വീണ്ടും ഷൂട്ടിങ്ങിനായി തയ്യാറായി വന്നു. ശിഷ്യർ നിരുത്സാഹപ്പെടുത്തിയെങ്കിലും അദ്ദേഹം അതിന് തയ്യാറായില്ല. പൊതുവെ ഫലിതപ്രിയനായ അദ്ദേഹം അവരോടു പറഞ്ഞു. കഴിഞ്ഞ ദിവസം ഞാൻ കാണിച്ച നാടകം എന്തായാലും ഇന്ന് വീണ്ടും കാണിക്കാൻ പോകുന്നില്ല. തൂക്കണാം കുരുവിയുടെ ജീവിതം ഫിലിമിലാക്കിയേ അദ്ദേഹം അടങ്ങിയുള്ളൂ.

കാർഷിക മേഖലയിൽ പക്ഷികൾ ചെയ്യുന്ന സംഭാവനകളെക്കുറിച്ച്

എരണ്ട

ഗൗരവമായ പഠനങ്ങൾ ആവശ്യമാണെന്ന് സാലിം അലി വിശ്വസിച്ചു. നമ്മുടെ ചുറ്റുപാടും കാണുന്ന പ്രകൃതിയുടെ സന്തുലനം കാത്തുസൂക്ഷിക്കുന്നതിൽ പക്ഷികൾ വലിയ സഹായമാണ് ചെയ്യുന്നത്. കീടങ്ങളെ ക്കൊന്നു നശിപ്പിച്ചും സസ്യങ്ങളിൽ പരാഗവിതരണം നടത്തിയും പക്ഷികൾ പ്രകൃതിയുടെ സുസ്ഥിരമായ നിലനില്പിന് സഹായം ചെയ്യുന്നു. ഒരിക്കൽ ചൈനയിൽ തൂക്കണാം കുരുവികൾ കൃഷിക്ക് നാശനഷ്ടങ്ങൾ വരുത്തുന്നവയാണെന്ന് കരുതി അവയെ വലിയ തോതിൽ നശിപ്പിക്കുകയുണ്ടായി. തൂക്കണാം കുരുവികളുടെ എണ്ണം ഗണ്യമായി കുറഞ്ഞതോടെ കൃഷിയിടങ്ങളിൽ കീടങ്ങൾ പെരുകി. അപ്പോഴാണ് വിളയുടെ ഒരു ചെറിയ അംശം തൂക്കണാംകുരുവികൾ ആഹരിക്കാറുണ്ടെങ്കിലും നെൽച്ചെടികളുടെയും മറ്റും ആരോഗ്യകരമായ വളർച്ചയ്ക്ക് വലിയ സംഭാവന ചെയ്തതിന്റെ കൂലിമാത്രമാണതെന്നും ചൈനക്കാർക്ക് ബോദ്ധ്യം വന്നത്. കാർഷിക രംഗത്തെ പക്ഷികളുടെ സ്വാധീനത്തെക്കുറിച്ചു പഠിക്കാൻ സാലിം അലി വിശദമായൊരു പ്രോജക്ട് 1936 ൽ ഇംപീരിയർ കൗൺസിൽ ഓഫ് അഗ്രികൾച്ചർ റിസർച്ചിന് സമർപ്പിക്കുകയുണ്ടായി. എന്നാലവരത് ഗൗനിച്ചതേയില്ല. ഏതാണ്ട് നാലുദശകങ്ങൾക്കുശേഷം ഇന്ത്യൻ കൗൺസിൽ ഓഫ് അഗ്രികൾച്ചർ റിസർച്ചിന്റെ ഡയറക്ടറായി എം എസ് സ്വാമി

നാഥൻ എത്തിയപ്പോഴാണ് സാലിം അലിയുടെ നിർദ്ദേശാനുസരണം അത്തരം ഒരു പഠനത്തിന് തുനിയുന്നത്. പക്ഷിപഠനത്തിൽ പുതിയൊരു അദ്ധ്യായമാണിത് ഇന്ത്യയിൽ തുറന്നിട്ടത്.

ദേശാടനപ്പക്ഷികൾ ഒരു രാജ്യത്തുനിന്ന് മറ്റൊരു രാജ്യത്തേക്ക് രോഗം പരത്തുന്ന വൈറസുകളെയും മറ്റും എത്തിക്കുക സാധാരണമാണ്. സൈബീരിയയിൽനിന്നും മറ്റും വരുന്ന ദേശാടനപ്പക്ഷികളിൽ ഇത്തരത്തിൽ അപകടകരമായ വൈറസുകൾ ഉണ്ടോയെന്നുള്ള പഠനം ഇവിടെ തുടങ്ങിയതും സാലിം അലിയാണ്. വവ്വാലുകളിൽ പോലും ഇരുന്നൂറിൽ അധികം തരത്തിലുള്ള വൈറസുകൾ ജീവിക്കുന്നുണ്ടെന്ന് കണ്ടെത്തിയിട്ടുണ്ട്. നിപ്പ വൈറസ് പനി കേരളത്തിൽ വന്നപ്പോൾ കോഴിക്കോട് പേരാമ്പ്ര ഭാഗത്തുള്ള വവ്വാലുകളുടെ രക്തസാമ്പിളുകൾ പരിശോധിക്കുകയുണ്ടായി. ഇതുപോലെ നൂറുകണക്കിന് വൈറസുകൾ ദേശാടനപ്പക്ഷികളിലും ജീവിക്കുന്നുണ്ട്. ലക്ഷക്കണക്കിന് ദേശാടനപ്പക്ഷികളാണ് ലോകത്തിന്റെ നാനാഭാഗങ്ങളിൽനിന്ന് ഇന്ത്യയിലേക്ക് ശൈത്യകാലത്ത് എത്തുന്നത്. ഒക്ടോബർ – നവംബർ കാലത്ത് പക്ഷികളുടെ വരവു തുടങ്ങും. ഫെബ്രുവരി – മാർച്ചുമാസത്തോടെ മടക്കം. വൈറസ് റിസേർച്ച് ഇൻസ്റ്റിറ്റ്യൂട്ടിന്റെ സഹായത്തോടെയാണ് സാലിം അലിയും കൂട്ടരും ദേശാടനപക്ഷികളിലെ വൈറസ് സാന്നിദ്ധ്യത്തെക്കുറിച്ച് പഠനം നടത്തിയത്. ഈ വൈറസ് റിസർച്ച് ഇൻസ്റ്റിറ്റ്യൂട്ടാണ് ഇപ്പോഴത്തെ ഇൻസ്റ്റിറ്റ്യൂട്ട് ഓഫ് വൈറോളജി ഇന്ത്യ. കുട്ടനാട്ടിലും മറ്റും കുറച്ചുകാലം മുമ്പ് കാണപ്പെട്ട പക്ഷിപ്പനിപരത്തുന്ന വൈറസും ദേശാടനപ്പക്ഷികൾ വഴി പടരാനിടയുണ്ട്. 'ദേശാടനപ്പക്ഷിയും വൈറസും തമ്മിലുള്ള പ്രവർത്തനത്തെക്കുറിച്ച് ഗൗരവമായ പഠനങ്ങൾ നടത്തേണ്ടതാണ്. ഉത്തരധ്രുവത്തിൽനിന്ന് ദക്ഷിണധ്രുവം വരെ ദേശാടനം നടത്തുന്ന ആർട്ടിക് ടേൺ പോലെയുള്ള പക്ഷികളുണ്ട്. ലക്ഷക്കണക്കിന് എരണ്ടകൾ കേരളത്തിൽ ദേശാടകരായി എത്തുന്ന പക്ഷികളാണ്. തലവരയൻ വാത്തകളും രാജഹംസങ്ങളുമൊക്കെ ധാരാളമായി തമിഴ്നാട്ടിലും മറ്റും തണുപ്പുകാലത്ത് എത്താറുണ്ട്. ആരോഗ്യരംഗത്ത് പക്ഷികൾ കൊണ്ടെത്തിക്കാവുന്ന രോഗസാദ്ധ്യതകളെ കുറിച്ചുകൂടി സാലിം അലി നമുക്ക് മുന്നറിയിപ്പുതന്നിരുന്നു.

പക്ഷിപഠനത്തെ ആരോഗ്യമേഖലയിലേക്കും കാർഷിക മേഖലയിലേക്കും കൂടി വ്യാപിക്കാൻ സാലിം അലി ഗൗരവമായി ശ്രദ്ധിച്ചിരുന്നുവെന്നു കാണാം. ലോകമെമ്പാടും വൈറസ് രോഗങ്ങൾ പിടിമുറുക്കുകയും നിർമ്മാർജ്ജനം ചെയ്തിരുന്നുവെന്ന് കരുതിയിരുന്ന പലരോഗങ്ങളും മടങ്ങി വരുകയും ചെയ്തുകൊണ്ടിരിക്കുന്ന സാഹചര്യത്തിൽ പക്ഷികളിലെ വൈറസ് പഠനത്തിനു മുൻപത്തെക്കാളും പ്രസക്തി വർദ്ധിച്ചിരിക്കുകയാണെന്ന് കാണാം. പക്ഷി നിരീക്ഷണത്തെ ജനങ്ങൾക്ക് ഉപകാരപ്രദമാകുന്ന ഒരു ശാസ്ത്രമെന്ന നിലയിൽ ഇന്ത്യയിൽ വികസിപ്പിച്ചെടുത്തത് സാലിം അലിയാണ്. സമ്പന്നരുടെ സമയം കൊല്ലിപരിപാടിയായി കരുതിയിരുന്ന പക്ഷിനിരീക്ഷണത്തെ പ്രകൃതി സ്നേഹികളുടെയും

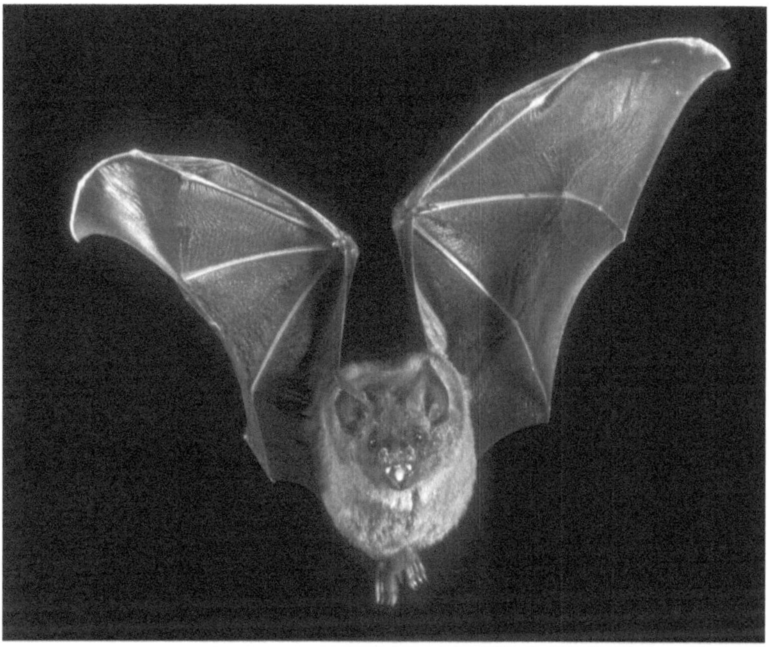

വവ്വാൽ

ശാസ്ത്രജ്ഞരുടെയും ഗവേഷണമേഖലയാക്കിമാറ്റിയതും അദ്ദേഹം തന്നെ. സാധാരണക്കാരെ പക്ഷി നിരീക്ഷണരംഗത്തേക്കും പ്രകൃതി സംരക്ഷണ പ്രവർത്തനങ്ങളിലേക്കും ആകർഷിക്കാനായി ഇന്ത്യയിലെമ്പാടും ഓടിനടന്ന് നേച്ചർ ക്ലബ്ബുകൾ സ്ഥാപിച്ചത് സാലിം അലിയാണ്. വിശ്വപ്രകൃതി നിധി (ഡബ്ല്യു ഡബ്ല്യു എഫ്) എന്ന സംഘടനയുടെ നേതൃത്വം ഏറ്റെടുത്താണ് കുട്ടികളിലും മുതിർന്നവരിലും ഒരുപോലെ പ്രകൃതി അവബോധം സൃഷ്ടിക്കാനായി സാലിം അലി നേച്ചർ ക്ലബ്ബുകൾ സ്ഥാപിച്ചത്. എൺപതുകളിൽ നൂറനാട്ടെ പക്ഷികളുടെ സംരക്ഷണത്തിനായി 'ഗ്രാമശ്രീ' നേച്ചർ ക്ലബ്ബ് സ്ഥാപിച്ച് ഞാൻ പ്രവർത്തിച്ചപ്പോൾ വഴികാട്ടിയായതും വിശ്വപ്രകൃതിനിധിയായിരുന്നു. എഴുത്തുകാരനും മാധ്യമപ്രവർത്തകനുമൊക്കെയായിരുന്ന എ പി ഉദയഭാനുവായിരുന്നു കേരള ചാപ്റ്ററിന്റെ തലപ്പത്തുണ്ടായിരുന്നത്. സാലിം അലി പ്രചരിപ്പിച്ച വിശ്വപ്രകൃതിയിലൂടെയാണ് ആയിരങ്ങൾ പ്രകൃതി സംരക്ഷണ രംഗത്തേക്ക് വന്നതെന്നു കാണാം.

ഭരത്പൂർ പക്ഷിസങ്കേതത്തിന്റെ ശില്പി

ഇന്ത്യയിലെ ഏറ്റവും പ്രശസ്തമായ പക്ഷിസങ്കേതം രാജസ്ഥാനിലെ ഭരത്പൂർ പക്ഷിസങ്കേതമാണ്. ഒരുകാലത്തിത് ഭരത്പൂർ രാജാക്കന്മാരുടെ പക്ഷിവേട്ടയ്ക്കായുള്ള ചതുപ്പായിരുന്നു. പക്ഷികളെ വെടിവെച്ചു കൊന്നു രസിക്കാനും വിശിഷ്ട അതിഥികൾക്കൊപ്പം നായാട്ടു നടത്താനുമായി നൂറ്റാണ്ടുകളായി ഈ പ്രദേശം രാജകുടുംബം ഉപയോഗിച്ചു. ലോകത്തിന്റെ നാനാഭാഗത്തുനിന്ന് അപൂർവ്വയിനം ദേശാടനപ്പക്ഷികൾ വിരുന്നിനെത്തുന്ന ഭരത്പൂരിലെ ഈ ചതുപ്പ് 'ഒരു പക്ഷി സങ്കേതമായി' മാറ്റിയെടുക്കുന്നതിൽ സാലിം അലിയുടെ പങ്ക് വളരെ വലുതാണ്.

ദേശാടനപ്പക്ഷികളുടെ കാലിൽ അടയാളമോതിരവളയങ്ങൾ സ്ഥാപിക്കാനും അവയുടെ പോക്കുവരവുകൾ പഠിക്കുന്നതിനും ഭരത്പൂർ പക്ഷിസങ്കേതം ഏറ്റവും അനുയോജ്യമാണെന്ന് സാലിം അലി മനസ്സിലാക്കി. ബോംബെ നാച്യൂറൽ ഹിസ്റ്ററി സൊസൈറ്റി ബ്രിട്ടീഷ് സിവിൽ സർവ്വീസ് ഉദ്യോഗസ്ഥനായിരുന്ന സർ റിച്ചാർഡ് ടോട്ടൻഹാം (Sir Richard Tottanham ICS) ന്റെ സഹായത്തോടെ ഇതിനുള്ള അനുമതി ഭരത്പൂർ രാജാക്കന്മാരിൽനിന്നും നേടിയെടുത്തു. 1930 കളിൽ സാലിം അലി ഭരത്പൂരിലെത്തി അവിടെയുള്ള പക്ഷികളിൽ അടയാളമോതിരവളയങ്ങൾ സ്ഥാപിക്കുക പതിവായിരുന്നു. ഭരത്പൂരിലുണ്ടായിരുന്ന ചില ഗോത്രവർഗ്ഗക്കാരുടെ പരമ്പരാഗത അറിവുകൾ ഉപയോഗിച്ചാണ് പക്ഷികളെ പരിക്കുകൾ കൂടാതെ പിടിച്ചിരുന്നത്. ഗോത്രവർഗ്ഗക്കാർ സാലിം അലിയെ സഹായിക്കാനായി നിയോഗിക്കപ്പെട്ടിരുന്നു. സാലിം അലിയുടെ മൂത്ത സഹോദരനും ബഹുഭാഷാപണ്ഡിതനും സിവിൽ സർവ്വീസ് ഉദ്യോഗസ്ഥനുമായിരുന്ന ഹമീദ് അലിയുടെ സുഹൃത്തും മലയാളിയുമായിരുന്ന കെ പി എസ് മേനോൻ, ഐ സി എസ് ഭരത്പൂർ സംസ്ഥാനത്തിന്റെ

അഡ്മിനിസ്ട്രേറ്റർ ചുമതലയേറ്റെടുത്തതോടെ പ്രവർത്തനം കൂടുതൽ ഊർജ്ജിതമായി. കെ പി എസ് മേനോനും അദ്ദേഹത്തിന്റെ 12 വയസ്സു കാരായ രണ്ടിരട്ട പെൺകുട്ടികളും പക്ഷി പഠനത്തിൽ ആവേശത്തോടെ പങ്കാളിയായ വിവരം തന്റെ ആത്മകഥയിൽ സാലിം അലി വിവരിക്കു ന്നുണ്ട്. യു എസ് എസ് ആറിന്റെ ഭാഗമായിരുന്ന തുർക്കിസ്ഥാൻ (Turkestan), സൈബീരിയ (Siberia) എന്നിവിടങ്ങളിൽ നിന്നുമാണ് ഭരത്പൂരിലേക്ക് പക്ഷികൾ എത്തുന്നതെന്ന് പഠനങ്ങളിൽനിന്നും വ്യക്ത മായി. അവിടങ്ങളിൽ അടയാളമോതിരവളയങ്ങൾ സ്ഥാപിച്ച പക്ഷികളെ ഭരത്പൂരിൽ കണ്ടെത്തിയിരുന്നു.

ഭരത്പൂർ പക്ഷി ഗവേഷണം പുരോഗമിക്കുന്നതിനിടയിൽ ചില വിവാദങ്ങളും പൊട്ടി പുറപ്പെട്ടു. യു എസ് എസ് ആറിൽ നിന്നുവരുന്ന

സാലിം അലി പക്ഷി പഠനത്തിൽ

പക്ഷികളെ പിടിച്ച് മാരകമായ വൈറസുകൾ നിക്ഷേപിച്ച് ആ രാജ്യത്തി നെതിരെ അമേരിക്കയുടെ സഹായത്തോടെ പ്രയോഗിക്കുകയാണെന്ന് ആരോപണം ചില മാധ്യമങ്ങൾ ഉന്നയിച്ചു. ലോകസഭയിൽ ഇത് വിവാദ കൊടുങ്കാറ്റഴിച്ചു വിടുകയും ചെയ്തു. ഇത്തരത്തിലുള്ള വിവാദങ്ങളിൽ വളരെ ദുഃഖിതനായിരുന്നു സാലിം അലി. ഭരത്പൂർ പക്ഷിസങ്കേതത്തെ ഇന്ത്യൻ ഉപഭൂഖണ്ഡത്തിലെ മറ്റ് പക്ഷിസങ്കേതങ്ങളിൽനിന്നും വേറിട്ടു നിർത്തുന്നത് സൈബീരിയൻ കൊക്കുകളുടെ (Siberian Cranes) സാന്നി ദ്ധ്യമാണ്. ഭരത്പൂർ പക്ഷിസങ്കേതത്തിൽ മാത്രമായി എല്ലാ കൊല്ലവും സൈബീരിയൻ ക്രയിനുകൾ എത്താൻ കാരണം ഇവിടുത്തെ ചതുപ്പിൽ അവയ്ക്ക് ഏറെ ഇഷ്ടപ്പെട്ട ആഹാരം ലഭിക്കുന്നതുകൊണ്ടാണെന്നാണ് കരുതുന്നത്. വിശിഷ്ടവ്യക്തികൾ അതിഥികളായെത്തുമ്പോൾ അവരെ

പക്ഷിവേട്ടയ്ക്ക് ക്ഷണിക്കുകയെന്നത് ഭരത്പൂർ രാജാക്കന്മാരുടെ ആതിഥ്യമര്യാദയുടെ ഭാഗം തന്നെയായിരുന്നു. ഇങ്ങനെയുള്ള ഓരോ വേട്ടകളിലും ആയിരം രണ്ടായിരം പക്ഷികളെയെങ്കിലും കൊന്നിരുന്നു. 1938 ൽ വൈസ്രോയിയായിരുന്ന ലിൻലിത്ഗോ (Lord Linlithgow) ഇവിടം സന്ദർശിച്ചപ്പോൾ 4273 പക്ഷികളെ ഒറ്റദിവസം വെടിവെച്ചു വീഴ്ത്തിയതായി രേഖപ്പെടുത്തിയിട്ടുണ്ട്. 1900 റൗണ്ട് വെടിയാണ് ലിൻലിത്ഗോ ഉതിർത്തത്. ഇതൊരു പക്ഷേ, ലോകറിക്കാർഡ് തന്നെയായിരിക്കുമെന്ന് സാലിം അലി എഴുതിയിട്ടുണ്ട്. സഹജീവികളോട് ഒരു സഹാനുഭൂതിയുമില്ലാതെ തലങ്ങും വിലങ്ങും യന്ത്രത്തോക്കുകൾ ഉപയോഗിച്ച് വെടിവെച്ചു കൊന്നു രസിക്കുകയായിരുന്നു വൈസ്രോയിയും കൂട്ടരും ചെയ്തത്. വൈസ്രോയിയെ രസിപ്പിക്കേണ്ടതും അദ്ദേഹത്തിന്റെ പ്രീതി സമ്പാദിക്കേണ്ടതും ഭരത്പൂർ രാജാക്കന്മാരുടെ ആവശ്യമായിരുന്നു. ഇന്ത്യക്ക് സ്വാതന്ത്ര്യം ലഭിച്ച ശേഷവും ഭരത്പൂരിൽ രാജാവിനും സുഹൃത്തുക്കൾക്കും പക്ഷിവേട്ട നടത്തുന്നതിനുള്ള അവകാശം സംരക്ഷിക്കപ്പെട്ടിരുന്നു. എന്നാൽ ഇന്ത്യ സ്വാതന്ത്ര്യം നേടിയതോടെ ജനങ്ങളെ നൂറ്റാണ്ടുകളായി പലതരത്തിൽ ഉപദ്രവിച്ചിരുന്ന രാജകുടുംബത്തിന് വേട്ടയ്ക്കായി വിശാലമായ ചതുപ്പ് വിട്ടു നല്കാതെ കൃഷിക്കായി അത് പ്രയോജനപ്പെടണമെന്ന ആവശ്യം ജനങ്ങൾ ഉയർത്തിക്കൊണ്ടു വന്നു. ഇതിനുള്ള നടപടികളും ജനകീയ സർക്കാർ ആരംഭിച്ചു. രാജസ്ഥാനിലെ ജയ്പൂരിൽനിന്നും ആഗ്രയിലേക്ക് ദേശീയപാത രണ്ടിലൂടെ വരുമ്പോൾ ഭരത്പൂർ ഭാഗത്തു കാണുന്ന വിശാലമായ ഗോതമ്പു പാടങ്ങളൊക്കെ ഒരു കാലത്ത് പക്ഷിസങ്കേതത്തിന്റെ ഭാഗമായിരുന്നു. പക്ഷികൾ കൂടൊരുക്കുന്ന ചതുപ്പു മുഴുവൻ കൃഷി ഭൂമിയാക്കാനായിരുന്നു നീക്കം. ഭരത്പൂരിൽ എത്തുന്ന ദേശാടന പക്ഷികൾക്ക് ഒരിടം അനുവദിക്കണമെന്ന ആവശ്യവുമായി സാലിം അലിയും ചില പ്രകൃതിസ്നേഹികളും അന്നത്തെ പ്രധാനമന്ത്രിയായിരുന്ന ജവഹർലാൽ നെഹ്റുവിനെ കണ്ടു സംസാരിക്കുകയുണ്ടായി. പ്രകൃതിസ്നേഹികൂടിയായ ജവഹർലാൽ നെഹ്റുവാണ് 29 സ്ക്വയർ കിലോമീറ്റർ വരുന്ന ചതുപ്പ് നിലങ്ങൾ പക്ഷി സങ്കേതമായി നിലനിർത്താൻ മുൻകൈയെടുത്തത്. അന്ന് റാഫി അഹമ്മദ് കിച്ചാ ആയിരുന്നു കൃഷിയുടെയും ജലസേചനത്തിന്റെയും ചുമതലയുള്ള മന്ത്രി. സാലിം അലിയുടെയും കൂട്ടുകാരുടെയും ശക്തമായ ഇടപെടലാണ് ഭരത്പൂർ പക്ഷി സങ്കേതത്തിന് കാരണമായത്. കിയോലാദിയാ ഘാന (Keoladeo ghana) എന്നാണ് ഭരത്പൂർ പക്ഷിസങ്കേതം അറിയപ്പെടുന്നത്. കിയോലാദിയാ എന്നാൽ ശിവൻ എന്നാണർത്ഥം. ഘാനയെന്നാൽ നിബിഡവനം. 1956 മുതൽ ഭരത്പൂർ പക്ഷി സങ്കേതമായി കണക്കാക്കി സംരക്ഷിച്ചു വരുന്നു. 1981 ൽ ഇവിടം ദേശീയോദ്യാനമായി പ്രഖ്യാപിച്ചു. ഇപ്പോഴിവിടം ലോകപൈതൃക സംരക്ഷിത കേന്ദ്രങ്ങളിലൊന്നാണ്.

വർഷത്തിൽ ആറുമാസം ഭരത്പൂർ പക്ഷിസങ്കേതത്തിൽ ദേശാടന പക്ഷികളുടെ വൻ സാന്നിദ്ധ്യം ഉണ്ടായിരിക്കുമെന്നതാണ് ഇവിടം പക്ഷി

സാലിം അലി പക്ഷികുഞ്ഞിനൊപ്പം

പ്രേമികളുടെ തീർത്ഥാടന കേന്ദ്രമായി മാറാനൊരു കാരണം. മഴക്കാലം കഴിഞ്ഞാൽ നീർക്കാക്കകളും വിവിധജാതി വെള്ളരിക്കൊക്കുകളും വർണ്ണക്കൊറ്റികളും കൂടൊരുക്കാൻ തുടങ്ങും. ഇവയൊക്കെ രാജ്യത്തിന്റെ വിവിധ ഭാഗങ്ങളിൽ നിന്നിവിടേക്ക് കൂടൊരുക്കാനായി എത്തുന്നവയാണ്.

പ്രാദേശിക ദേശാടകരെന്ന് വേണമെങ്കിൽ ഇവയെ വിളിക്കാം. ആഗസ്ത് മാസം മുതൽ ചതുപ്പിലെ മരങ്ങളിൽ ഇവയുടെ കൂടുകൾ കൊണ്ടു നിറയും. ഏതാണ്ട് നവംബറോടെ പക്ഷികൾ അവയുടെ കുഞ്ഞുങ്ങളുമായി കൂടൊഴിഞ്ഞു പോകും. നവംബർ മുതൽ മാർച്ച് വരെ ദേശാടന പക്ഷികളുടെ കാലമായി. എരണ്ടകളും വാത്തകളും സൈബീരിയൻ കൊക്കുകളുമൊക്കെ പക്ഷിസങ്കേതത്തിന്റെ ഭാഗമാകും. പക്ഷികളെക്കുറിച്ചു പഠിക്കാനും അവയെ കാണാനുമൊക്കെ ലോകത്തിന്റെ നാനാഭാഗങ്ങളിൽ നിന്നായി പ്രകൃതി സ്നേഹികൾ ഭരത്പൂർ പക്ഷിസങ്കേതത്തിലേക്ക് എത്തുന്നത് ഇക്കാലത്താണ്. എങ്കിലും എല്ലാക്കാലത്തും ഭരത്പൂർ പക്ഷിസങ്കേതത്തിൽ സന്ദർശകർ എത്താറുണ്ട്. എപ്പോഴെത്തിയാലും നൂറുകണക്കിന് ജാതി പക്ഷികളെ ഇവിടെ കാണാനാവും. അപൂർവ്വ പക്ഷികൾക്ക് പിന്നാലെ പോകാനാണ് സാധാരണ എല്ലാവരും ശ്രമിക്കുക. എന്നാൽ സാലിം അലി എവിടെയും എപ്പോഴും കാണാവുന്ന കാക്കയുടേയോ, ബുൾബുള്ളിന്റേയോ, പ്രാവിന്റേയോ പിന്നാലെ നടന്ന് അവയുടെ പെരുമാറ്റങ്ങൾ ശ്രദ്ധിക്കാനാണ് സമയം ചിലവഴിക്കുക. പക്ഷികളെ ആഴത്തിൽ അറിയുകയെന്നതാണ് പ്രധാനം. 370 ജാതി പക്ഷികൾ ഭരത്പൂർ പക്ഷിസങ്കേതത്തിൽ ജീവിക്കുന്നതായി കണ്ടെത്തിയിട്ടുണ്ട്. 2003 ൽ മാർച്ച് മാസത്തിന്റെ തുടക്കത്തിൽ ഭരത്പൂർ പക്ഷിസങ്കേതം സന്ദർശിക്കാൻ എനിക്കൊരവസരം ലഭിക്കുകയുണ്ടായി. കുറച്ചു പക്ഷികളെ കണ്ടുവെന്നല്ലാതെ സങ്കേതത്തിന്റെ ഉള്ളറകളിലേക്ക് അധികം സഞ്ചരിച്ച് സൈബീരിയൻ ക്രെയിനുകളെയൊന്നും കാണാൻ കഴിഞ്ഞില്ല. എന്നാൽ 2015 ൽ വീണ്ടും ഭരത്പൂരിലെത്തുകയും പക്ഷിസങ്കേതം വിശദമായി കാണുകയും ചെയ്തു. സന്ദർശർക്ക് സൈക്കിളും സൈക്കിൾ റിക്ഷയും ഇവിടെ വാടകയ്ക്ക് ലഭിക്കും. സൈക്കിളിൽ സ്വതന്ത്രമായി പക്ഷി സങ്കേതം കണ്ടുവരാൻ കഴിയും. പക്ഷികളെക്കുറിച്ചു പറഞ്ഞു തരാൻ ഗൈഡുകളെയും ലഭിക്കും. ഏപ്രിൽ മാസക്കാലമായിട്ടും സൈബീരിയൻ ക്രെയിനുകളെ എനിക്ക് കാണാനായി എന്നത് ഒരു ഭാഗ്യമായി ഞാൻ കരുതുന്നു.

ഭരത്പൂർ പക്ഷിസങ്കേതത്തിൽനിന്ന് ജലദൗർലഭ്യം മൂലം നീർപ്പക്ഷികൾ അകന്നു പോകുന്നുവെന്നത് ആശങ്കാജനകമായൊരു സ്ഥിതി വിശേഷമാണ്. കാലാവസ്ഥാ വ്യതിയാനവും വയൽ നികത്തലും പ്രകൃതിയുടെ സ്വാഭാവികത നശിപ്പിക്കുന്നതുമാണ് ഇവിടുത്തെ ചതുപ്പിൽ വെള്ളം കുറയാൻ കാരണമായി ചൂണ്ടിക്കാട്ടുന്നത്. ലഭിക്കുന്ന മഴയുടെ അളവിലും കുറവ് സംഭവിക്കുന്നു. ലോകപൈതൃക സ്വത്തായി ഇവിടം പ്രഖ്യാപിച്ചതോടെ വിനോദസഞ്ചാര കേന്ദ്രമായും ഇപ്പോഴിവിടം മാറിക്കൊണ്ടിരിക്കുകയാണ്. സാലിം അലിയുടെ സന്ദർഭോചിതമായ ഇടപെടൽ കൊണ്ടാണ് ഭരത്പൂർ പക്ഷിസങ്കേതം സ്ഥാപിതമായത്. രാജാക്കന്മാരുടെ പക്ഷിവേട്ടയ്ക്കുള്ള നിയമാനുസൃതമായ അനുമതി റദ്ദാക്കിക്കാൻ കഴിഞ്ഞുവെന്നത് വലിയ നേട്ടമായി. ഒപ്പം ആ പ്രദേശം മുഴുവൻ വെട്ടിത്തെളിച്ച് കൃഷിയോഗ്യമാക്കുന്നതിൽനിന്ന് സംസ്ഥാനസർക്കാരിനെയും

സാലിം അലി ശിഷ്യർക്കൊപ്പം

തടഞ്ഞു. ഭരത്പൂർ പക്ഷിസങ്കേതം ഇപ്പോൾ പക്ഷി ഗവേഷകരുടെ പറുദീസയാണ്. സാലിം അലി 1930 കൾ മുതൽ ഭരത്പൂരിൽ ആരംഭിച്ച പക്ഷിപഠനം കൂടുതൽ കരുത്തോടെ പിൻമുറക്കാർ ഇപ്പോഴും അവിടെ തുടർന്നു വരുന്നു. സൈബീരിയൻ ക്രെയിനുകൾ ഓരോ വർഷവും ഇന്ത്യയിലേക്ക് വരുമ്പോൾ തങ്ങൾക്കായൊരിടം ഇന്ത്യയിൽ ഒരുക്കിത്തന്ന സാലിം അലിയെ സ്മരിക്കാതവയ്ക്ക് തിരികെ പോകാനാവില്ല. ആയിരക്കണക്കിന് ദേശാടനപ്പക്ഷികളുടെ അഭയകേന്ദ്രമായ ഭരത്പൂർ സങ്കേതം തന്നെയാണ് സാലിം അലിയുടെ ജീവിക്കുന്ന നിത്യസ്മാരകം. ഭരത്പൂർ പക്ഷിസങ്കേതത്തിന്റെ കാര്യത്തിൽ മാത്രമല്ല, എവിടെ പ്രകൃതിക്ക് നേരെ ബലാൽക്കാരം ഉണ്ടാകുന്നുവോ അവിടെ സാലിം അലി ഓടിയെത്തുമായിരുന്നു.

സൈലന്റ്‌വാലി സംരക്ഷണകാര്യത്തിൽ കേരളത്തിനിത് അനുഭവപാഠമാണ്. 1976 ൽ തമിഴ്നാട്ടിലെ പോയിന്റ് കാലിമറിൽ (Point calimerel) സർക്കാർ മറൈൻ കെമിക്കൽ കോംപ്ലക്സ് സ്ഥാപിക്കാൻ ശ്രമിച്ചപ്പോൾ ശക്തമായ പ്രതിഷേധവുമായി സാലിം അലി രംഗത്തുവന്നു. പദ്ധതി നടപ്പായാൽ പതിനായിരക്കണക്കിന് ദേശാടനപ്പക്ഷികളുടെ അഭയകേന്ദ്രമാണ് നശിപ്പിക്കപ്പെടുക. ബോംബെ നാച്യുറൽ ഹിസ്റ്ററി സൊസൈറ്റിയുടെ നിർദ്ദേശാനുസരണം പ്രമുഖ പക്ഷി നിരീക്ഷകനായിരുന്ന കെ കെ നീലകണ്ഠൻ (ഇന്ദുചൂഡൻ) ഇവിടെ പഠനം നടത്തി നല്കിയ റിപ്പോർട്ടിന്റെ അടിസ്ഥാനത്തിൽ പക്ഷിസങ്കേതം ഒഴിവാക്കിയാണ് മറൈൻ കെമിക്കൽ കോംപ്ലക്സ് സ്ഥാപിച്ചത്. സാലിം അലിക്ക് 85 വയസ്സുള്ളപ്പോൾ അദ്ദേഹം പോയിന്റ്കാലിമർ സന്ദർശിച്ചു പഠനം നടത്തുകയുണ്ടായി.

ഒരിക്കൽ സാലിം അലി തന്റെ സുഹൃത്തിനോട് ചോദിച്ചു; എന്റെ ദീർഘായുസ്സിന്റെ രഹസ്യമെന്താണെന്ന് താങ്കൾക്കറിയാമോ! അറിയില്ലെന്ന ഭാവത്തിൽ അദ്ദേഹം സാലിം അലിയെ അത്ഭുതത്തോടെ നോക്കി. എന്നാൽ കേട്ടോളൂ. ഞാനൊരിക്കൽ എന്റെ ജോലിയിൽനിന്ന് റിട്ടയർ ചെയ്തു. എന്റെ പല സുഹൃത്തുക്കളും അവരുടെ ജോലിയിൽനിന്ന് റിട്ടയർ ചെയ്തിട്ടില്ല. അതോടെ അവരൊക്കെ മരിച്ചു പോയി. ഇത് അക്ഷരാർത്ഥത്തിലുള്ള സ്വയം വിലയിരുത്തലായിരുന്നു. സാലിം അലി തന്റെ ജീവിതാവസാനം വരെ കർമ്മ നിരതനായിരുന്നു.

ലഡാക്കിലെ കൊടും മഞ്ഞിലും രാജസ്ഥാനിലെ കൊടും ചൂടിലും ആന്തമാൻ നിക്കോബാർ ദ്വീപുസമൂഹങ്ങളിലെ ആരും എത്തപ്പെടാത്ത ഉൾക്കാടുകളിലും സുന്ദരവനങ്ങളിലെ കണ്ടൽക്കാടുകളിലും ഹിമാലയത്തിലും പശ്ചിമഘട്ടത്തിലും എന്നു വേണ്ട സാലിമിന്റെ കാൽമുദ്ര പതിയാത്ത ഒരു പ്രദേശവും ഇന്ത്യയിൽ ഉണ്ടാവില്ല. ഇന്ത്യ ഉപഭൂഖണ്ഡത്തിൽ ഉണ്ടാവില്ലെന്ന് പറയുന്നതാവും കൂടുതൽ ശരി. ആ യോഗിവര്യന്റെ പാദസ്പർശമേറ്റ ഭൂമിയൊക്കെ പുണ്യഭൂമിയായി മാറി. അവിടമൊക്കെയിന്ന് സംരക്ഷിത പ്രദേശങ്ങളാണ്.

നർമ്മപ്രിയനായ സാലിംഅലി

ലോകപ്രശസ്തനായ ശാസ്ത്രജ്ഞനായിരിക്കുമ്പോഴും ഒരു കുട്ടിയുടെ മനസ്സായിരുന്നു സാലിം അലിയുടേത്. ചെറിയ കാര്യത്തിനുപോലും പിണങ്ങുകയും പൊട്ടിത്തെറിക്കുകയും ചെയ്യും. ശിഷ്യരൊക്കെ അദ്ദേഹത്തിന്റെ സ്നേഹവും ദേഷ്യവും ഒരുപോലെ അനുഭവിച്ചവരാണ്. ഈ ദേഷ്യവും ബഹളവുമൊക്കെ അപ്പോൾ മാത്രമേയുള്ളൂ. അടുത്ത നിമിഷം അതൊക്കെ മറക്കും. ശിഷ്യരെ നേർവഴിക്കു നയിക്കാനാണ് ഈ ദേഷ്യപ്പെടലൊക്കെ. അതിലവർക്ക് വേദനിച്ചാൽ അവരോടൊപ്പം ഒരു കപ്പ് കാപ്പി കുടിച്ച് അവരെ സമാധാനിപ്പിക്കാനും അദ്ദേഹം ശ്രമിച്ചിരുന്നു. അടിമുടിയൊരു ഫലിതപ്രിയനായിരുന്നു. വളരെ സർഗ്ഗാത്മകവും രസകരവും സന്ദർഭോചിതവുമായ തമാശകൾ അദ്ദേഹം പൊട്ടിക്കുമായിരുന്നു. സുഹൃത്തുക്കളും ശിഷ്യരും ബന്ധുക്കളുമൊക്കെ ഇതാവോളം ആസ്വദിച്ചിരുന്നു. എപ്പോഴും പ്രസന്നവാനായാണ് അദ്ദേഹത്തെ കണ്ടിരുന്നത്. സാലിം അലി പൊട്ടിച്ച ഫലിതങ്ങളൊക്കെ ശേഖരിക്കാനായാൽ അതുകൊണ്ടൊരു വലിയ പുസ്തകം തന്നെ എഴുതാനാവും. സാലിം അലിയുടെ ജീവിത ദർശനങ്ങൾ ഈ ഫലിതത്തിൽ അടങ്ങിയിട്ടുണ്ട്. മറ്റാരും കാണാത്ത ഒരു വീക്ഷണ കോണിലൂടെയാവും സാലിം അലി കാര്യങ്ങളെ നോക്കിക്കാണുക. ജീവിതത്തെ ആസ്വാദ്യകരവും മറ്റുള്ളവർക്ക് ഉപകാര പ്രദവുമാക്കുകയെന്നതിനായിരുന്നു സാലിം അലിയുടെ ജീവിതദർശനം.

സാലിം അലിയുടെ എൺപത്തിയാറാം പിറന്നാൾ സുഹൃത്തുക്കളും ശിഷ്യരും ചേർന്ന് ബൊറിവിലി നാഷണൽ പാർക്കിൽ (Borivili National Park) ൽ ആഘോഷിക്കുകയാണ്. ഒരു കേക്കിൽ വയസ്സറിയിക്കുന്ന 20 മെഴുകുതിരികൾ വച്ച് പ്രിയശിഷ്യ ദിൽ നവാസ് വരിയാവ ആഘോഷ സംഘത്തിന്റെ മുമ്പിൽ വന്നു. എന്നിട്ട് കുസൃതിക്കണ്ണുകൾ കൊണ്ട്

ഡോ. സാലിം അലി പക്ഷിനിരീക്ഷകർക്കൊപ്പം

സാലിം അലിയെ നോക്കി ചോദിച്ചു. വയസ്സിന്റെ കണക്ക് ശരിയല്ലേ. സാലിം അലിയുടെ മറുപടി ഉടൻ വന്നു. "ദിൽ നവാസ്, അഞ്ചുമെഴുകുതിരി കൂടി അതിനോടൊപ്പം വയ്ക്കു. ഇല്ലെങ്കിൽ ആരുമത് വിശ്വസിക്കില്ല." സാലിംഅലിയുടെ ഗൗരവത്തോടെയുള്ള മറുപടികേട്ട് അവിടെ കൂടി നിന്നവരൊക്കെ പൊട്ടിച്ചിരിച്ചുപോയി. ഒരിക്കൽ സാലിം അലിക്ക് അസുഖം ബാധിച്ചു കിടപ്പിലായി. സുഹൃത്ത് ഡോ. എ എൻ ഡി നനാവതി ആകാംക്ഷയോടെ സാലിം അലിയോട് ചോദിച്ചു. "മൂത്രത്തിന്റെ നിറം എങ്ങനെയുണ്ട്." "അത് ഏതാണ്ട് മംഗോളിയപോലെയുണ്ട്." സാലിം അലിയുടെ മറുപടി കേട്ട് നനാവതി പൊട്ടിച്ചിരിച്ചു. ഒരിക്കൽ സാലിം അലിയുടെ ബംഗ്ലാദേശിൽ നിന്നുള്ള പി എച്ച് ഡി ശിഷ്യൻ മുഹമ്മദ് അൻവർ ഇസ്ലാം അദ്ദേഹത്തോടു ചോദിച്ചു. "ആത്മകഥയെഴുത്ത് എവിടെവരെയായി സാർ." സാലിം അലിയുടെ മറുപടി ഇങ്ങനെയായിരുന്നു: "അതെന്നെ തീർക്കും മുമ്പ് ഞാനതിനെ തീർത്തിരിക്കും" സാലിം അലിയുടെ പി എച്ച് ഡി വിദ്യാർത്ഥിയായിരുന്ന യാഹ്യ പെരിയാർ കടുവാസങ്കേതത്തിൽ പഠനത്തിലായിരുന്നു. സാലിം അലി ഒരിക്കൽ അദ്ദേഹത്തിന് ഫീൽഡ് വർക്കിൽ പരിശീലനം നല്കാനായി അവിടെയെത്തി. യാഹ്യ കടുത്ത പനിപിടിച്ച് അപ്പോൾ കിടപ്പിലായിരുന്നു. സാലിം അലി ഉടൻ തന്നെ തന്റെ ശിഷ്യനെ അടുത്ത ആശുപത്രിയിൽ എത്തിച്ചു. ആശുപത്രി മനോഹരവും നല്ല വൃത്തിയും വെടുപ്പുമുള്ളതുമായിരുന്നു. ഇത് ശ്രദ്ധിച്ചുകൊണ്ട് സാലിം അലി തന്റെ ശിഷ്യനോട് പറഞ്ഞു. "ഇവിടം അതീവ സുന്ദരവും വൃത്തിയുള്ളതുമാണ്. ഞാനും തന്നെപ്പോലെ അസുഖം വന്നിവിടെ കിടപ്പിലായെങ്കിലെന്ന് കൊതിച്ചുപോകുന്നു." യാഹ്യയത് കേട്ട് അസുഖം മറന്നു

ചിരിച്ചു. യാഹ്യയുടെ ഭാര്യ നസീറിനോട് ഒരിക്കൽ സാലിം അലി ചോദിച്ചു. പക്ഷി ഗവേഷണത്തിൽ യാഹ്യയെ സഹായിച്ചുകൂടെ. അദ്ദേഹത്തിന് താൻ പക്ഷി ചിത്രങ്ങൾ വരച്ച് കൊടുക്കാറുണ്ടെന്ന് നസീറിൻ മറുപടി പറഞ്ഞു. എങ്കിൽ ഒരു പക്ഷിയെയൊന്നു വരച്ചു കാണിക്കൂ എന്നായി സാലിം അലി. നസീറിൻ ഒരു പക്ഷിയെ വരച്ചു സാലിം അലിയെ കാണിച്ചു. സാലിം അലി ഒരു പുഞ്ചിരിയോടെ പറഞ്ഞു. "നല്ലത്. ഇതാരും ഒരു പോത്താണെന്ന് ഒരിക്കലും പറയില്ല. പക്ഷിയെന്നുതന്നെ പറയും." സാലിമിന്റെ മറുപടി കേട്ട് നസീറിനു ചിരിക്കാതിരിക്കാൻ കഴിഞ്ഞില്ല. തന്റെ മോശം വരയ്ക്കുള്ള ശരിയായ പ്രഹരമാണ് സാലിം അലിയുടെ വാക്കുകളെന്ന് അവർക്ക് മനസ്സിലായി.

സാലിം അലിയെ ആരോഗ്യസ്ഥിതി മോശമായതിനെത്തുടർന്ന് ആശുപത്രിയിൽ പ്രവേശിപ്പിച്ചിരിക്കുകയാണ്. സാലിം അലിയുടെ മരണം വളരെയടുത്താണെന്ന് സുഹൃത്തുക്കൾക്കും ബന്ധുകൾക്കുമറിയാമായിരുന്നു. *സാങ്ചറി* മാസികയുടെ എഡിറ്ററും (Sanctury) സുഹൃത്തുമായ ബിട്ടു സൈഗാൾ സാലിം അലിയെ ആശുപത്രിയിൽ സന്ദർശിച്ചു. വളരെ ആകാംക്ഷയോടെ സാലിം അലിയുടെ മുഖത്തേക്ക് നോക്കി നില്ക്കുകയാണദ്ദേഹം. സാലിം അലിക്ക് തന്നോടെന്തോ പറയാനുള്ളതുപോലെ ബിട്ടുവിന് തോന്നി. തലതാഴ്ത്തി സാലിം അലിയുടെ വാക്കുകൾക്കായി അദ്ദേഹം ചെവികൊടുത്തു. "എന്റെ മുഖത്തേക്കിങ്ങനെ നോക്കിനില്ക്കാതെ മുകളിലേക്ക് നോക്കുക. വളരെ മോശസ്ഥിതിയിൽ കഴിയുന്ന അവർ (പക്ഷികൾ) *സാങ്ചറി*യുടെ എഡിറ്ററിൽനിന്ന് സഹായം പ്രതീക്ഷിക്കുകയാണ്."

സാലിം അലിയുടെ ഈ വാക്കുകൾ ഒരു ഊർജ്ജദായകമായി അദ്ദേഹത്തിന് തോന്നി.

ഡോ. സാലിം അലി ശിഷ്യനായ ഡോ. വി എസ് വിജയകുമാറിനും ഭാര്യ ഡോ. ലളിത വിജയനുമൊപ്പം

തേനിൽ ഈച്ച പൊതിയുംപോലെ ആളുകളെ സാലിമിലേക്കടുപ്പിച്ചതിൽ അദ്ദേഹത്തിന്റെ ഫലിതപ്രിയവും ഒരു കാരണമാണ്. സാലിം അലിക്ക് പഴവർഗ്ഗങ്ങളോട് പ്രത്യേക മമതയായിരുന്നു. ചക്കയും ഒമാക്കായും (പപ്പായ), മാങ്ങയും മാഗോസ്റ്റിനും, പുഴുങ്ങിയ ഏത്തയ്ക്കയുമൊക്കെ അദ്ദേഹത്തിന്റെ ഇഷ്ടവിഭവമായിരുന്നു. വളരെ ദുർഗന്ധമുള്ള മലേഷ്യൻ പഴം ഡുറിയ (Durian) നോട് ഒരു പ്രത്യേക കൊതിയായിരുന്നു. മലേഷ്യയിൽ ഈ പഴം ബസിലും ട്രയിനിലും പൊതുസ്ഥലത്തും വില്ക്കുന്നതു നിരോധിച്ചിരിക്കുകയാണ്. അത്രമാത്രം രൂക്ഷമായ ഗന്ധമുള്ള പഴമാണിത്. എന്നാൽ വലിയതോതിൽ പോഷകങ്ങൾ അടങ്ങിയതും രുചികരവുമാണത്. ഇതിന്റെ പോഷകമൂല്യം തിരിച്ചറിയുന്നതുകൊണ്ടു കൂടിയാണ് സാലിം അലിക്ക് ഡുറിയൻ പഴത്തോട് കടുത്ത പ്രിയം വരാനുള്ള കാരണം. ഒരിക്കൽ സാലിം അലി അദ്ദേഹത്തിന്റെ ശിഷ്യനായ അർസുഗതന്റെ വീട്ടിൽ എത്തി. പെരുമ്പാവൂരിലുള്ള സുഗതന്റെ കുടുംബവീട്ടിൽ ധാരാളം പഴവർഗ്ഗങ്ങൾ ലഭിക്കുന്ന മരങ്ങൾ വച്ചുപിടിപ്പിച്ചിരുന്നു. സുഗതന്റെ അച്ഛൻ നല്ലൊരു കർഷൻ കൂടിയായിരുന്നു. അവിടെ വൈവിദ്ധ്യമാർന്ന പഴവർഗ്ഗങ്ങൾ ഉണ്ടാകുന്ന മരങ്ങളുടെ തോട്ടം കണ്ടപ്പോൾ സാലിം അലി ചോദിച്ചു. ഇവിടെ 'ഡുറിയൻ' ഉണ്ടോയെന്ന്. എന്നാൽ അങ്ങനെയൊരു പഴത്തെക്കുറിച്ച് അവിടെ ആർക്കും കേട്ടറിവുപോലുമില്ലായിരുന്നു. സാലിം അലിക്ക് എങ്ങനെയോ ആ പറമ്പിൽ ഡുറിയൻ പഴം ഉണ്ടെന്ന് തോന്നിയിരിക്കണം. അല്ലെങ്കിൽ അതിന്റെ രൂക്ഷഗന്ധം അദ്ദേഹത്തിന്റെ മൂക്കിൽ എത്തിയിരിക്കണം. പറമ്പിലെല്ലാം ഒന്നു ചുറ്റിയടിച്ച് അദ്ദേഹം ഒടുക്കം ആഞ്ഞിലി ചക്കയുടെ വലുപ്പത്തിലുള്ള ഡുറിയൻ പഴം കണ്ടെത്തി. ആഹ്ലാദം കൊണ്ടദ്ദേഹം തുള്ളിച്ചാടിപ്പോയി. ഇന്ത്യയിൽ ആദ്യമായാണത്രെ ഡുറിയൻ പഴം ഒരു തോട്ടത്തിലദ്ദേഹം കാണുന്നത്. ഡുറിയൻ പഴം പറിച്ചെടുത്ത് പലകഷണങ്ങളാക്കി അതിലെ മാംസളമായ ഭാഗം അദ്ദേഹം ആർത്തിയോടെ കഴിച്ചു. കൂടെയുണ്ടായിരുന്ന ശിഷ്യന്മാരായ സുഗതനും വി എസ് വിജയനും ഓരോ കഷണം വച്ചു നീട്ടി. തങ്ങളുടെ ഗുരു തരുന്ന പഴമാണ് കഴിക്കാതിരിക്കുന്നത് മോശമാണെന്നു കരുതി മൂക്കടച്ചാണ് ആ പഴം അവർ കഴിച്ചത്. എങ്കിലും പഴം സ്വാദുള്ളതായിരുന്നുവെന്ന് സുഗതനും വിജയനും സാക്ഷ്യപ്പെടുത്തുന്നുണ്ട്. പറമ്പിൽ ദുർഗ്ഗന്ധം വമിക്കുന്ന ഈ പഴം എന്തുചെയ്യുമെന്നറിയാതെ സുഗതന്റെ അമ്മ വിഷമിച്ചിരിക്കുകയായിരുന്നു. അപ്പോഴാണ് വീണുകിട്ടിയതുപോലെ അതിനെ ഏറ്റവും ഇഷ്ടപ്പെടുന്ന ഒരാളെ കിട്ടുന്നതെന്ന് സുഗതൻ ഓർക്കുന്നു. പറമ്പിൽനിന്നു കിട്ടാവുന്നത്ര 'ഡുറിയനും' ശേഖരിച്ചാണ് സാലിംഅലി എടമലയാറിലേക്ക് പോയത്. കെ എസ് ഇ ബിയുടെ ഇൻസ്പെക്ഷൻ ബംഗ്ലാവിലായിരുന്നു താമസം. ഉന്നത ഉദ്യോഗസ്ഥരുമായി അവിടെ അദ്ദേഹത്തിന് ചില ചർച്ചകൾ ഉണ്ടായിരുന്നു. കാലത്ത് പ്രഭാതഭക്ഷണം കഴിഞ്ഞപ്പോൾ സാലിം അലി പറഞ്ഞു. "ഭക്ഷണം നന്നായി പക്ഷേ, നമ്മുടെ ഡുറിയാന് എന്തുപറ്റി" അപ്പോഴാണ് കൂടെ കൊണ്ടുവന്ന ഡുറിയാൻ പഴത്തെക്കുറിച്ച് ശിഷ്യർ

ഓർത്തത്. അവർ ബംഗ്ലാവിന്റെ മൂലയിൽ സൂക്ഷിച്ചിരുന്ന 'ഡുറിയാൻ' അന്വേഷിച്ചു ചെന്നപ്പോൾ അതവിടെ കണ്ടില്ല. സാലിം അലിയെപ്പോലെ ഒരു പ്രമുഖൻ താമസിക്കുന്ന ബംഗ്ലാവിൽ ദുർഗ്ഗന്ധം ഉണ്ടാകുമെന്ന് കരുതി ഒരു മൂലയിലിരുന്ന ആ പഴം പരിചാരകരിൽ ആരോ എടുത്ത് ദൂരെ കൊണ്ടു കളഞ്ഞിരുന്നു! ശിഷ്യൻ അങ്കലാപ്പോടെ അവിടെച്ചെന്നു നോക്കിയപ്പോൾ ഭാഗ്യം അതിന്റെ അസുഖകരമായ ഗന്ധംമൂലമാകാം ഒരു ജീവിപോലുമത് തൊട്ടുനോക്കിയിട്ടില്ല. പഴം കണ്ടുപിടിച്ചു കൊണ്ടുവന്നപ്പോൾ കുറച്ചുഭാഗം അവിടെയുള്ള എഞ്ചിനീയർമാർക്കൊക്കെ വിതരണം ചെയ്യാൻ സാലിം അലി പറഞ്ഞു. എന്നിട്ട് അദ്ദേഹം ആവേശത്തോടെ ഡുറിയൻ പഴം തിന്നു.

ഒരിക്കൽ സാലിം അലിയും ഡോ. വി എസ് വിജയനും കൂടി ശ്രീലങ്കയിലെ ഇന്ത്യൻ ഹൈകമ്മീഷണറായിരുന്ന ഗോപാൽ കൃഷ്ണഗാന്ധിയുടെ വീട്ടിൽ ചെന്നു. സാലിം അലി തനിക്കേറെ ഇഷ്ടമുള്ള 'ഡുറിയൻ' പഴവും ഒപ്പം കൊണ്ടു പോയിരുന്നു. പഴത്തിന്റെ ദുർഗ്ഗന്ധം സഹിക്കാതെ ഗോപാലകൃഷ്ണഗാന്ധി പറഞ്ഞു. "ദിവസവും ഒരു ആപ്പിൾ കഴിച്ചാൽ ഡോക്ടറെ ഒഴിവാക്കാനാവും എന്നൊരു ചൊല്ലുണ്ട്. അതുപോലെ ഒരു വീട്ടിലൊരു ഡുറിയൻ പഴം സൂക്ഷിച്ചാൽ എല്ലാവരും അവിടുന്ന് ഓടിപോയ്ക്കോളും." ഗോപാലകൃഷ്ണ ഗാന്ധിയുടെ വാക്കുകളെ ഒരു ചിരിയോടെ സാലിം അലി സ്വീകരിച്ചു. എന്നിട്ട് സാവധാനം ഡുറിയൻ പഴം തിന്നുകൊണ്ട് പറഞ്ഞു "അങ്ങനെയും സംഭവിക്കാം (is that so)" സാലിം അലിക്ക് ഐസ്ക്രീമിനോട് വലിയ ഇഷ്ടമായിരുന്നു. ഐസ്ക്രീം കാണുമ്പോൾ ഒരു കൊച്ചു കുട്ടിയെപ്പോലെയായിരുന്നു അദ്ദേഹം. ഐസ്ക്രീം കഴിക്കുന്നതിന് മഴയെന്നോ, മഞ്ഞെന്നോ, വെയിലെന്നോ ഒരു വ്യത്യാസവും അദ്ദേഹത്തിനുണ്ടായിരുന്നില്ല. പതിവ് നടത്തകളൊക്കെ അവസാനിച്ചിരുന്നത് ഏതെങ്കിലുമൊരു ഐസ്ക്രീം കടയുടെ മുമ്പിലായിരുന്നു. അത്രത്തോളം ഐസ്ക്രീം കഴിക്കാൻ അദ്ദേഹം കൊതിച്ചിരുന്നു. സാലിം അലിയുടെ അവസാനകാലത്ത് 1987 ൽ ഡൽഹിയിൽ അദ്ദേഹം അസുഖബാധിതനായി. ആശുപത്രിക്കിടക്കയിലായിരിക്കുമ്പോൾ ശിഷ്യനായ വി എസ് വിജയനോട് ഐസ്ക്രീം തിന്നണമെന്ന് മോഹം പറഞ്ഞു. ആശുപത്രി അധികൃതർ അറിഞ്ഞാലത് സമ്മതിക്കുകയേയില്ല. ഗുരുവിന്റെ ഒരു പക്ഷേ, അവസാനത്തെ മോഹം സാധിച്ചുകൊടുക്കേണ്ടത് ശിഷ്യന്റെ കടമയാണല്ലോയെന്ന് കരുതി വി എസ് വിജയൻ ഐസ്ക്രീം അദ്ദേഹത്തിന് എത്തിച്ചുകൊടുത്തു. ഐസ്ക്രീം കഴിച്ച് പതിനഞ്ച് മിനിട്ട് കഴിഞ്ഞപ്പോൾ സാലിം അലിക്ക് കിടുകിടുപ്പുണ്ടായി. ഡോക്ടർ എത്തി ഐസ്ക്രീം നല്കിയതിന് വിജയനെ കണക്കിന് വഴക്കുപറഞ്ഞു. ഇത്കേട്ട് സാലിം അലി തന്റെ ശിഷ്യനോട് ക്ഷമചോദിച്ചു. വീട്ടിനുള്ളിലേക്ക് കയറി വരുന്ന ഒരു പാറ്റയെ തന്റെ ഊന്നുവടി കൊണ്ട് പുറത്തേക്ക് തെറിപ്പിച്ച് കളിഞ്ഞിട്ട് 'ഗോൾ' എന്ന് വിളിച്ചു കൂവുന്ന കുട്ടിത്തപ്രകൃതമായിരുന്നു സാലിമിന്റേത്. സാലിം അലിയുടെ ഉള്ളിലുണ്ടായിരുന്ന ഒരു കൊച്ചുകുട്ടിയുടെ മനസ്സ് നഷ്ടമാകാതെ ജീവിതകാലം മുഴുവൻ അദ്ദേഹം കാത്തുസൂക്ഷിച്ചിരുന്നു. ഒന്നാലോചിച്ചാൽ ഈ കുട്ടിത്തം തന്നെയാണല്ലോ സർഗ്ഗാത്മകത.

പ്രിയപ്പെട്ട പാലിഹിൽ

സാലിം അലിയുടെ അമ്മാവനായിരുന്ന അമീറുദ്ദീൻ തിയാബ്ജി ഇന്ത്യൻ നാഷണൽ കോൺഗ്രസിന്റെ സ്ഥാപകനേതാക്കളിൽ ഒരാളായിരുന്നു. അലൻ ഒക്ടോവിയൻ ഹ്യൂം എന്ന എ ഒ ഹ്യൂമുമായി ചേർന്ന് ഇന്ത്യൻ നാഷണൽ കോൺഗ്രസ് രൂപീകരിക്കുന്നതിൽ മുൻനിരയിൽ നിന്നയാൾ. പക്ഷിഗവേഷകൻ കൂടിയായ എ ഒ ഹ്യൂം 1872 നും 1888 നും ഇടയിൽ പ്രസിദ്ധീകരിച്ച *ചിതറിയ തൂവലുകൾ* എന്ന പ്രസിദ്ധീകരണത്തിന്റെ പതിനൊന്ന് വാല്യങ്ങൾ ഇന്ത്യൻ പക്ഷികളെ സംബന്ധിച്ചുള്ള അടിസ്ഥാന വിവരങ്ങളാണെന്ന് പറയാം. ഒരു പക്ഷേ, ഈ പ്രസിദ്ധീകരണങ്ങളെ സ്പർശിക്കാതെ പിന്നീട് വന്ന ഒരു പക്ഷിനിരീക്ഷകനും മുന്നോട്ടുപോകാൻ കഴിയുമായിരുന്നില്ല. സാലിം അലിയിലെ പക്ഷി നിരീക്ഷകനെ വളർത്തിയെടുക്കുന്നതിൽ ഈ സാഹചര്യങ്ങളൊക്കെ സഹായകരമായി. അക്കാലത്ത് വരുമാനം ഒന്നും ലഭിക്കാനിടയില്ലാത്ത പക്ഷിനിരീക്ഷണത്തിന് ഇറങ്ങിപ്പുറപ്പെടുമ്പോൾ സ്വന്തം കുടുംബത്തിൽനിന്ന് വലിയ എതിർപ്പുണ്ടാകുക സ്വഭാവികമാണ്. എന്നാൽ സാലിം അലിയെ സംബന്ധിച്ച് അമീറുദ്ദീൻ തിയാബ്ജിയുടെ പാരമ്പര്യവും സംസ്കാരവും ആ കുടുംബത്തിലാകെ ജ്വലിച്ചു നിന്നിരുന്നതിനാൽ അവർക്ക് സാലിമിന്റെ മനസ്സ് മനസ്സിലാക്കാൻ കഴിയുമായിരുന്നു. സാലിം അലിക്കതൊരു അനുഗ്രഹമായിഭവിച്ചു. എങ്കിലും കല്യാണപ്രായമായപ്പോൾ ഇവനെങ്ങനെ കുടുംബത്തെ പോറ്റും എന്ന ആശങ്ക കുടുംബാംഗങ്ങൾക്കുണ്ടായിരുന്നു. ഇന്ത്യൻ മുസ്ലീങ്ങളുടെ ഇടയിലെ ഒരു ചെറുന്യൂനപക്ഷമായ ഷിയാ മുസ്ലീങ്ങളിൽപ്പെട്ടയാളായിരുന്നു സാലിം അലി. ഷിയാമുസ്ലീങ്ങളിലെ ഇസ്മയിലി വിഭാഗത്തിൽപ്പെടുന്നവരാണ് സാലിം അലി ജനിച്ച ബോറസമുദായം. സുന്നി മുസ്ലീങ്ങളിൽനിന്ന് വിഭിന്നമായ സാംസ്കാര പശ്ചാത്തല

മാണീക്കൂട്ടർക്കുള്ളത്. സുന്നികളുമായി സ്വരച്ചേർച്ചയില്ലായ്മ പലപ്പോഴും പ്രകടമാണ്. മുഗൾ ചക്രവർത്തിയായിരുന്ന ഔറംഗസീബിന്റെ ഭരണകാലത്ത് ഷിയാ മുസ്ലീങ്ങളും മതപീഡനങ്ങൾക്കിരയായിരുന്നതായി പറയപ്പെടുന്നുണ്ട്. *ഖുർ-ആനി*ന്റെ ഉൾസാരം മറഞ്ഞുകിടക്കുകയാണെന്നും ആത്മീയ വഴിയിൽ വളർച്ച പ്രാപിച്ചവർക്കുമാത്രമേ അതൊക്കെ മനസ്സിലാക്കിയെടുക്കാൻ കഴിയുകയുള്ളൂവെന്നുമാണ് ഷിയാവിഭാഗങ്ങളുടെ പൊതുവായ വിശ്വാസം. *ഖുർ-ആൻ* വചനങ്ങളിലെ നിഗൂഢാർത്ഥങ്ങളാണ് സൂഫികളെയും പ്രചോദിപ്പിക്കുന്നതെന്നും കാണാം. അതിരുകളില്ലാത്ത പ്രണയമാണ് സൂഫീസം. ആത്മാവിൽ ആനന്ദ ലഹരി പതഞ്ഞു തൂകുന്ന വസന്ത വർഷമാണ് സൂഫിമാർഗ്ഗം. ഷിയാവിഭാഗക്കാരിലും ഇതിന്റെ സ്വാധീനം കാണാനാവും. ഷിയാവിഭാഗം അധിവസിക്കുന്ന പേർഷ്യ (ഇറാൻ) സൂഫി മാർഗ്ഗത്തിന്റെ ഭൂമിക കൂടിയാണല്ലോ. ഇങ്ങനെയൊക്കെയാണെങ്കിലും ബോറകൾ പൊതുവെ വണിക്കുകളാണ്. ഒരുകാലത്ത് കച്ചവടത്തിലൂടെ അഭിവൃത്തി വരിച്ചവരുമായിരുന്നു. സാലിം അലിയുടെ കുടുംബത്തിൽപ്പെട്ടവരൊക്കെ വലിയ വണിക്കുകളും ആധുനിക വിദ്യാഭ്യാസം നേടിയവരുമായിരുന്നു. സാലിം അലിയെപ്പോലെ ജീവിച്ചിരുന്നപ്പോൾ തന്നെ ഇതിഹാസമായി മാറിയ ഷെഹനായി വിദ്വാൻ ഭാരതരത്നം ബിസ്മില്ലാഖാനും ഷിയാവിഭാഗത്തിൽനിന്നുള്ളയാളാണ്. സാമൂഹ്യപരിഷ്കർത്താവായിരുന്ന അസർ അലി എഞ്ചിനീയറും ബോറമുസ്ലീമായിരുന്നു. പുരോഹിത ചട്ടക്കൂടുകളിൽനിന്ന് സ്വസമുദായത്തെ മോചിപ്പിക്കാൻ അസർ അലി എഞ്ചിനീയർ നടത്തിയ ധീരമായ ശ്രമങ്ങൾ പരക്കെ സ്വാഗതം ചെയ്യപ്പെട്ടിട്ടുണ്ട്. മതസൗഹാർദ്ദത്തിനുവേണ്ടിയും അദ്ദേഹം ജീവിതാവസാനംവരെ നിലകൊണ്ടു. *ഖുർ-ആൻ* വചനങ്ങളെ ആധുനിക ശാസ്ത്രത്തിന്റെ വെളിച്ചത്തിൽ വ്യാഖ്യാനിക്കാൻ ശ്രമിക്കുകയും ചെയ്തു. ഇങ്ങനെ വ്യത്യസ്തമായ ചിന്താധാരകൾ കൂടിക്കുഴയുന്ന ഒരു സമൂഹമാണിത്. മുഹ്റത്തിന് ഷിയാമുസ്ലീങ്ങൾ നടത്തുന്ന സ്വയം പീഡനം പലപ്പോഴും അതിരുവിടാറുണ്ട്. പൊതുവെ മതാശയങ്ങൾ മുറുകെപ്പിടിക്കുന്ന കൂട്ടരാണ് ഷിയാമുസ്ലീങ്ങൾ. എന്നാൽ ആധുനിക വിദ്യാഭ്യാസത്തിലൂടെ മുന്നേറാൻ ശ്രമിക്കുന്നവരും ഈ കൂട്ടത്തിലുണ്ട്. സാലിം അലിയുടെ കുടുംബം ആധുനിക വിദ്യാഭ്യാസത്തിന് വലിയ പ്രാധാന്യം നല്കിയവരായിരുന്നു.

കുട്ടിക്കാലത്ത് താൻ വെടിവെച്ചിട്ട പക്ഷി മുസ്ലീങ്ങൾക്കു ഭക്ഷിക്കാൻ അനുവദിക്കപ്പെട്ടതാണോയെന്ന സംശയം സാലിം അലിക്ക് തോന്നാൻ കാരണം ആ കുടുംബം മതനിയമങ്ങൾ കർശനമായി പാലിച്ചു ജീവിച്ചിരുന്നവരായിരുന്നുവെന്നതിന്റെ തെളിവാണ്. മതപരമായ കാരണങ്ങൾ കൊണ്ടു തന്നെ പ്രകൃതി നിരീക്ഷണം ആവശ്യമായി വരാറുണ്ട്. നിസ്കാരത്തിന് ദിക്കറിയേണ്ടതുണ്ട്. സൂര്യന്റെ ഉദയവും അസ്തമയവും കൃത്യമായി മനസ്സിലാക്കേണ്ടതുണ്ട്. ചന്ദ്രന്റെ ഉദിപ്പ് കാലഗണനയ്ക്കനിവാര്യമാണ്. മതപരമായ വിശ്വാസ പശ്ചാത്തലത്തിൽ വളർന്ന സാലിം

അലിക്ക് സ്വഭാവികമായി തന്നെ തന്റെ ചുറ്റുപാടുകൾ നിരീക്ഷിക്കേണ്ട തുണ്ടായിരുന്നു. എങ്കിലും മതത്തിന്റെ അക്കാലത്തെ ഇടുങ്ങിയ ചട്ടക്കൂടുകൾ ഭേദിച്ച് മുന്നേറാനും ആ കുടുംബത്തിന് കഴിഞ്ഞുവെന്ന് കാണാനാവും. സാലിം അലിയുടെ വ്യക്തിത്വത്തെ രൂപപ്പെടുത്തുന്നതിൽ ഈ രണ്ടു ഘടകങ്ങൾ ഒരുപോലെ പ്രവർത്തിച്ചു. സ്വഭാവ മഹിമയുള്ള ഒരു വിദ്യാർത്ഥിയായി മാറാനും സാലിമിനെ സഹായിച്ചത് കുടുംബാന്തരീക്ഷത്തിൽ നിലനിന്നിരുന്ന ധാർമ്മിക മൂല്യങ്ങളിലുള്ള ഉറച്ച വിശ്വാസമായിരിക്കാം. പ്രകൃതിയെ അതിയായി സ്നേഹിച്ചിരുന്ന സാലിം അലിക്ക് പാലിഹില്ലിനോട് ഒരു പ്രത്യേക മമതയുണ്ടായിരുന്നു.

സാലിം അലി ജീവിതത്തിന്റെ സിംഹഭാഗവും കഴിഞ്ഞത് പാലിഹില്ലിലെ പ്രകൃതി സുന്ദരമായ പുരയിടത്തിൽ പണിത നമ്പർ 46 ബംഗ്ലാവിലായിരുന്നു. കാടുകളാൽ ചുറ്റപ്പെട്ട പാലിഹിൽ അതിമനോഹരമായിരുന്നു. വന്യജീവികളും പക്ഷികളും ഇഷ്ടംപോലെ മേഞ്ഞുനടന്നിരുന്നയിടം. കുന്നിന്റെ താഴ്വാരം മുഴുവൻ വയലുകളായിരുന്നു. മനോഹരമായ ഈ കുന്നിൽ വിശാലമായ പറമ്പോടുകൂടിയ ഒരു മാളികവീട്ടിലായിരുന്നു സാലിം അലിയുടെ സഹോദരി കാമുവും ഭർത്താവ് ഹസ്സൻ അലിയും മക്കളുമൊക്കെ താമസിച്ചിരുന്നത്. സാലിം അലിക്ക് സഹോദരി കാമുവുമായി വലിയ ആത്മബന്ധമാണുണ്ടായിരുന്നത്. സാലിം അലിയുടെ പക്ഷി നിരീക്ഷണത്തിനും പ്രകൃതിപഠനങ്ങൾക്കും ഏറ്റവും അനുയോജ്യമായ ഇടമായിരുന്നു പാലിഹിൽ. സാലിം അലിക്ക് സ്വന്തമായി ഒരു സെന്റ് ഭൂമിയോ വീടോ ഉണ്ടായിരുന്നില്ല. ഒരു കാലത്ത് അക്ബർ ചക്രവർത്തിയുടെ ആസ്ഥാനമായിരുന്ന ഫത്തേപ്പൂർ സിക്രിയിൽ "The World is a bridge, pass over it and build no house" (ലോകമൊരു പാലമാണ്. അതിലൂടെ കടന്നു പോവുക. വീടുപണിയരുത്.) എഴുതി വച്ചിട്ടുണ്ട്. സാലിം അലിയും ഇതേ വിശ്വാസക്കാരനായിരുന്നു. ഇന്ത്യയിലെ മുപ്പതു കോടിയോളം ഭൂരഹിതരിൽ ഒരാളായാണ് സാലിം അലി മരിച്ചതും. ഈ ഭൂമി മുഴുവൻ തന്റേതുകൂടിയാണെന്ന് വിശ്വസിച്ചിരുന്നയാളായിരുന്നു അദ്ദേഹം. അതുകൊണ്ട് കൂടിയാവാം ഒരു തുണ്ടുഭൂമിയോ, ഒരു വീടോ അദ്ദേഹം സ്വന്തമാക്കാതിരുന്നതെന്നുവേണം കരുതാൻ. 1918 ൽ സാലിം തെഹ്മിനയെ വിവാഹം കഴിച്ചതോടെയാണ് എവിടെയെങ്കിലും ഒന്നു ഒതുങ്ങിക്കൂടേണ്ട സ്ഥിതിവന്നതുതന്നെ. സഹോദരി കാമുവിന്റെ വിശാലമായ ബംഗ്ലാവിന്റെ ഒരറ്റത്ത് സാലിയും തെഹ്മിനയും പേയിങ് ഗസ്റ്റായി താമസിച്ചു. എന്നാൽ കാമുവും കുടുംബവും ജപ്പാനിലേക്ക് പോയതോടെ പാലിഹില്ലിലെ വീട് വാടകയ്ക്ക് കൊടുത്തു. സാലിയും തെഹ്മിനയും ഒരു ചെറിയ ഫ്ളാറ്റിലേക്ക് മാറി.

ഇരുമുറി ഫ്ളാറ്റിൽ ജീവിതം തന്നെ ഒരാഡംബരമാണെന്ന് സാലിമിന് തോന്നിത്തുടങ്ങി. തെഹ്മിനയുടെ അച്ഛൻ ജീവിച്ചിരുന്നപ്പോൾ മാസം തോറും ഒരു പോക്കറ്റ് മണി അവർക്ക് കിട്ടിയിരുന്നതാണ്. അദ്ദേഹത്തിന്റെ

മരണത്തോടെയതും നിലച്ചു. പട്ടണത്തിൽനിന്ന് ജീവിത ചെലവു കുറഞ്ഞ ഗ്രാമപ്രദേശത്തേക്ക് മാറി താമസിക്കാൻ സാലിം മോഹിച്ചു. സാലിമിന്റെ ഒരു ജ്യേഷ്ഠൻ ഹമീദ് ഐ സി എസിൽനിന്നും റിട്ടയർ ചെയ്തശേഷം മസ്സൂരിൽ താമസിക്കുകയായിരുന്നു. സാലിമിനെ അദ്ദേഹം ഡെറാഡൂണിൽ വന്ന് താമസിക്കാൻ പറഞ്ഞു. സാലിമിന് അവിടെ പക്ഷിപഠനത്തിന് ഏറ്റവും അനുയോജ്യ കേന്ദ്രമാണെന്നായിരുന്നു അദ്ദേഹത്തിന്റെ ഉപദേശം. സാലിമിന് ആ നിർദ്ദേശം ശരിയെന്നു തോന്നി. 1925 ൽ തീപ്പെട്ടി കമ്പനിക്ക് തടി നോക്കാൻ സാലിം അലി ഡെറാഡൂണിൽ പോയിട്ടുണ്ട്. ഹിമാലയത്തിന്റെ അടിത്തട്ടിലെ പ്രകൃതി സൗന്ദര്യം അന്നേ സാലിമിനെ ഏറെ ആകർഷിച്ചു. ഇവിടെ താമസിക്കാൻ കഴിഞ്ഞിരുന്നെങ്കില്ലെന്ന് അന്നേ മോഹിച്ചതാണ്. ഇപ്പോഴതിന് പറ്റിയ അവസരം വന്നിരിക്കുകയാണെന്ന് സാലിമിന് തോന്നി. അങ്ങനെ തെഹ്മിനയും സാലിമും ഡെറാഡൂണിലേക്കു താമസം മാറ്റി. പ്രതീക്ഷിച്ചതുപോലെ വളരെ പ്രകൃതി രമണീയമായ സ്ഥലമായിരുന്നു. ഹിമാലയത്തെ കണികണ്ടുണരാൻ കഴിയും. അതൊരു വലിയ അനുഗ്രഹം തന്നെയായിരുന്നു. ഹിമാലയൻ പക്ഷികളെ അടുത്തു പരിചയപ്പെടാനും പഠിക്കാനും പഠിപ്പിക്കാനുമുള്ള അവസരം പരമാവധി അദ്ദേഹം പ്രയോജനപ്പെടുത്തി. തെഹ്മിനയും ഒത്തുള്ള ജീവിതത്തിലെ ഏറ്റവും സുന്ദരമായ കാലം ഏതെന്ന് ചോദിച്ചാൽ ഡെറാഡൂണിലെ ജീവിതമായിരിന്നുവെന്ന് ഒരേങ്ങലോടെ സാലിം അലി പറയുമായിരുന്നു. സ്കൂളുകളിൽ പക്ഷികളെക്കുറിച്ചും പരിസ്ഥിതിയെക്കുറിച്ചും ക്ലാസെടുത്തും പക്ഷിപഠനം നടത്തിയും തെഹ്മിനയോടൊപ്പം ഉല്ലാസമായി ജീവിച്ചു. തെഹ്മിനയോടൊപ്പം കാട്ടുവഴികളിലൂടെ സായാഹ്ന സവാരി നടത്തും. ഇരുവരും കുതിരപ്പുറത്ത് പക്ഷികളെ തേടി നാട്ടു വഴികളിലൂടെയും കാട്ടിലും അലഞ്ഞ് തിരിയും. ജീവിതത്തിൽ ഏറെ സന്തോഷിച്ച നാളുകൾ. എന്നാൽ അവിടുത്തെ ജീവിതത്തിനിടയിൽ തെഹ്മിനയ്ക്ക് ഒരു സാധാരണ ശസ്ത്രക്രിയ നടത്തേണ്ടതായി വന്നു. ഭയപ്പെടാനൊന്നുമില്ലായിരുന്നു. എന്നാൽ ശസ്ത്രക്രിയ നടത്തിയ ഭാഗത്തുണ്ടായ അണുബാധ മൂലം അപ്രതീക്ഷിതമായി തെഹ്മിനയുടെ നില വഷളാകുകയും അവർ അന്തരിക്കുകയും ചെയ്തു. 1939 ലാണ് സാലിമിൽനിന്ന് വിധി തെഹ്മിനയെ തട്ടിപ്പറിച്ചെടുത്തത്. സാലിമിനത് താങ്ങാവുന്നതിൽ അധികമായിരുന്നു. 21 വർഷത്തെ ദാമ്പത്യ ജീവിതമേ അവർക്കുണ്ടായിരുന്നുള്ളൂ. കുട്ടിക്കാലത്തുതന്നെ അച്ഛനും അമ്മയും നഷ്ടപ്പെട്ട സാലിം അലി താൻ അനാഥനല്ലെന്ന് തിരിച്ചറിഞ്ഞത് തെഹ്മിനയോടൊപ്പമുള്ള ജീവിതമായിരുന്നു. തെഹ്മിനയുടെ മരണം ഏല്പിച്ച ആഘാതത്തിൽ സാലിം അലി അക്ഷരാർത്ഥത്തിൽ തകർന്നു പോയി. തന്റെ പ്രവർത്തനങ്ങളുടെ പ്രചോദനകേന്ദ്രം തെഹ്മിനയാണെന്ന് അദ്ദേഹം വിശ്വസിച്ചിരുന്നു. എന്നാൽ തെഹ്മിനയുടെ മരണത്തോടെ സാലിം പൂർണ്ണമായും ഒറ്റപ്പെട്ടു. സാലിം അലി അനുഭവിക്കുന്ന മനോവേദന സഹോദരി കാമുവിന് നന്നാ

യറിയാമായിരുന്നു. അവർ സാലിമിനെ തന്നോടൊപ്പം ജീവിക്കാൻ ക്ഷണിച്ചു. തെഹ്മിനയോടൊപ്പം കുറച്ചു കാലം സാലിം അവിടെ താമസിച്ചിരുന്നതാണുതാനും. സാലിമിന് ഏറെ ഇഷ്ടപ്പെട്ട വീടുമായിരുന്നു. മുംബൈ നാച്യുറൽ ഹിസ്റ്ററി സൊസൈറ്റിയുമായി ബന്ധപ്പെട്ടു നില്ക്കാനാകുമെന്ന മോഹവും കാമുവിനോടും സാലി ഹില്ലിനോടുള്ള സ്നേഹവുംകൊണ്ടു സാലിം അലി അവിടേക്ക് താമസം മാറ്റി. ഉള്ളിൽ കരഞ്ഞുകൊണ്ടാണെങ്കിലും പിന്നീടുള്ള ദിവസങ്ങളിൽ വിശ്രമമില്ലാതെ പക്ഷിപഠനത്തിനായി അദ്ദേഹം പൂർണ്ണമായി സ്വയം സമർപ്പിക്കുകയായിരുന്നു. ഒരുകാലത്ത് തെഹ്മിനയുടെ സാന്നിദ്ധ്യം ആ വീട്ടിലുണ്ടായിരുന്നത് സാലിമിനെ ആ വീടുമായി ചേർത്തു നിർത്തി. പിന്നീടുള്ള തന്റെ ജീവിതത്തിന്റെ സിംഹഭാഗവും അവിടെയാണദ്ദേഹം ജീവിച്ചത്. സാലിം അലിയുടെ പ്രിയപത്നി തെഹ്മിനയുടെ പേര് ഒരു മരംകൊത്തിക്ക് നല്കിയിട്ടുണ്ട്. ജീവിതകാലം മുഴുവൻ തെഹ്മിനയോടൊപ്പമുള്ള മധുര സ്മരണകൾ അയവിറക്കിയാണദ്ദേഹം ജീവിച്ചിരുന്നത്. തെഹ്മിനയ്ക്കൊപ്പം സഞ്ചരിച്ച വഴികളൊക്കെ സാലിമിന് ഗൃഹാതുരമായ ഓർമ്മകളുടെ തേൻ കൂടുകളായിരുന്നു. ഒരിക്കൽ ശിഷ്യൻ വി എസ് വിജയനൊപ്പം പറമ്പിക്കുളത്ത് ഇരിക്കുമ്പോൾ സാലിം അലി വികാരധീനനായി. "ദേ ഈ മൂലയിലിരുന്നാണ് തെഹ്മിന എന്നെ പക്ഷികളെ തുണിക്കെട്ടാൻ സഹായിച്ചിരുന്നത്" അദ്ദേഹം ഗദ്ഗദ കണ്ഠനായി പറഞ്ഞു. മദ്ധ്യപ്രദേശിലെ ബാഗ് ഗുഹയിൽ (Bagh cave) പക്ഷി ഗവേഷണം കഴിഞ്ഞിരിക്കുമ്പോൾ സാലിം അലി ഒപ്പമുണ്ടായിരുന്നവരോട് പറഞ്ഞു. "ദേ ഇവിടെ ഇരുന്നാണ് തെഹ്മിനയും ഞാനും സന്ന്യാസിയുടെ പുല്ലാങ്കുഴൽ വാദനം കേട്ടിരുന്നത്." ഇങ്ങനെ

ഡോ. സാലിം അലി സുഹൃത്തുക്കൾക്കൊപ്പം

എവിടെ പോയാലും സാലിമിനൊപ്പം തെഹ്മിനയുടെ ഓർമ്മകൾ ഉണ്ടായിരുന്നു.

കാമുവിന്റെ മരണംവരെ ഏതാണ്ട് നാല്പതുവർഷക്കാലം സാലിം അലി പാലിഹില്ലിലെ ബംഗ്ലാവിലാണ് താമസിച്ചത്. പാലിഹില്ലിലെ ബംഗ്ലാവിന്റെ താഴത്തെ നിലയിലെ ഇടതുവശത്തുള്ള വിശാലമായ മുറിയായിരുന്നു സാലിം അലിയുടേത്. ബാത്ത്റൂമും ഡ്രസ്സിങ് റൂമുമൊക്കെ അതിനോട് ചേർത്ത് ഒരുക്കിയിരുന്നു. സാലിമിന്റെ പഠനമുറി നിറയെ പുസ്തകങ്ങളും പേപ്പറുകളും നിറഞ്ഞതായിരുന്നു. പുറത്തുപോകാൻ കഴിയാത്തപ്പോഴൊക്കെ അദ്ദേഹം അവിടെയിരുന്നു വായിക്കുകയും എഴുതുകയും ചെയ്യുമായിരുന്നു. സാലിം അലിയെ കാണാനെത്തുന്നവർക്ക് വീട്ടുകാരെ ബുദ്ധിമുട്ടുണ്ടാക്കാതെ അദ്ദേഹത്തെ കാണാനാവുന്ന സൗകര്യങ്ങൾ ആ മുറിക്കുണ്ടായിരുന്നു. എപ്പോൾ വേണമെങ്കിലും പുറത്തിറങ്ങി പക്ഷികളെ നിരീക്ഷിക്കാനും കഴിയും. മനോഹരമായ രാത്രികളിൽ മുറിക്കു പുറത്തു പ്രകൃതിയുടെ പരിലാളനയേറ്റ് കിടക്കുന്ന ശീലവും അദ്ദേഹത്തിനുണ്ടായിരുന്നു. സാലിം അലിയുടെ മേൽ ഒരു പ്രത്യേക കരുതൽ സഹോദരി കാമുവിന് എപ്പോഴും ഉണ്ടായിരുന്നു. സാലിം അലിക്ക് ആവശ്യമുള്ളതെല്ലാം സഹോദരിയാണ് ചെയ്തുകൊടുത്തിരുന്നത്. സാലിംഅലിയെ പോലെ അതിപ്രശസ്തനായൊരാൾ അവിടെ കഴിയുന്നത് ആ കുടുംബത്തിന് തന്നെ ഒരഭിമാനമായിരുന്നു. എന്നാൽ അതുമൂലം നിരവധി പ്രയാസങ്ങളും അവർ അനുഭവിച്ചിരുന്നതായി കാമുവിന്റെ മകൻ അമീർഅലി എഴുതിയിട്ടുണ്ട്. സാലിം അലി വലിയ സല്ക്കാര പ്രിയനായിരുന്നു. വിദേശീയരും തദ്ദേശീയരുമായ ശാസ്ത്രജ്ഞരും ആരാധകരും ഗവേഷക വിദ്യാർത്ഥികളുമൊക്കെ സാലിം അലിയെ കാണാൻ വന്നുകൊണ്ടേയിരിക്കും. ഇവർക്കൊക്കെ ചായയും, പലഹാരങ്ങളും മുറയ്ക്ക് താഴെയെത്തിച്ചുകൊണ്ടേയിരിക്കണം. ഉച്ചഭക്ഷണത്തിന് മുന്നറിയിപ്പില്ലാതെതന്നെ അതിഥികളുണ്ടാവും. ചിലപ്പോൾ ജർമ്മനിയിൽനിന്നും മറ്റ് വിദേശ രാജ്യങ്ങളിൽനിന്നുമുള്ള സാലിമിന്റെ സുഹൃത്തുക്കൾ താമസിക്കാനുണ്ടാവും. അവരൊക്കെ ആഴ്ചകളോളം പാലിഹില്ലിൽ കഴിയും. ഇവർക്കൊക്കെ ഭക്ഷണം ഒരുക്കിക്കൊടുത്തും താമസിക്കാനിടംകൊടുത്തും കാമുവും ഭർത്താവ് ഹസ്സൻ അലിയും ചിലപ്പോൾ മുഷിയും. എങ്കിലും ബുദ്ധിമുട്ടുകൾ സ്വയം സഹിച്ച് അവർ സാലിമിന് എല്ലാസഹായവും ചെയ്തുകൊടുക്കും. സാലിമിന്റെ ബാങ്ക് അക്കൗണ്ട് പോലും കൈകാര്യം ചെയ്തിരുന്നത് സഹോദരി ഭർത്താവ് ഹസ്സൻ അലിയായിരുന്നു. സാലിംഅലിക്ക് അതിലൊന്നും ഒരു താല്പര്യവും ഉണ്ടായിരുന്നില്ല. സാലിം അലി അടിമുടി പഠനങ്ങളിലും എഴുത്തിലുമൊക്കെയായിരിക്കും. അൻപതുവർഷം മുമ്പ് ടെലിഫോൺ എന്നത് കണികാണാൻ പോലും കിട്ടാത്ത കാലമായിരുന്നു. പാലിഹില്ലിലെ മുകളിലത്തെ നിലയിൽ കാമുവിന്റെ മുറിയി

സാലിം അലി പ്രധാനമന്ത്രിയായിരുന്ന ഇന്ദിരാഗാന്ധിക്കൊപ്പം

ലായിരുന്നു ഒരു ടെലിഫോൺ ഉണ്ടായിരുന്നത്. ലോകത്തിന്റെ നാനാഭാഗത്തുനിന്നും സാലിമിന് ടെലിഫോൺ വരും. ശാസ്ത്രജ്ഞരോ, ഉന്നത ഉദ്യോഗസ്ഥരോ, ഭരണകർത്താക്കളോയൊക്കെയാവും വിളിക്കുക. അപ്പോഴൊക്കെ മുകളിലത്തെ നിലയിൽനിന്ന് ആരെങ്കിലും ടെലിഫോണിന്റെ വിവരം വിളിച്ചറിയിക്കേണ്ടിവരും. രാവിലെ തുടങ്ങുന്ന ഈ പണി രാത്രി വൈകിയും തുടരും. ഇതൊരു തലവേദന പിടിച്ച പണിയായിരുന്നുവെന്ന് അമീർഅലി ഓർക്കുന്നു. സാലിം അലി എന്തെങ്കിലും ഗൗരവമായി എഴുതിക്കൊണ്ടിരിക്കുമ്പോഴാവും ടെലിഫോൺ വരുക. അപ്പോൾ അക്കാര്യം ചെന്നുപറയുമ്പോൾ അദ്ദേഹത്തിനു ശുണ്ഠിവരും. സാലിം അലിയുടെ മുറിയിൽ സ്വന്തമായി ഒരുഫോൺ വയ്ക്കുക മാത്രമാണ് ഈ പ്രശ്നത്തിന് ഒരു പോംവഴിയായുള്ളത്. എന്നാൽ അക്കാലത്ത് ഒരു ഫോൺ ലഭിക്കണമെങ്കിൽ വർഷങ്ങൾ കാത്തിരിക്കേണ്ടതുണ്ടായിരുന്നു. ഒടുക്കം പാലിഹില്ലിലെ ടെലിഫോൺ പ്രശ്നം ആരോ പ്രധാനമന്ത്രി ഇന്ദിരാഗാന്ധിയുടെ ശ്രദ്ധയിൽ കൊണ്ടുവന്നു. ഇതോടെ സാലിം അലിക്ക് ഒരു ഫോൺ സ്വന്തമായി. എന്നിട്ടും പ്രശ്നങ്ങൾ ഒടുങ്ങിയില്ലത്രെ. ആളുകൾ പഴയ ടെലിഫോൺ നമ്പരിൽ തന്നെ സാലിം അലിയെ വിളിച്ചുകൊണ്ടിരുന്നു. കാമുവിന്റെ വീട്ടിൽ സാലിമിന് വരുന്ന ടെലിഫോണുകൾ അവരുടെ ഉറക്കം കെടുത്തിയെങ്കിൽ സന്ദർശകരുടെ ബാഹുല്യത്തെ അവർ സഹിച്ചത് സാലിമിനോടുള്ള അതിയായ സ്നേഹം കൊണ്ടാവണം. സാലിം അലി പാലിഹില്ലിൽ താമസിച്ചിരുന്നതുകൊണ്ടാവാം കാമുവിന്റെ

മക്കളൊക്കെ പ്രകൃതിസ്നേഹികളും പ്രകൃതിഗവേഷകരുമൊക്കെയായ തെന്ന് കരുതാം. കുട്ടിക്കാലത്തു തന്നെ സാലിം അലി അവർക്കൊക്കെ ഒരു ആരാധനാപാത്രമായിരുന്നു. തന്റെ സാമീപ്യം ഒന്നുകൊണ്ടുമാത്രം ആരിലും പ്രകൃതിസ്നേഹവും ശാസ്ത്രമനോഭാവവും വളർത്തിയെടു ക്കാൻ കഴിവുള്ള പ്രസരിപ്പുള്ള വ്യക്തിത്വമായിരുന്നു സാലിം അലി. ഉത്സാ ഹിയായ സാലിം അലിക്ക് ആരിലും പോസിറ്റിവായ എനർജി നിറയ്ക്കാ നുള്ള ശേഷിയുണ്ടായിരുന്നു. സാലിം അലിയുടെ നിഘണ്ടുവിൽ അസാദ്ധ്യം എന്നൊരു വാക്കുതന്നെയുണ്ടായിരുന്നില്ല. വിൽ ഡു വിൽ ഡു എന്ന് പറഞ്ഞ് ആരെയും ഉത്സാഹപ്പെടുത്തുന്ന ശീലക്കാരനുമായി രുന്നു. കാമുവിന്റെ മകൾ ലയീക്ക് ഫത്തേഹല്ലി സാലിം അലിയുമായി ചേർന്ന് രണ്ടു പക്ഷിപുസ്തകങ്ങൾ എഴുതിയിട്ടുണ്ട്. ലയിക്കിന്റെ ഭർത്താവ് സഫർഫത്തേഹല്ലി അറിയപ്പെടുന്ന പ്രകൃതിശാസ്ത്രജ്ഞനാണ്. ബി എൻ എച്ച് എസിന്റെ സെക്രട്ടറിയുമായിരുന്നു. ഇവരുടെ മൂത്തമകൾ ലോകമ റിയുന്ന പ്രകൃതി ശാസ്ത്രജ്ഞയായിത്തീർന്നു. ഷാമയും സായിയും പക്ഷി കളെക്കുറിച്ച് ഗൗരവമായി എഴുതുന്നവരാണ്. സായിയുടെ ഭർത്താവ് പാമ്പുകളെക്കുറിച്ച് ഗവേഷണം നടത്തിയിട്ടുള്ള വൈറ്റേക്കറാണ് (Whitaker). കേരളത്തിലെ സൈലന്റ് വാലിയിലെ പാമ്പുകളെക്കുറിച്ച് പഠനം നടത്തിയയാളുമാണ്. തന്റെ ഭർത്താവിനെക്കുറിച്ച് *പാമ്പുമനുഷ്യൻ* (Snakeman) എന്ന പേരിൽ ഒരു ഗ്രന്ഥം അവർ എഴുതിയിട്ടുണ്ട്. *സാലിം അലി ഫോർ സ്കൂൾ, ആൻഡമാൻസ് ബോയി, കോബ്രാ ഇൻ മൈ കി ച്ചൺ* എന്നിവയും അവരുടെ പ്രശസ്ത ഗ്രന്ഥങ്ങളാണ്. കാമുവിന്റെ മകൻ സാദിന്റെ മക്കളും പ്രശസ്തരായ പ്രകൃതി ശാസ്ത്രജ്ഞരായി മാറി. ഒരാൾ കേരളത്തിലെ കാടുകളെക്കുറിച്ച് റൗഫ് പരിസ്ഥിതി പഠനത്തിൽ ഡോക്ട റേറ്റ് എടുക്കുകയുണ്ടായി. ഇങ്ങനെ സാലിമിന്റെ കുടുംബത്തിൽപ്പെട്ട മൂന്നാം തലമുറയിലുള്ളവരെപ്പോലും പ്രകൃതി ഗവേഷകരും പക്ഷിസ്നേ ഹികളുമാക്കി മാറ്റാൻ സാലിമിന്റെ സർഗ്ഗസാന്നിദ്ധ്യം ഇടയാക്കിയിട്ടുണ്ട്. സാലിം അലിയുടെ സഹോദരി കാമു മരിച്ചതോടെ സാലിം പാലിഹി ല്ലിലെ ബംഗ്ലാവിൽനിന്ന് മാറിത്താമസിക്കേണ്ടതായി വന്നു. കാമുവിന്റെ ഭർത്താവ് ഹസ്സൻ അലി സ്ട്രോക്ക് വന്ന് കിടപ്പിലായി. സാലിമിനെ ശുശ്രൂ ഷിക്കാനും അദ്ദേഹത്തിന്റെ അതിഥികളെ സ്വീകരിക്കാനും പഴയതു പോലെ കുടുംബക്കാർക്ക് കഴിയാതെയും വന്നു. കാമുവിന്റെ മരണവും സാലിമിനെ ദുഃഖത്തിലാക്കി. കാമുവില്ലാത്ത പാലിഹില്ലിലെ ബംഗ്ലാവിൽ താമസിക്കാൻ സാലിമിനും കഴിയുമായിരുന്നില്ല. ഒരു കൂട്ടുകുടുംബമായി എല്ലാവരുമൊന്നിച്ച് 40 വർഷത്തിലേറെക്കാലം സാലിം അലി താമ സിച്ചിരുന്ന നമ്പർ 46, പാലിഹിൽസ് ബംഗ്ലാവ് അവർക്കു വില്ക്കേണ്ട തായി വന്നു. ആ ചുറ്റുപാടുമായി ഇണങ്ങിക്കഴിഞ്ഞിരുന്ന സാലിമിനത് വേദനാജനകമായിരുന്നു. എന്നാൽ മറ്റ് പോം വഴിയൊന്നും ഉണ്ടായിരു

ന്നില്ല. സാലിമിന്റെ പ്രിയപ്പെട്ട ശിഷ്യയും ബി എൻ എച്ച് എസിന്റെ അദ്ധ്യക്ഷയുമൊക്കെയായിരുന്ന ദിൽ നവാസിന്റെ പരിശ്രമത്തിൽ യാറ്റ് ക്ലബ്ബിൽ (Yacht club) ൽ ഒരു മുറി തരപ്പെടുത്തിയെങ്കിലും അവിടത്തെ താമസം അദ്ദേഹത്തിന് അത്ര തൃപ്തികരമായി തോന്നിയില്ല. കുറച്ചുകാലം കാമുവിന്റെ മകളുടെ കിഹിമയിലുള്ള വീട്ടിൽ കഴിഞ്ഞു. പിന്നീട് സാലിമിന്റെ മൂത്ത സഹോദരൻ നവാബ് ഹാഷിം യാർജങ്ങി (Nawab Hashim Yarjung) ന്റെ മകളുടെ മുംബൈയിലെ വീട്ടിൽ താമസമാക്കി.

പൂകൊഴിയും പോലൊരു വിട വാങ്ങൽ

ജീവിതാവസാനം വരെ കർമ്മ നിരതനായിരിക്കാൻ ഭാഗ്യം ലഭിച്ച ഒരു യോഗിവര്യനായിരുന്നു സാലിം അലി. 1987 ഏപ്രിൽ മാസത്തിൽ പ്രധാനമന്ത്രിയായിരുന്ന രാജീവ് ഗാന്ധിയിൽനിന്ന് ഒരവാർഡ് ഏറ്റുവാങ്ങുന്നതിനു വേണ്ടി അദ്ദേഹം ഡൽഹിയിൽ എത്തി. സാലിം അലിക്കൊപ്പം അടുത്ത സുഹൃത്തുകളും ശിഷ്യരുമുണ്ടായിരുന്നു. അമേരിക്കൻ അംബാസിഡർ അദ്ദേഹത്തിന്റെ വസതിയിൽ സാലിം അലിക്കായി ഒരു വിരുന്നൊരുക്കിയിരുന്നു. സാലിം അലിയോടുള്ള ബഹുമാനാർത്ഥം സംഘടിപ്പിച്ച ചായ സല്ക്കാരത്തിൽ അദ്ദേഹത്തിന്റെ അടുപ്പക്കാരെയും ശാസ്ത്രജ്ഞരെയുമൊക്കെ ക്ഷണിച്ചിരുന്നു. ആരോഗ്യനില മോശമായിരുന്നിട്ടുകൂടി സാലിം അലി തന്റെ മിത്രങ്ങളുമായി സംസാരിക്കുകയും ഊഷ്മളമായി സ്നേഹാദരം പങ്കുവയ്ക്കുകയും ചെയ്തുകൊണ്ടിരുന്നു. തന്റെ തൊണ്ണൂറ്റി ഒന്നാം വയസ്സിന്റെ ചെറുപ്പം ആസ്വദിക്കും വിധമാണദ്ദേഹം എല്ലാവരോടും പെരുമാറിയത്. ആരോഗ്യപരമായ വിഷമതകൾ അദ്ദേഹം പുറത്തു കാണിക്കുകയേയുണ്ടായിരുന്നില്ല. എന്നാൽ സാലിം അലിക്കൊപ്പമുണ്ടായിരുന്ന സുഹൃത്തുക്കൾ ശ്രദ്ധയോടെ അദ്ദേഹത്തോടൊപ്പം നിലയുറപ്പിച്ചിട്ടുണ്ടായിരുന്നു. എന്തെങ്കിലും തരത്തിലുള്ള ക്ഷീണം അദ്ദേഹത്തിന് അനുഭവപ്പെടുമോയെന്ന ആശങ്ക അവർക്കൊക്കെയുണ്ടായിരുന്നു. പ്രൊസ്റ്റേറ്റ് ക്യാൻസറിന്റെ ചികിത്സയിലായിരുന്ന സാലിം അലി പൊതുവെ ക്ഷീണിതനായിരുന്നു. എങ്കിലും വേദന പുറത്തു കാട്ടാതെ ചിരിച്ച മുഖവുമായി അദ്ദേഹം എല്ലാവരുമായും കുശലം പങ്കുവച്ചു. കഫക്കെട്ടുമൂലമുള്ള വിഷമതകൾ അദ്ദേഹത്തിന് അനുഭവപ്പെട്ടിരുന്നു. തൊട്ടടുത്ത ദിവസം വിജ്ഞാൻ ഭവനിൽ വച്ചായിരുന്നു പ്രധാനമന്ത്രിയുടെ അവാർഡ് ദാനം. ഡൽഹിയിലെ ഉന്നതരൊക്കെ പങ്കെടുക്കുന്ന ചടങ്ങാ

ഡോ. സാലിം അലി

ണത്. പ്രശസ്തരായ പ്രകൃതി ശാസ്ത്രജ്ഞരൊക്കെ ചടങ്ങിലേക്ക് ക്ഷണിക്കപ്പെട്ടിരുന്നു. പ്രധാനമന്ത്രി രാജീവ് ഗാന്ധി അവാർഡ് സമ്മാനിക്കാനായി വേദിയിലെത്തി കുറെ നല്ല വാക്കുകൾകൊണ്ട് സാലിം അലിയുടെ സേവനങ്ങളെ പ്രകീർത്തിച്ചു. എന്നാൽ പ്രധാനമന്ത്രിയുടെ വാക്കുകൾ ശ്രവിക്കാനപ്പോൾ സാലിം അലി അവിടെയുണ്ടായിരുന്നില്ല. ചടങ്ങിനെത്തിയ സാലിം അലിക്ക് ശ്വാസതടസ്സമുണ്ടായതിനെത്തുടർന്ന് ഹോസ്പിറ്റലിൽ പ്രവേശിപ്പിച്ചു. പ്രധാനമന്ത്രി സാലിം അലിയെ ആശുപത്രിയിലെത്തി കണ്ടു. സാലിം അലിയുടെ സുഹൃത്തുക്കളും ശിഷ്യരും ആശങ്കയോടെ ആശുപത്രിക്ക് പുറത്തു കാത്തുനിന്നു. ഇവരിൽ ഒരാൾ തന്റെ കൈയിൽ സൂക്ഷിച്ചിരുന്ന പക്ഷികളുടെ സ്റ്റാമ്പ് പതിച്ച ആൽബവുമായാണ് ഗുരുതരാവസ്ഥയിൽ റാം മനോഹർ ലോഹ്യ ആശുപത്രിയിൽ കിടക്കുന്ന സാലിം അലിയെ കാണാൻ ചെന്നത്. പക്ഷി ചിത്രങ്ങളുള്ള ആൽബത്തിലേക്ക് സാലിം അലി കൗതുകപൂർവ്വം നോക്കി. എന്നിട്ടതിനായി കൈനീട്ടി. അതിലെ പേജുകൾ സാവധാനം മറിച്ച് ചിത്രങ്ങൾ ആസ്വദിച്ചു. നിർബ്ബന്ധം പിടിച്ചു കരയുന്ന ഒരു കുട്ടിക്ക് മുമ്പിലേക്ക് ഒരു കളിപ്പാട്ടം വയ്ക്കുമ്പോൾ ആ കുട്ടി എങ്ങനെയാണോ കരച്ചിൽ അടക്കി ചിരിക്കുന്നത് അതുപോലെയായിരുന്നു സാലിം അലിയുടെ മാനസികാവസ്ഥ. തന്റെ ഗുരുതരമായ രോഗാവസ്ഥയും കഠിനവേദനയും അദ്ദേഹം പക്ഷി ചിത്രസ്റ്റാമ്പ് ആൽബം കണ്ടപ്പോൾ മറന്നു പോയെന്ന് ആൽബത്തിന്റെ ഉടമ കെ പി ഗീതാകൃഷ്ണൻ എഴുതിയിട്ടുണ്ട്. ഡൽഹിയിൽനിന്ന് തന്റെ ജന്മനാടായ ബോംബെയിലേക്ക് പോകാൻ സാലിം ആഗ്രഹിച്ചു. യാത്ര

ചെയ്യാവുന്ന സ്ഥിതിയെത്തിയപ്പോൾ അദ്ദേഹത്തെ ബോംബെയിലേക്ക് മാറ്റി. ബോംബെയിൽ ബന്ധു വീട്ടിലായിരുന്നു അദ്ദേഹത്തിന്റെ താമസം. അടുത്ത സുഹൃത്തുക്കളും ബന്ധുക്കളും അദ്ദേഹത്തിന് കൂട്ടിരുന്നു. മികച്ച ചികിത്സ സാലിം അലിക്ക് ഉറപ്പാക്കിയിരുന്നുവെങ്കിലും അദ്ദേഹം ആശുപത്രിയിൽ കിടക്കാൻ ആഗ്രഹിച്ചില്ല. വീടിന്റെ അന്തരീക്ഷമാണദ്ദേഹത്തിന് കൂടുതൽ സമാധാനപരമായി തോന്നിയത്.

തന്റെ അന്ത്യദിനങ്ങൾ അടുത്തുവെന്ന് സാലിം അലിക്ക് ബോദ്ധ്യമുണ്ടായിരുന്നു. അതിനായുള്ള മുന്നൊരുക്കങ്ങൾ തന്റെ പ്രിയപ്പെട്ട പാലി ഹില്ലിലെ വീട്ടിൽനിന്ന് മാറിയപ്പോൾ തന്നെ അദ്ദേഹം തുടങ്ങിയിരുന്നു. സാലിം അലിം ഉപയോഗിച്ചിരുന്ന മനോഹരങ്ങളായ ചൈനീസ് പാത്രങ്ങളൊക്കെ അടുത്ത ബന്ധുക്കൾക്കും സുഹൃത്തുകൾക്കുമായി പങ്കുവച്ചു കൊടുത്തു. തന്റെ സമ്പത്തിന്റെ ഭൂരിഭാഗവും ബോംബെ നാച്യുറൽ ഹിസ്റ്ററി സൊസൈറ്റിക്കായി ദാനം ചെയ്തു. പുസ്തകങ്ങളിൽനിന്ന് ലഭിക്കുന്ന റോയൽറ്റിയൊക്കെ അർഹതപ്പെട്ട സ്ഥാപനങ്ങൾക്കായി എഴുതി നല്കി. പ്രിൻസ് വെയിൻസ് മ്യൂസിയത്തിനായി സുന്ദരമായ പക്ഷി ചിത്രങ്ങൾ ആലേഖനം ചെയ്ത ചൈനീസ് പൂത്തടം (chinese vase with birds) നീക്കിവച്ചു. അതിബൃഹത്തായൊരു ലൈബ്രറിയാണ് സാലിം അലിക്കുണ്ടായിരുന്നത്. സാഹിത്യത്തിലെ ഇതിഹാസ രചനകളും കവിതകളുമൊക്കെ അതിലുണ്ടായിരുന്നു. പക്ഷിപുസ്തകങ്ങളും പ്രകൃതി പഠനത്തിനായുള്ള വലിയൊരു ശേഖരവും അതിൽ ഉൾപ്പെടും. ചരിത്രം മുതൽ തത്ത്വചിന്ത വരെയുള്ള എല്ലാ മേഖലകളിലുമുള്ള ഗ്രന്ഥങ്ങളുടെയും ഒരു നിരതന്നെ അദ്ദേഹത്തിനുണ്ടായിരുന്നു. സുഹൃത്തുക്കൾക്കും ശിഷ്യർക്കുമൊപ്പമിരുന്ന് കവിത ഉച്ചത്തിൽ വായിച്ചു രസിക്കാൻ അദ്ദേഹം ഇഷ്ടപ്പെട്ടിരുന്നു. കിപ്ലിങ്ങിന്റെ (Kipling) 'ദി ഫെയ്റീസ് സീജ്' (The Fairies siege) എന്ന കവിതയോട് ഒരു പ്രത്യേക പ്രണയം തന്നെ സാലിം അലിക്കുണ്ടായിരുന്നു. ജീവിതത്തിന് ആവേശം പകരുന്ന കവിതകളോടായിരുന്നു അദ്ദേഹത്തിന് പ്രിയം. കിപ്ലിങ്ങിന്റെ കവിതയിലെ "It is the Dreamer whose dreams come true"എന്ന വരികൾ സാലിമിന് ഏറെ പ്രിയങ്കരമായിരുന്നു. മുസ്ലീം നിയമമനുസരിച്ച് മരണത്തിനു മുമ്പ് തനിക്കുള്ളതെല്ലാം വില്പത്രമെഴുതി വയ്ക്കണമെന്ന് വ്യവസ്ഥയുണ്ട്. ഇതനുസരിച്ച് കൂടിയാവാം തനിക്കുള്ളതെല്ലാം വേണ്ടപ്പെട്ട സ്ഥാപനങ്ങൾക്കും, ബന്ധുക്കൾക്കും, സുഹൃത്തുക്കൾക്കുമൊക്കെയായി സാലിം അലി ഭാഗം ചെയ്തത്. പക്ഷിയേയും പ്രകൃതിയേയും അതിരില്ലാതെ പ്രണയിച്ചിരുന്ന സാലിം അലിക്ക് ഈ ലോകം വിട്ടു പോകാൻ ഒരിക്കലും മനസ്സുണ്ടാവില്ലെന്ന് അടുത്ത സുഹൃത്തുക്കളും ശിഷ്യരും കരുതി. അത്രമേൽ അദ്ദേഹം ഈ പ്രകൃതിയെ സ്നേഹിച്ചിരുന്നു. സാലിം അലിയോട് ഇക്കാര്യം പ്രിയശിഷ്യ കൂടിയായ ദിൽ നവാസ് ബരിയാവ ചോദിക്കുകയുണ്ടായി. സാലിം അലിയുടെ ഇതേക്കുറിച്ചുള്ള പ്രതികരണം ഇങ്ങനെയായിരുന്നു. "ഡൽഹിയിലെ ആശുപത്രിക്കിടക്കയിൽ വച്ച് ഈ

ഡോ. സാലിം അലി

ഭയം എന്നെ അലട്ടിയിരുന്നു. എന്നാൽ ഇപ്പോഴങ്ങനെ തോന്നുന്നില്ല." മരണമെന്ന യഥാർത്ഥ്യത്തെ ഉൾക്കൊള്ളാൻ സാലിം അലിക്കായി. ഒരു ബംഗാളി പയ്യനാണ് സാലിം അലിയുടെ സഹായിയായി ഒപ്പമുണ്ടായിരുന്നത്. എന്നാൽ ദിവസങ്ങൾ എണ്ണപ്പെട്ടുകഴിയുന്ന സാലിം അലിയോടൊപ്പം സുഹൃത്തുക്കളും അടുത്ത ബന്ധുക്കളും ഉണ്ടാവണമെന്ന് അവർ കരുതി. ഹുസൈൻ ആണ് സാലിം അലിക്കൊപ്പം ചില രാത്രി കഴിഞ്ഞിരുന്നത്. ഒരു ദിവസം അദ്ദേഹത്തിന് അസൗകര്യമുണ്ടായി. പകരം അശോക് എൻ എച്ച് നനാവതിയാണ് സാലിം അലിക്ക് രാത്രി കൂട്ടിരുന്നത്. ബോംബെയിലെ ഹാഫ്കാൻ ഇൻസ്റ്റിറ്റ്യൂട്ട് ഡയറക്ടർ, ബി എൻ എച്ച് എസിന്റെ ഹോണററി സെക്രട്ടറി എന്നീ നിലകളിൽ റിട്ടയർ ചെയ്തയാളാണദ്ദേഹം. ഡെറാഡൂൺ സ്കൂളിൽ പഠിക്കുന്ന കാലം മുതൽ സാലിം അലിയുമായി ബന്ധമുള്ളയാളുമാണ്. സാലിം അലിയുടെ അവസാന നിമിഷങ്ങളെക്കുറിച്ച് അദ്ദേഹം എഴുതിയതിങ്ങനെ.

"രാത്രിയിൽ സാലിം അലി അസ്വസ്ഥനായിരുന്നു. നിരവധി തവണ എണീറ്റു. ഒരു പോള കണ്ണടയ്ക്കാൻ കഴിയാത്ത അവസ്ഥയിലായിരുന്നു. ഏതോയാമത്തിൽ അദ്ദേഹം കുടിക്കാൻ ഒരു ഗ്ലാസ് വെള്ളം ആവശ്യപ്പെട്ടു. ഒന്നു രണ്ടിറക്ക് കുടിച്ചശേഷം സാലിം എന്നെ നോക്കി ചിരിച്ചു എന്നിട്ട് പതുക്കെ പറഞ്ഞു; "അധികകാലം ഞാനിനി ജീവിക്കുമെന്ന് തോന്നുന്നില്ല" സാലിം പതുക്കെ ഉറക്കത്തിലേക്ക് വഴുതി. ശ്വാസം നിലച്ചു. ഞാനദ്ദേഹത്തെ കുലുക്കി ഉണർത്താൻ നോക്കി. എന്നാൽ അദ്ദേഹം ഉണർന്നതേയില്ല. അങ്ങനെയായിരുന്നു അദ്ദേഹത്തിന്റെ അന്ത്യം."

ചെടിയിൽ മൊട്ടിട്ടു ഒരു പൂവ് വളർന്ന് വിരിഞ്ഞ് പരിമളം പൊഴിച്ച് നിന്നശേഷം കൊഴിഞ്ഞു വീഴുന്ന സ്വഭാവികതയോടെ പ്രകൃതിക്കും പക്ഷികൾക്കുമായി സമർപ്പിച്ച ഇതിഹാസ തുല്യമായ ആ ജീവിതം പ്രകൃതിയിലേക്ക് തന്നെ കൊഴിഞ്ഞുവീണു. 1987 ജൂൺ 20 ന് സാലിം അലി അന്ത്യശ്വാസം വലിക്കുമ്പോൾ സമാനതയില്ലാത്ത ഒരു ജീവിതം കൂടി കൊഴിയുകയായിരുന്നു. വിശ്രമമില്ലാതെ തന്റെ ജീവിതകാലം മുഴുവൻ പ്രകൃതി സംരക്ഷണത്തിനായി സമർപ്പിച്ച ഋഷി തുല്യനായ സാലിം അലിക്ക് തുല്യനായി മറ്റൊരാൾ ലോകത്തുണ്ടെന്ന് തോന്നുന്നില്ല. കണ്ണീരിൽ ചാലിച്ച തേൻതുള്ളിയായിരുന്നു സാലിം അലിയുടെ ജീവിതമെന്ന് തോന്നിപ്പോകുന്നു.

ജീവിതരേഖ

ആയിരത്തിയെണ്ണൂറ്റി തൊണ്ണൂറ്റി ആറ് നവംബർ 12 ന് ബോംബെയിൽ മൊയ്സുദ്ദീൻ-സീനത്ത് ദമ്പതികളുടെ ഒമ്പതാമത്തെ മകനായി ജനിച്ചു. പ്രൈമറി സ്കൂൾ വിദ്യാഭ്യാസം ബോംബെയിലെ സനാന ബൈബിൾ മെഡിക്കൽ മിഷൻ സ്കൂളിലും ഉപരിപഠനം സെയ്ന്റ് സേവ്യേഴ്സ് കോളേജിലും നിർവ്വഹിച്ചു. 1918 ഡിസംബറിൽ ബന്ധുവായ ടെഹ്മിനയെ വിവാഹം ചെയ്തു. പക്ഷിനിരീക്ഷണത്തിൽ ഉറ്റസഹായിയായിരുന്നു ടെഹ്മിന. 1939 ൽ ഭാര്യ മരിച്ചു.

* ബ്രിട്ടീഷ് ഓർണിത്തോളജിക്കൽ സൊസൈറ്റിയുടെ യൂണിയൻ ഗോൾഡ് മെഡൽ നേടിയ ബ്രിട്ടീഷുകാരനല്ലാത്ത ആദ്യ പക്ഷിനിരീക്ഷകൻ.
* 1958 ൽ പദ്മഭൂഷണും 1978 ൽ പദ്മവിഭൂഷണനും പോൾ ഗെറ്റി അവാർഡും നേടിയ സാലിം അലി ബ്രിട്ടീഷ്, ഫ്രഞ്ച്, ജർമ്മൻ, ഓർണത്തോളജിക്കൻ സൊസൈറ്റികളിലും അംഗമായിരുന്നു.
* 1950 ൽ ബോംബെ നാച്ചുറൽ ഹിസ്റ്ററി സൊസൈറ്റിയുടെ സെക്രട്ടറിയായിരുന്നു. ദി ബുക്ക് ഓഫ് ഇന്ത്യൻ ബേർഡ്സ് (1941), ദി ബേർഡ് ഓഫ് ട്രാവൻകൂർ ആന്റ് കൊച്ചിൻ (1953), ബോർഡ് ഓഫ് കേരള (1969) ഉൾപ്പെടെ നിരവധി ഗ്രന്ഥങ്ങൾ സാലിം അലി രചിച്ചു. ദി ഫാൾ ഓഫ് ദി സ്പാരോ അദ്ദേഹത്തിന്റെ ആത്മകഥയാണ്.
* 1985 ൽ സാലിം അലി രാജ്യസഭാംഗമായി നോമിനേറ്റ് ചെയ്യപ്പെട്ടു.
* സാലിം അലിയും ഡോ. ഡില്ലൻ റിപ്ലിയും ചേർന്നെഴുതിയ 'A hand book of the birds of India and Pakistan' (10 വാല്യം - 1968+1974) പ്രമുഖ പക്ഷിശാസ്ത്ര ഗ്രന്ഥമാണ്.
* 1987 ജനുവരി 21 ന് 91-ാം വയസ്സിൽ സാലിം അലി അന്തരിച്ചു.

www.ingramcontent.com/pod-product-compliance
Lightning Source LLC
LaVergne TN
LVHW060114051026
849517LV00007B/2302
* 9 7 8 9 3 8 9 4 1 0 7 4 7 *